Đánh giá chính sách Đầu tư và Tài chính cho Năng lượng Sạch của Việt Nam

OECD
BETTER POLICIES FOR BETTER LIVES

Tài liệu này do Tổng thư ký OECD chịu trách nhiệm xuất bản. Các ý kiến và luận điểm trình bày ở đây không nhất thiết phản ánh quan điểm chính thức của OECD hoặc của chính phủ các quốc gia thành viên hoặc của Liên minh Châu Âu.

Tài liệu này và các bản đồ được sử dụng trong đây sẽ không gây phương hại tới thực trạng hay chủ quyền đối với bất cứ vùng lãnh thổ nào, cũng như sẽ không ảnh hưởng tới việc phân định các đường biên giới/ranh giới quốc tế, và tên gọi của bất cứ vùng lãnh thổ, thành phố hay khu vực nào.

Dữ liệu thống kê về Israel do các cơ quan hữu quan của Israel cung cấp và chịu trách nhiệm. Việc OECD sử dụng những dữ liệu như vậy không phương hại đến tình trạng của Cao nguyên Golan, Đông Jerusalem và các khu định cư của Israel ở Bờ Tây theo quy định của luật pháp quốc tế.

Ghi chú của Thổ Nhĩ Kỳ
Những thông tin trong tài liệu này về "Đảo Síp" (Cyprus) liên quan đến phần phía nam của Đảo này. Không có chính quyền duy nhất nào đại diện cho cả người Síp gốc Thổ Nhĩ Kỳ và gốc Hy Lạp trên Đảo này. Thổ Nhĩ Kỳ công nhận Cộng hòa Bắc Síp Thổ Nhĩ Kỳ (TRNC). Cho tới khi tìm được một giải pháp công bằng và bền vững trong bối cảnh Liên Hợp Quốc, Thổ Nhĩ Kỳ sẽ giữ nguyên lập trường của mình liên quan đến "vấn đề đảo Síp".

Ghi ghú của tất cả các Quốc gia thành viên Liên minh Châu Âu tham gia OECD và Liên minh Châu Âu
Cộng hòa Síp được tất cả các thành viên của Liên Hợp Quốc, ngoại trừ Thổ Nhĩ Kỳ công nhận. Thông tin trong tài liệu này liên quan đến khu vực nằm dưới sự kiểm soát thực tế của Chính phủ Cộng hòa Síp.

Vui lòng trích dẫn ấn phẩm này như sau:
OECD (2021), *Đánh giá chính sách Đầu tư và Tài chính cho Năng lượng Sạch của Việt Nam*, OECD Publishing, Paris, *https://doi.org/10.1787/8c36dc34-vi*.

ISBN 978-92-64-38119-3 (in)
ISBN 978-92-64-58105-0 (pdf)

Tác giả ảnh: Trang bìa © Nguyen Quang Ngoc Tonkin.

Các ấn phẩm của OECD được truy cập trực tuyến tại: *www.oecd.org/about/publishing/corrigenda.htm*.

Lời nói đầu

Khi các hành động quốc tế chống biến đổi khí hậu được tăng cường và các chuỗi giá trị toàn cầu được định hình lại, các chính sách về năng lượng sạch hiệu quả sẽ ngày càng trở thành một nguồn lợi thế cạnh tranh. Khi đó, Việt Nam, trung tâm sản xuất lớn của Châu Á và là một trong những nền kinh tế phát triển nhanh nhất Đông Nam Á, phải có hành động nhất quán với những xu hướng này để duy trì vị thế là điểm đến hàng đầu cho đầu tư trực tiếp nước ngoài. Điều này đòi hỏi Việt Nam cần huy động nguồn đầu tư mạnh mẽ hơn nữa cho cơ sở hạ tầng năng lượng sạch, các chiến lược phát triển ngành cho thấy công suất phát điện sẽ tăng thêm gấp ba lần vào năm 2040, khẳng định vai trò ngày càng quan trọng của hoạt động sản xuất điện từ nguồn năng lượng gió và mặt trời. Nền kinh tế Việt Nam vẫn sử dụng nhiều năng lượng, với nhiều tiềm năng tăng hiệu quả quản lý phía nhu cầu. Quy mô đầu tư vượt quá khả năng tài chính công, do đó việc thiết lập một khuôn khổ khuyến khích mạnh mẽ nhằm thu hút vốn đầu tư tư nhân là việc làm cấp thiết hơn bao giờ hết để nắm bắt lợi ích kinh tế của quá trình chuyển dịch năng lượng sạch.

Trong những năm gần đây, Việt Nam đã đạt được những tiến bộ ấn tượng trong quá trình tạo lập thị trường điện canh tranh, mang lại cơ hội cho các đơn vị sản xuất điện độc lập và cơ chế hỗ trợ phát triển năng lượng tái tạo, khuyến khích mức đầu tư cao, đặc biệt đầu tư vào thị trường năng lượng mặt trời. Duy trì tăng trưởng thị trường bền vững đồng thời tích hợp tỷ trọng cao hơn các nguồn năng lượng tái tạo biến thiên và đảm bảo giảm chi phí sẽ là thách thức chính đối với các nhà hoạch định chính sách của Việt Nam trong thập kỷ tới. Báo cáo Đánh giá Chính sách Đầu tư và Tài chính Năng lượng Sạch tại Việt Nam của OECD nhằm hỗ trợ nỗ lực nêu trên để Việt Nam đạt được các mục tiêu năng lượng sạch quốc gia.

Báo cáo đưa ra một cái nhìn tổng thể về khung chính sách hiện hành của Việt Nam, nêu bật những thành công và xác định những khía cạnh có thể củng cố. Báo cáo cũng đưa ra một số khuyến nghị riêng cho Chính phủ Việt Nam và các đối tác phát triển để huy động nguồn vốn và đầu tư tư nhân cho phát triển năng lượng sạch.

Báo cáo Đánh giá này là kết quả của cuộc đối thoại mang tính xây dựng giữa Việt Nam và các nước thành viên OECD cùng với các bên liên quan khác về năng lượng sạch. OECD sẽ tiếp tục hỗ trợ Việt Nam thực hiện các khuyến nghị được nêu trong báo cáo, trong quá trình Việt Nam xây dựng một nền kinh tế vững mạnh hơn, sạch hơn và bền bỉ hơn. Tôi tin tưởng rằng các nỗ lực hợp tác này sẽ giúp huy động tài chính và đầu tư tư nhân để hỗ trợ hành động vì khí hậu và phát triển bền vững.

Mathias Cormann
Tổng Thư ký, OECD

Lời tựa

Báo cáo Đánh giá chính sách Đầu tư và Tài chính cho Năng lượng Sạch tại Việt Nam là một trong những kết quả chính của Chương trình Huy động Đầu tư và Tài chính cho Năng lượng sạch (CEFIM) của OECD. Chương trình CEFIM nhằm hỗ trợ chính phủ các nước đang phát triển tại khu vực phía Nam và Đông Nam Á cũng như Mỹ Latinh khai thác nguồn tài chính và đầu tư vào phát triển năng lượng tái tạo và chương trình hiệu quả năng lượng ("năng lượng sạch").

OECD cảm ơn Chính phủ Việt Nam đã phối hợp cung cấp thông tin và điều phối các phiên đánh giá trực tuyến được tiến hành vào tháng 3 năm 2021. Xin đặc biệt cảm ơn các đầu mối thông tin của CEFIM là ông Nguyễn Ninh Hải, Trưởng phòng Năng lượng mới và Năng lượng tái tạo của Cục Điện lực và Năng lượng tái tạo, và ông Đặng Hải Dũng, Chánh văn phòng Sản xuất và tiêu dùng bền vững của Bộ Công Thương. CEFIM cũng gửi lời cảm ơn tới tất cả các cơ quan chính phủ tham gia vào quá trình Đánh giá, bao gồm Bộ Kế hoạch và Đầu tư, Bộ Xây dựng, Bộ Tài chính, Ngân hàng Nhà nước Việt Nam, Bộ Tài nguyên và Môi trường và Bộ Khoa học và Công nghệ.

Báo cáo Đánh giá được chủ trì bởi bà Cecilia Tâm, Trưởng nhóm của CEFIM, và ông Brendan Coleman phụ trách điều phối quá trình nghiên cứu và đánh giá. Các tác giả báo cáo gồm ông Brendan Coleman, bà Lylah Davies và bà Cecilia Tâm thuộc Tổng Cục Môi trường OECD. Matthew Wittenstein từ UNESCAP và Aisma Vitina từ Cơ quan Năng lượng Đan Mạch đã tham gia đánh giá và đóng góp chuyên môn trong quá trình đưa ra đánh giá và khuyến nghị. Akos Los thuộc Cơ quan Năng lượng Quốc tế (IEA) cũng đã cung cấp thông tin phân tích liên quan tới thị trường khí quốc tế và quá trình sử dụng khí thiên nhiên hóa lỏng (LNG) trong các dự án điện. Báo cáo cũng nhận được sự tham gia hỗ trợ của đối tác trong nước, đặc biệt là trong quá trình điều phối làm việc với các cơ quan Chính phủ Việt Nam, của Bà Ngô Thị Tố Nhiên và bà Trần Hoàng Anh hiện đang công tác tại Sáng kiến về Chuyển dịch Năng lượng Việt Nam. Dominique Haleva hỗ trợ công tác quản trị và chỉnh sửa. Giám đốc Bộ phận Môi trường OECD, Ông Rodolfo Lacy đã phát biểu khai mạc phiên "Đánh giá" trực tuyến.

Báo cáo còn nhận được đánh giá và phản hồi của Aayush Tandon và Jens Sedemund thuộc Ban Thư ký OECD. Nhiều chuyên gia khác cũng tham gia góp ý, bao gồm Pablo Hevia-Koch, Paolo Frankl, Gergely Molnar, Jean-Baptiste Dubreuil, Hiroyasu Sakaguchi và Mike Waldron của IEA; Loui Algren và Stephan Enevoldsen của cơ quan Năng lượng Đan Mạch; Marshall Brown của Viện Tăng trưởng Xanh Toàn cầu; Rahul Kitchlu của Ngân hàng Thế giới; Stefan Bjarne của ETH Zurich; Nguyễn Thăng Long - Hội Khoa học và công nghệ sử dụng năng lượng tiết kiệm và hiệu quả Việt Nam và Gregor Paterson-Jones, chuyên gia tư vấn của Ngân hàng Phát triển Châu Á (ADB).

Ngoài ra, bản Đánh giá cũng nhận được ý kiến phản hồi từ quá trình tham vấn rộng rãi với nhiều bên liên quan. Chúng tôi xin cảm ơn Nhóm Đối tác Năng lượng Việt Nam đã hỗ trợ tạo điều kiện cho quá trình trao đổi thông tin. OECD cảm ơn rất nhiều chuyên gia tại các đại sứ quán các nước thành viên của OECD tại Việt Nam đã đưa ra ý kiến tham vấn trong suốt quá trình Đánh giá. Cuối cùng, chúng tôi cũng xin cảm ơn tất cả những người tham gia trong phiên đánh giá trực tuyến và đã cung cấp thông tin đóng góp quý báu cho Đánh giá.

Báo cáo này được thực hiện thông qua nguồn tài trợ của Chính phủ Đan Mạch.

Mục lục

Bảng

Hình

Hộp

Follow OECD Publications on:

http://twitter.com/OECD_Pubs

http://www.facebook.com/OECDPublications

http://www.linkedin.com/groups/OECD-Publications-4645871

http://www.youtube.com/oecdilibrary

http://www.oecd.org/oecddirect/

This book has...

StatLinks

A service that delivers Excel® files from the printed page!

Look for the *StatLinks* at the bottom of the tables or graphs in this book. To download the matching Excel® spreadsheet, just type the link into your Internet browser, starting with the ***https://doi.org*** prefix, or click on the link from the e-book edition.

Bảng từ viết tắt

ABIF	Khuôn khổ Hội nhập Ngân hàng ASEAN
AEC	Cộng đồng kinh tế ASEAN
AFD	Cơ quan Phát triển Pháp
ART	Giá bán lẻ điện bình quân
APG	Lưới điện ASEAN
ASEAN	Hiệp hội các quốc gia Đông Nam Á
B2B	Doanh nghiệp với doanh nghiệp
B2C	Doanh nghiệp với người tiêu dùng
BAU	Kịch bản cơ sở
BOT	Xây dựng - Chuyển giao - Vận hành
BOOT	Xây dựng-Sở hữu-Vận hành-Chuyển giao
BQDM	Chương trình Quản lý nhu cầu điện Brooklyn-Queens
CfD	Hợp đồng Chênh lệch
CIT	Thuế thu nhập doanh nghiệp
CMSC	Ủy ban Quản lý Vốn nhà nước tại doanh nghiệp
CO2	Khí carbonic
Con Edison	Công ty Hợp nhất Edison
COVID-19	Bệnh do vi-rút corona 2019
CPEE	Dự án Tiết kiệm năng lượng và Sản xuất sạch
CPTPP	Hiệp định Đối tác Toàn diện và Tiến bộ xuyên Thái Bình Dương
DANIDA	Cơ quan Phát triển Quốc tế Đan Mạch
DEESD	Vụ Tiết kiệm Năng lượng và Phát triển Bền vững
DEU	Cơ sở sử dụng năng lượng trọng điểm
Sở CT	Sở Công Thương
Sở TNMT	Sở Tài nguyên và Môi trường
DPPA	Thỏa thuận Mua bán điện trực tiếp
Sở KHĐT	Sở Kế hoạch và Đầu tư
DSM	Quản lý nhu cầu
MT&XH	Môi trường và xã hội
ECA	Cơ quan Tín dụng Xuất khẩu
EE	Hiệu quả năng lượng
EEAP	Kế hoạch hành động về Hiệu quả năng lượng
EPC	Hợp đồng hiệu quả năng lượng
EPT	Thuế bảo vệ môi trường
ERAV	Cục Điều tiết Điện lực Việt Nam
EREA	Cục Điện lực và Năng lượng Tái tạo
ESCO	Công ty Dịch Vụ Năng Lượng
ESG	Chỉ tiêu Môi trường - Xã hội - Quản trị
EU	Liên minh Châu Âu
EVN	Tập đoàn Điện lực Việt Nam
EVN EPTC	Công ty Mua bán Điện - Tập đoàn Điện lực Việt Nam
EVN NLDC	Trung tâm Điều độ Hệ thống điện Quốc gia
EVN NPT	Tổng công ty Truyền tải điện Quốc gia
FDI	Vốn đầu tư trực tiếp nước ngoài

FIA	Cục Đầu tư nước ngoài
FIT	Biểu giá điện FiT
FTA	Hiệp định Thương mại Tự do
GDP	Tổng sản phẩm quốc nội
GENCO	Tổng Công ty phát điện
GGU	Cam kết bảo lãnh của chính phủ
KNK	khí nhà kính
GIPI	Chỉ số Sở hữu Trí tuệ Toàn cầu
GMS	Tiểu vùng Mê-kông Mở rộng
GW	Gigawatt (một tỷ Watt)
IDR	Xếp hạng đơn vị phát hành công cụ nợ dài hạn bằng ngoại tệ
IE	Viện Năng lượng
IEA	Cơ quan Năng lượng Quốc tế
SHTT	sở hữu trí tuệ
IPO	Phát hành lần đầu ra công chúng
IPP	Đơn vị sản xuất điện độc lập
IPT	Đơn vị truyền tải điện độc lập
IRENA	Cơ quan Năng lượng Tái tạo Quốc tế
ISDS	Giải quyết Tranh chấp giữa nhà đầu tư nước ngoài và nhà nước
ISO	Tổ chức Tiêu chuẩn hóa Quốc tế
JBIC	Ngân hàng Hợp tác Quốc tế Nhật Bản
KfW	Ngân hàng Tái thiết Đức
kV	Kilovolt
KWh	Kilowatt giờ
Ktoe	Nghìn tấn dầu tương đương
LCOE	Chi phí sản xuất điện quy dẫn
LED	Đi-ốt phát sáng
LEED	Tiên phong về Thiết kế Năng lượng và Môi trường (tiêu chuẩn chứng nhận công trình xanh)
LTMS-PIP	Dự án Kết nối Điện giữa CHDCND Lào, Thái Lan, Malaysia, Singapore
CNQSDĐ	Giấy chứng nhận quyền sử dụng đất
MEPS	Tiêu chuẩn hiệu suất năng lượng tối thiểu
Bộ XD	Bô Xây dưng
Bộ TC	Bộ Tài chính
Bộ CT	Bộ Công Thương
Bộ TNMT	Bộ Tài nguyên và Môi trường
Bộ KHCN	Bộ Khoa học và Công nghệ
Bộ KH&ĐT	Bộ Kế hoạch và Đầu tư
Mtoe	Triệu tấn dầu tương đương
$MtCO_2e$	Triệu tấn CO_2 (carbonic) tương đương
MW	Megawatt (một triệu Watt)
MWp	MWp
NLDC	Trung tâm Điều độ Hệ thống điện Quốc gia
NATIF	Quỹ Đổi mới công nghệ quốc gia
NDC	Đóng góp do quốc gia tự quyết định
O&M	vận hành và bảo trì
ODA	Hỗ trợ phát triển từ nước ngoài
PAYG	Dùng bao nhiêu, trả bấy nhiêu
QHĐ	Quy hoạch Phát triển Điện lực
PPA	Thỏa thuận mua bán điện
UBND Tỉnh	Ủy ban Nhân dân Tỉnh
PPP	Quan hệ đối tác công - tư
PSC	Ủy ban Dịch vụ Công cộng New York
PV	Tấm pin quang điện
QAB	Ngân hàng ASEAN đủ điều kiện
NC&PT	Nghiên cứu và phát triển
NLTT	Năng lượng tái tạo
REDS	Chiến lược phát triển năng lượng tái tạo

REIPPPP	Chương trình Đấu thầu phát điện độc lập từ năng lượng tái tạo Nam Phi
RE-IPP	Đơn vị sản xuất điện độc lập từ năng lượng tái tạo
RPS	tiêu chuẩn danh mục đầu tư năng lượng tái tạo
RIA-FIN	Lộ trình hội nhập tài chính tiền tệ trong ASEAN
NHNNVN	Ngân hàng Nhà nước Việt Nam
SCADA	Kiểm soát Giám sát và Thu thập Dữ liệu (hệ thống phần mềm và phần cứng cho phép điều khiển thiết bị từ xa)
SEC	Mức tiêu thụ năng lượng riêng
UBCKNN	Ủy ban chứng khoán nhà nước
SDG	Mục tiêu Phát triển Bền vững
SEDS	Chiến lược Phát triển Kinh tế Xã hội
DNNN	Doanh nghiệp nhà nước
STAMTEQ	Tổng cục Tiêu chuẩn Đo lường Chất lượng
TVET	Giáo dục và Đào tạo kỹ thuật và dạy nghề
TFC	Tổng tiêu thụ năng lượng cuối cùng
TOE	Tấn dầu tương đương
TPES	Tổng cung cấp năng lượng sơ cấp
TRIMS	Hiệp định về các biện pháp đầu tư liên quan đến thương mại
TWh	Terawatt-giờ
U4E	United for Efficiency
UNFCCC	Công ước khung của Liên hợp quốc về Biến đổi khí hậu
USD	Đô la Mỹ
VAT	thuế giá trị gia tăng
VECEA	Hội Khoa học và Công nghệ Sử dụng Năng lượng Tiết kiệm và Hiệu quả Việt Nam
VEEBC	Quy chuẩn về Các công trình xây dựng sử dụng năng lượng hiệu quả
VEPF	Quỹ Bảo vệ Môi trường Việt Nam
VEPG	Nhóm Đối tác Năng lượng Việt Nam
VGBC	Hội đồng Công trình Xanh Việt Nam
VIET	Sáng kiến về Chuyển dịch Năng lượng Việt Nam
TKV	Tập đoàn Công nghiệp Than Khoáng sản Việt Nam
VNĐ	Đồng Việt Nam
VNEEP	Chương trình Quốc gia về Sử dụng Năng lượng Tiết kiệm và Hiệu quả
VNSI	Chỉ số phát triển bền vững của Việt Nam
vRE	năng lượng tái tạo biến thiên
W	Watt
WEEE	Chỉ thị về chất thải từ thiết bị điện và điện tử của Liên minh Châu Âu
WIPO	Tổ chức Sở hữu Trí tuệ Thế giới
WTO	Tổ chức Thương mại Thế giới
WTO TRIM	Các biện pháp đầu tư liên quan đến thương mại của Tổ chức Thương mại Thế giới
WTO TRIPS	Hiệp định về các khía cạnh liên quan đến thương mại của quyền sở hữu trí tuệ

Tóm tắt tổng quan

Báo cáo Đánh giá Chính sách Đầu tư và Tài chính cho Năng lượng Sạch tại Việt Nam nhằm hỗ trợ Việt Nam trong nỗ lực thực hiện chuyển dịch năng lượng sạch. Báo cáo đưa ra một cái nhìn tổng thể về môi trường chính sách hiện tại, nêu bật tiến trình và xác định các cơ hội có thể tăng cường các biện pháp can thiệp chính sách giúp mở rộng quy mô tài chính và đầu tư vào năng lượng sạch. Sau đây là tóm tắt đánh giá và các khuyến nghị chính từ 6 lĩnh vực chính sách tạo thành khung Đánh giá và được trình bày từ chương 2 đến chương 7.

Đánh giá

Chính phủ Việt Nam được đánh giá cao trong việc thiết lập các chính sách ưu tiên phát triển năng lượng sạch và gần đây đã có nhiều bước tiến tạo đà thúc đẩy Việt Nam trở thành thị trường năng lượng tái tạo lớn nhất khu vực chỉ trong một vài năm. Các chính sách ưu đãi mạnh mẽ đã tạo động lực phát triển bùng nổ ngành năng lượng mặt trời, đồng thời thu hút nguồn đầu tư vào tiềm năng tài nguyên tái tạo dồi dào của đất nước. Trong những năm tới đây, để duy trì sức tăng trưởng bền vững của thị trường, Việt Nam phải giải quyết được những thách thức mới mang tính trọng yếu, bao gồm việc tích hợp thành công tỷ trọng cao hơn nguồn phát năng lượng tái tạo biến thiên; đa dạng hóa các nguồn vốn huy động; đảm bảo tiếp tục giảm chi phí tiệm cận với thị trường; vừa duy trì một môi trường đầu tư ổn định vừa quản lý quá trình chuyển đổi các chương trình hỗ trợ của chính phủ. Mặc dù theo dự đoán, tốc độ triển khai bùng nổ các dự án năng lượng tái tạo trong hai năm qua sẽ chậm lại, nhưng tổng công suất và thời gian triển khai các nguồn bổ sung năng lượng tái tạo theo dự thảo Quy hoạch Phát triển Điện (QHĐ) VIII (tại thời điểm thực hiện báo cáo này) là không đáng kể cho tới sau năm 2030 và điều này có thể gây bất lợi cho chuỗi cung ứng trong nước, việc làm xanh, niềm tin của nhà đầu tư và giảm chi phí dài hạn. Theo dự thảo QHĐ VIII, rủi ro liên quan đến nguồn và chi phí tài chính cho các nhà máy điện than mới cũng như đảm bảo đúng tiến độ triển khai các dự án điện khí LNG sẽ là một nguyên nhân tiềm ẩn gây mất an ninh năng lượng. Năng lực của các nhà máy nhiệt điện mới xây dựng có sử dụng nhiên liệu nhập khẩu để giảm thiểu rủi ro về giá nhiên liệu cũng sẽ là yếu tố rất quan trọng trong bối cảnh mức độ phụ thuộc vào nhập khẩu tăng lên. Tỷ lệ nguồn cung phụ thuộc vào nhiên liệu nhập khẩu sẽ đạt mức 50% vào năm 2035 so với mức 15% vào năm 2021. Việc cho phép các dự án thống nhất các điều khoản về hợp đồng cung cấp nhiên liệu dài hạn hơn có thể sẽ phụ thuộc vào các điều khoản của hợp đồng như đảm bảo bao tiêu và cơ chế thuế nới lỏng mà từ trước tới nay chưa được EVN sẵn sàng chấp thuận. Mặc dù có tiềm năng kinh tế to lớn, song thị trường tiết kiệm năng lượng hiệu quả hầu như chưa được khai thác và cần có các chính sách ưu đãi, các quy định và mô hình kinh doanh mới mạnh mẽ hơn để thúc đẩy thị trường. Trong bối cảnh ngày càng có nhiều quốc gia và doanh nghiệp đưa ra cam kết mạnh mẽ cho các hành động vì khí hậu và phát triển bền vững, Việt Nam sẽ cần phải tiếp tục quá trình chuyển dịch năng lượng sạch nếu muốn duy trì vị thế hiện tại là điểm đến hàng đầu cho hoạt động đầu tư trực tiếp nước ngoài.

Quy hoạch và quản trị công

Việt Nam vẫn đang tiếp tục củng cố tham vọng về năng lượng tái tạo cùng với các chính sách ưu tiên sử dụng năng lượng hiệu quả như đã nêu trong dự thảo QHĐ VIII, Chương trình quốc gia về Sử dụng Năng lượng Tiết kiệm và Hiệu quả III (VNEEP III) và Kế hoạch Đóng góp do Quốc gia tự quyết định bản cập nhật. Tuy nhiên, quá trình lập quy hoạch thiếu linh hoạt sẽ làm hạn chế khả năng ứng phó với các thay đổi nhanh chóng của thị trường năng lượng sạch và các rủi ro phát sinh trong quá trình triển khai. Công tác giám sát và quản trị hiệu quả là rất quan trọng để đảm bảo rằng hệ thống điện trong tương lai của Việt Nam phát triển một cách phù hợp với các mục tiêu chính sách tổng thể của quốc gia.

Khung pháp lý

Chính sách ngành năng lượng của Việt Nam đã có những chuyển biến đáng kể nhằm thu hút khu vực tư nhân tham gia nhiều hơn, áp dụng các nguyên tắc dựa trên thị trường và gần đây là ưu tiên phát triển năng lượng tái tạo ngoài thủy điện và các biện pháp hiệu quả năng lượng. Chính phủ cần nhanh chóng cải thiện môi trường pháp lý để đảm bảo các cơ chế khuyến khích cũng như các quy định pháp lý có thể thúc đẩy các mô hình kinh doanh phù hợp với kế hoạch phát triển năng lượng tái tạo và sử dụng năng lượng hiệu quả, bao gồm hoạt động đấu giá dịch vụ phụ trợ cân bằng hệ thống và tăng tính linh hoạt nguồn cung và cầu.

Chính sách đầu tư và cạnh tranh

Khi thị trường năng lượng tái tạo phát triển, chính phủ Việt Nam sẽ cần tiếp tục hỗ trợ đảm bảo cạnh tranh công bằng và tiếp cận thị trường bình đẳng giữa các đơn vị phát triển tư nhân và doanh nghiệp nhà nước. Trong giai đoạn sắp tới, các hoạt động như hình thành khuôn khổ đấu thầu cạnh tranh các dự án năng lượng tái tạo, áp dụng hoàn toàn thị trường bán buôn, tiếp tục cổ phần hóa các công ty phát điện thuộc Tập đoàn Điện lực Việt Nam (EVN) và tách bạch Trung tâm Điều độ Hệ thống điện Quốc gia (NLDC) sẽ là những dấu mốc quan trọng để tạo ra một sân chơi bình đẳng. Việt Nam được hưởng lợi từ môi trường đặc biệt cởi mở đối với vốn đầu tư trực tiếp nước ngoài và quá trình chuyển dịch năng lượng sạch của đất nước có thể giúp thu hút thêm sự quan tâm của các nhà đầu tư và hỗ trợ chính phủ thực hiện tham vọng trở thành trung tâm sản xuất hàng đầu (khu vực ASEAN).

Xúc tiến và tạo thuận lợi đầu tư

Các hoạt động mạnh mẽ để giảm trợ cấp trực tiếp cho nhiên liệu hóa thạch cùng với các kế hoạch phát triển thị trường carbon trong nước sẽ giúp đảm bảo nguồn vốn được dịch chuyển thúc đẩy tham vọng tăng trưởng xanh của đất nước. Cơ chế thuế ưu đãi với việc miễn thuế thu nhập doanh nghiệp cho các dự án năng lượng tái tạo và các đơn vị sản xuất thiết bị tiết kiệm năng lượng cũng đã mang lại các ưu đãi quan trọng. Tuy nhiên, môi trường pháp lý phức tạp và các thủ tục hành chính có thể là thách thức trong quá trình định hướng, thu hút, đặc biệt là đối với các nhà đầu tư nước ngoài.

Chính sách thị trường tài chính

Việt Nam cần mở rộng quy mô tài chính để đáp ứng các mục tiêu chuyển dịch năng lượng sạch, bao gồm cả nguồn tài chính công và tư nhân trong nước và quốc tế. Các chính sách trong đề án phát triển ngân hàng xanh do Ngân hàng Nhà nước Việt Nam thực hiện là đáng ghi nhận bởi các chính sách này đóng vai trò quan trọng trong việc tạo điều kiện hỗ trợ tài chính trong nước. Trong hai năm qua, hoạt động mở rộng phát triển năng lượng mặt trời diễn ra nhanh chóng phần lớn là do các ngân hàng trong nước tài trợ. Mặc dù Việt Nam có nhu cầu lớn về tài trợ vốn cho các dự án năng lượng sạch nhưng tình trạng thiếu khả năng tiếp cận nguồn vốn dài hạn sẽ hạn chế tiềm năng tăng trưởng trong tương lai và việc không có nguồn tài chính không truy đòi cho dự án cũng sẽ hạn chế khả năng tài chính của đơn vị phát triển.

Hoạt động xuyên suốt

Việt Nam cần có kế hoạch kỹ càng và dài hạn để quản lý tốt hơn giai đoạn xử lý tấm pin quang điện cuối chu kỳ dự án để tránh những tác động tiêu cực đến môi trường và làm suy giảm niềm tin của công chúng vào quá trình chuyển dịch năng lượng. Các sáng kiến về tích hợp lưới điện giữa các quốc gia trong khu vực có thể cho phép tích hợp năng lượng tái tạo biến thiên với chi phí hiệu quả. Cho đến nay, các sáng kiến tuy có tiến triển chậm nhưng việc tập trung đổi mới để vượt qua các thách thức trong thiết lập thương mại đa phương cần được ưu tiên. Hỗ trợ có mục tiêu cho đổi mới sáng tạo trong lĩnh vực năng lượng sạch sẽ là động lực quan trọng giúp giảm chi phí khi điều kiện tại địa phương đòi hỏi nội địa hóa các giải pháp kỹ thuật. Để thúc đẩy quá trình chuyển dịch năng lượng sạch toàn diện, cộng đồng phải được hỗ trợ để hưởng lợi từ việc đầu tư năng lượng sạch tại địa phương mà họ đang sinh sống bằng cách cải thiện khả năng tiếp cận việc làm xanh và tăng cơ hội cho nữ doanh nhân.

Bảng 1. Hành động để Việt Nam cải thiện khuôn khổ đầu tư và tài chính cho năng lượng sạch

HÀNH ĐỘNG CHÍNH
Trong ngắn hạn
• Tăng cường và mở rộng các tiêu chuẩn hiệu suất năng lượng tối thiểu và dán nhãn năng lượng để loại bỏ các sản phẩm kém hiệu quả ra khỏi thị trường, cải thiện mức độ tiếp cận và nhu cầu chắc chắn đối với các sản phẩm tiết kiệm năng lượng • Xóa bỏ các hạn chế trong quy định đối với thị trường dịch vụ năng lượng để loại bị các yếu tố kìm hãm sự phát triển, đảm bảo có những điều kiện minh bạch cho các hợp đồng dịch vụ năng lượng. • Tinh gọn các quy trình phê duyệt và cấp phép cho dự án để giảm chi phí hành chính và tiến độ phát triển dự án năng lượng tái tạo thông qua thiết lập một cơ quan đầu mối (hoặc đơn vị “một cửa”) duy nhất làm việc với các đơn vị phát triển dự án năng lượng sạch. • Ưu tiên thiết lập khung pháp lý hiệu quả cho các doanh nghiệp sản xuất bắt kịp xu hướng toàn cầu về phi carbon hóa chuỗi cung ứng và đưa ra các phương hướng tiếp cận thị trường mới cho năng lượng tái tạo. • Đề ra khung pháp lý rõ ràng cho thị trường trái phiếu xanh bao gồm các điều kiện hợp lệ, các phương thức báo cáo và quy trình kiểm tra. Hỗ trợ các đợt phát hành trái phiếu xanh của các tổ chức cấp hạn mức trái phiếu trung ương, địa phương và các doanh nghiệp phát hành. • Bắt đầu lập kế hoạch và triển khai khung hỗ trợ phát triển ngành công nghiệp nội địa tái chế tấm quang điện dựa trên kinh nghiệm của các thị trường đã phát triển mạnh nguồn năng lượng mặt trời.
Trung - dài hạn
• Xây dựng lộ trình hướng đến cơ cấu biểu giá điện được tính toán đầy đủ các chi phí, từ đó cung cấp cho người tiêu dùng cái nhìn tổng quan và dài hạn, đủ để thích ứng với việc tăng giá điện, đồng thời khuyến khích đầu tư vào các biện pháp sử dụng năng lượng hiệu quả. • Thành lập một cơ quan tập trung (một dạng của mô hình Super ESCO) để hỗ trợ chính quyền cấp tỉnh xây dựng, đấu thầu, huy động vốn và giám sát các chương trình về hiệu quả năng lượng công cộng và hỗ trợ phát triển các công ty dịch vụ năng lượng (ESCO) tư nhân. • Tăng tần suất sửa đổi và cập nhật Quy hoạch phát triển điện lực (QHĐ) để đảm bảo sự phát triển hệ thống điện của Việt Nam mang tính hiệu quả, tối ưu nhất về chi phí. Các cơ chế đảm bảo chỉnh sửa định hướng được tối ưu hóa (hàng năm hoặc hai năm một lần) phải rõ ràng và minh bạch.

- Nâng cao tính độc lập của Trung tâm Điều độ Hệ thống điện Quốc gia (NLDC) và Cục Điều tiết Điện lực (ERAV) để việc ra quyết định được công bằng, khách quan và không bị can thiệp về mặt chính trị đối với tất cả các đơn vị tham gia thị trường.
- Làm rõ các cơ chế đấu thầu năng lượng tái tạo trong giai đoạn QHĐ VIII để tạo lòng tin trung – dài hạn về danh mục các dự án. Điều này đặc biệt quan trọng đối với dự án điện gió ngoài khơi khi đang ở giai đoạn bắt đầu hình thành chuỗi cung ứng.

Bảng 2. Cơ hội tăng cường hỗ trợ phát triển

HÀNH ĐỘNG CHÍNH
• Hợp tác phát triển cần tăng cường nỗ lực hỗ trợ các nhà hoạch định chính sách trong công tác thiết kế và thực thi chính sách nhằm tạo điều kiện cho việc tích hợp năng lượng tái tạo biến thiên, thiết kế cơ chế đấu thầu năng lượng tái tạo, thúc đẩy thực thi các quy định về sử dụng năng lượng hiệu quả và hỗ trợ phát triển thị trường vốn địa phương để cung cấp các sản phẩm tài chính xanh. • Hỗ trợ nâng cao năng lực trong lĩnh vực ngân hàng để xây dựng, tích hợp các kỹ năng quản lý liên quan tới vấn đề môi trường, xã hội và cơ chế huy động vốn dự án miễn truy đòi. Các chương trình cũng nên bao gồm việc phát triển các giải pháp có thể dễ dàng nhân rộng hoặc chuẩn hóa để tạo điều kiện thuận lợi cho các nhà đầu tư trong quá trình lập và thẩm định dự án. • Xây dựng các cơ chế cho vay lại hoặc các cơ chế huy động vốn với khả năng hỗ trợ các tổ chức tài chính trong nước tiếp cận nguồn vốn dài hạn và nguồn vốn chi phí thấp từ các ngân hàng phát triển đa phương và song phương. Hoạt động này có thể đòi hỏi phải đánh giá lại các quyền hạn tài chính phát triển để chuyển từ việc cho vay cần bảo lãnh sang cho vay trực tiếp từ các tổ chức tài chính mà không cần có bảo lãnh của chính phủ. • Cải thiện mức độ công khai dữ liệu về đầu tư và tài chính trong lĩnh vực năng lượng sạch. Điều này sẽ giúp xác định những vấn đề bất cập về huy động vốn, theo dõi các dòng tài chính cho khí hậu, cũng như tạo dựng niềm tin cho nhà đầu tư và giảm bớt rủi ro, qua đó có thể giảm được chi phí dự án.

1 Giới thiệu và các xu hướng gần đây trong đầu tư và tài chính cho năng lượng sạch

Chương này xem xét các xu hướng chính liên quan đến đầu tư và tài chính cho năng lượng sạch ở Việt Nam, đồng thời cung cấp một cái nhìn tổng quan bao trùm về các hoạt động chính trong phát triển kinh tế vĩ mô, đầu tư và xã hội ở Việt Nam trong những thập kỷ gần đây. Chương này cũng phân tích các xu hướng chính về nhu cầu năng lượng và hiệu quả sử dụng năng lượng, cũng như trong ngành điện, nêu bật tiến trình thực hiện các mục tiêu năng lượng sạch và khí hậu, đồng thời cung cấp một cái nhìn tổng thể về thị trường năng lượng sạch của Việt Nam, có xem xét các xu hướng gần đây về chi phí của các công nghệ năng lượng sạch, cũng như nguồn tài chính và đầu tư.

Phát triển kinh tế và xã hội

Nền kinh tế đã tăng trưởng liên tục trong thập kỷ qua

Sau làn sóng cải cách kinh tế và chính trị được thực hiện dưới thời Đổi mới năm 1986, chuyển đổi từ nền kinh tế kế hoạch hóa tập trung sang nền kinh tế thị trường, Việt Nam đã phát triển nhanh chóng và trở thành một nền kinh tế có thu nhập ở mức trung bình thấp. Trong giai đoạn này, đất nước đã trải qua quá trình chuyển đổi cơ cấu từ nền kinh tế nông nghiệp sang sản xuất dựa trên vốn đầu tư trực tiếp nước ngoài (FDI). Kể từ năm 2000, Việt Nam đã có mức tăng trưởng FDI đáng kể với tốc độ tăng trưởng mạnh so với cùng kỳ năm trước, từ dưới 2 tỷ USD lên 14 tỷ USD vào năm 2019. Tính theo tỷ trọng GDP, dòng vốn FDI vượt xa các nước đồng cấp trong khu vực như Thái Lan, Philippines và Indonesia. Sau khi trải qua thời gian ngắn lạm phát âm (-0,19%) vào năm 2015, tình hình lạm phát đã giữ ở mức 1,1% đến 4,1% kể từ năm 2016 và chưa từng có mức lạm phát cao trên 20% kể từ năm 2011. Mặc dù GDP bình quân đầu người của Việt Nam vẫn ở mức thấp nhất so với các nước trong khu vực, nhưng con số này đang tăng ở tốc độ nhanh nhất trong khu vực. Tăng trưởng GDP giữ mức ổn định sau cải cách, vượt qua thời kỳ suy thoái kinh tế toàn cầu, đạt trung bình 6,5% mỗi năm từ năm 2000 đến năm 2019. (World Bank, 2020[1]).

Nền kinh tế của Việt Nam đã chứng tỏ khả năng phục hồi nổi bật so với các quốc gia khác trong thời kỳ đại dịch COVID-19. Thành tích đạt được một phần là nhờ các biện pháp chủ động, hạn chế tác động y tế của COVID-19 và cũng nhờ cơ sở kinh tế vững chắc và vùng đệm chính sách. Điều này bao gồm đầu tư nước ngoài và thặng dư tài khoản vãng lai lớn, hệ thống ngân hàng có cấu trúc tốt đã giảm các khoản nợ xấu kể từ cuộc khủng hoảng nợ năm 2012 và cuối cùng là quản lý nợ công chặt chẽ trong những năm trước đại dịch. Mặc dù nền kinh tế gặp khó khăn trong suốt thời kỳ đại dịch, mức tăng trưởng GDP năm 2020 của Việt Nam vẫn là một trong những mức tăng trưởng cao nhất trên thế giới, ở mức 2,9% và mức tăng trưởng dự kiến sẽ phục hồi về gần mức tiền COVID-19 vào năm 2021 (IMF, 2021[2]). Trong bối cảnh tranh chấp thương mại giữa Hoa Kỳ và Trung Quốc và sự gián đoạn toàn cầu đối với chuỗi cung ứng trong đại dịch COVID-19, Việt Nam đã duy trì hiệu quả tốt trong lĩnh vực sản xuất hướng đến xuất khẩu. Điều này càng khẳng định Việt Nam là một điểm đầu tư hấp dẫn và đáng tin cậy đối với FDI, hỗ trợ tham vọng sản xuất và chế biến chiếm 30% GDP vào năm 2030 (Nghị quyết số 23- NQ/TW), khẳng định vị thế trung tâm sản xuất hàng đầu trong các nền kinh tế ASEAN (Nghị quyết số 23- NQ/TW).

Hình 1.1. FDI tính theo tỷ trọng GDP, 2006-2019

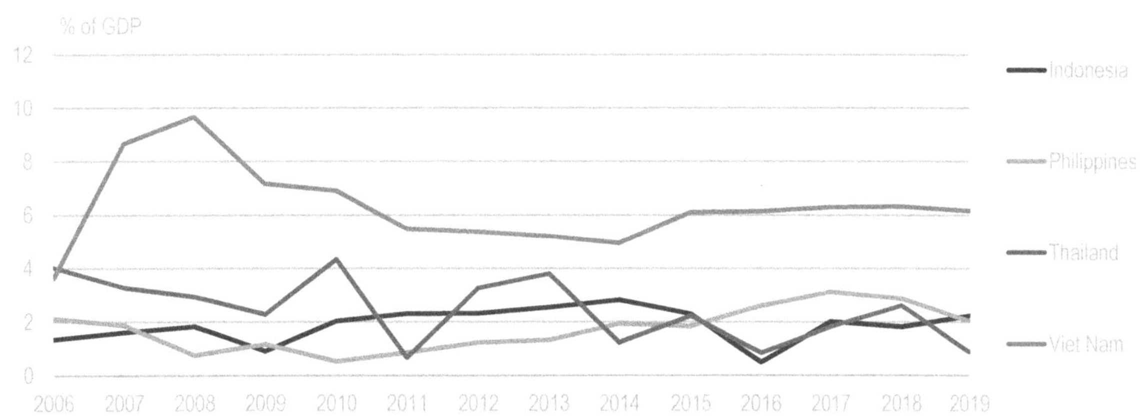

Nguồn: Ngân hàng Thế giới (2020) Các Chỉ số Phát triển của Ngân hàng Thế giới (cơ sở dữ liệu)

StatLink https://stat.link/t8pjq7

Tỷ lệ nghèo giảm và tỷ lệ tiếp cận điện đạt 99%

Từ một trong những nước nghèo nhất thế giới vào những năm 1990, sau thời kỳ cải cách kinh tế, Việt Nam hiện được Ngân hàng Thế giới xếp hạng là quốc gia có thu nhập ở mức trung bình thấp. Việt Nam đã có những bước phát triển mạnh mẽ về kinh tế xã hội và đang có tốc độ tăng trưởng nhân khẩu học nhanh chóng với dân số đạt 97,3 triệu người vào năm 2020 và tuổi thọ trung bình là 75 tuổi. Chuyển từ chiến lược thay thế nhập khẩu sang chiến lược sản xuất xuất khẩu, Việt Nam đã trải qua giai đoạn giảm tỷ lệ sản xuất nông nghiệp và gia tăng công nghiệp hóa. Điều này đã tác động đến tỷ lệ nghèo đói, với sự gia tăng các công việc phi nông nghiệp có mức thu nhập cao hơn ở các khu vực nông thôn, chẳng hạn như các ngành sản xuất, xây dựng và dịch vụ, đi kèm với sự gia tăng tổng thể của mức thu nhập thực tế. Năm 2018, 6,6% dân số sống dưới mức nghèo đói quốc gia (3,2 USD một ngày, quan hệ đối tác công tư (PPP) vào năm 2011 giảm 70% so với mức năm 2002 (World Bank, 2020[3]).

Trong thập kỷ qua, các dịch vụ cơ bản đã được cải thiện đáng kể. Tính đến năm 2011, tỷ lệ tiếp cận điện năng đạt 100% ở khu vực thành thị và đến năm 2016 đạt trên 99% dân số, sử dụng 8 đường dây 500 kV dài 368 km và 18 đường dây 220 kV dài 542 km do Tổng công ty truyền tải điện (EVN NPT) vận hành (EVNNPT, 2020[4]) (World Bank, 2019[5]) . Tốc độ tăng trưởng kinh tế và đô thị hóa đang gây áp lực ngày càng lớn lên cơ sở hạ tầng của Việt Nam. Mặc dù mức đầu tư đã tăng từ các hoạt động kích thích kinh tế sau cuộc khủng hoảng tài chính năm 2008 vừa qua, tuy nhiên vẫn đòi hỏi mức đầu tư lớn vào cơ sở hạ tầng để mở rộng lưới điện hiện tại và tăng nguồn điện nhằm đáp ứng nhu cầu tiêu thụ điện bình quân đầu người ngày càng tăng. Hai đầu của đất nước, khu vực phía bắc xung quanh đồng bằng sông Hồng - nơi có thủ đô Hà Nội - và Đông Nam Bộ là những vùng đông dân và phát triển, cũng là nơi tập trung sản xuất công nghiệp cao nhất, do đó có nhu cầu năng lượng lớn nhất. Tuy nhiên, Việt Nam có vị trí địa lý đầy thách thức cho việc phát triển cơ sở hạ tầng, phần đất liền trải dài từ Bắc vào Nam trên 1.650 km theo hình chữ S, rộng nhất là 500 km và hẹp nhất chỉ 50 km. Hơn nữa, khoảng 75% đất nước được hình thành từ các vùng núi thấp và đồi núi. Điều này đặt ra những hạn chế về quỹ đất dành cho công nghiệp và nông nghiệp và các dự án năng lượng quy mô lớn (Vietnam Embassy, 2020[6]) (OECD, 2019[7]).

Các xu hướng chính về nhu cầu và hiệu quả tiết kiệm năng lượng

Nhu cầu năng lượng và mức phát thải liên quan đến năng lượng đang tăng lên nhanh chóng

Nền kinh tế Việt Nam đang phát triển nhanh chóng, với dự báo kinh tế - xã hội trong dài hạn có mức tăng trưởng GDP trung bình 6,6% một năm cho giai đoạn 2021-2030 và 5,7% cho giai đoạn 2031-2045. Kể từ khi gia nhập Tổ chức Thương mại Thế giới (WTO) vào năm 2007, Việt Nam đã được coi là một điểm đến hấp dẫn đối với các hoạt động sản xuất chi phí thấp đi kèm với khối lượng lớn. Xu hướng này càng được củng cố qua các hiệp định thương mại tự do (FTA), gần đây nhất là Hiệp định FTA Việt Nam - Liên minh Châu Âu. Trong khi tỷ trọng nông nghiệp đang dần thu hẹp, các hoạt động sử dụng nhiều năng lượng hơn lại đang gia tăng. Năm 2020, giá trị gia tăng của ngành công nghiệp (bao gồm khai khoáng, chế tạo, xây dựng, điện, nước và khí đốt) chiếm 33,7% GDP, trong đó, công nghiệp chế tạo chiếm 16,7% GDP. (World Bank, 2021[8]) (World Bank, 2020[3]).

Theo kịp tốc độ tăng trưởng kinh tế, nhu cầu năng lượng (tính theo tổng tiêu thụ năng lượng cuối cùng, TFC) đã tăng nhanh chóng trong hai thập kỷ qua, chủ yếu là do quá trình công nghiệp hóa và gia tăng dân số. Nhu cầu sử dụng điện đang tăng lên, với tỷ trọng trong nhu cầu năng lượng tổng thể tăng gần gấp đôi trong giai đoạn 2010-2018, từ 15% lên 27%. Nguồn nhiên liệu hóa thạch đã đóng một vai trò lớn trong việc đáp ứng nhu cầu điện ngày càng tăng của Việt Nam và do đó đã làm tăng đáng kể lượng phát thải CO2 liên quan đến hoạt động năng lượng (Hình 1.1). Năm 2018, Việt Nam có tổng lượng tiêu thụ năng lượng từ nguồn than và dầu lần lượt là 24% và 34%. Trong khi 27% lượng tiêu thụ năng lượng cho hoạt động sản xuất điện, trong đó chủ yếu phụ thuộc vào nguồn than và khí đốt tự nhiên cùng với tỉ trọng nguồn thủy điện đang giảm đi. Trong bối cảnh đó, ngành điện đang ngày càng làm gia tăng lượng phát thải trong số các hoạt động năng lượng. Với những hạn chế về nguồn cung cấp than trong nước, Việt Nam phụ thuộc vào nguồn nhập khẩu than và dầu (với mức độ thấp hơn), góp phần gây ra tình trạng bất ổn an ninh năng lượng. Năm 2020, nhập khẩu than lên tới 31,57 triệu tấn từ các nước như Úc, Trung Quốc, Indonesia và Nga, tăng 53,8% so với năm trước. (IEA, 2020[9]).

Hình 1.2. Mức phát thải liên quan đến năng lượng, 2000-2017

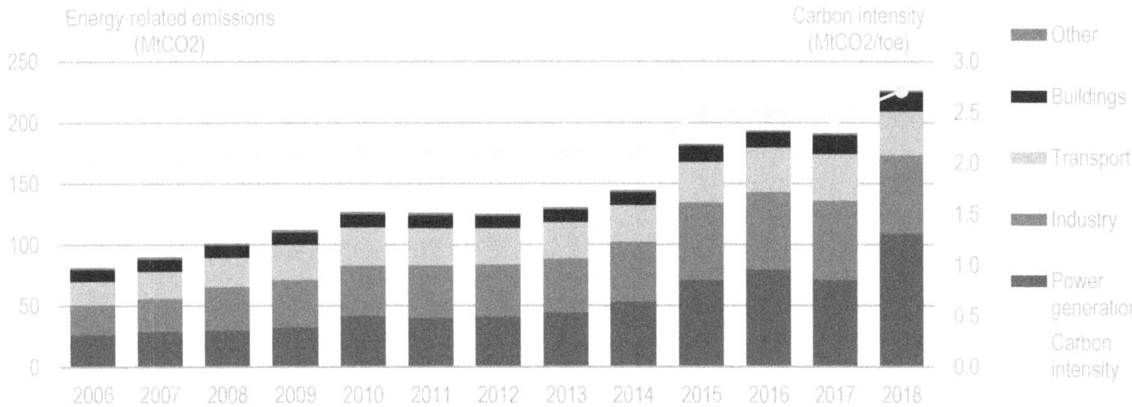

Ghi chuː: MtCO2 = triệu tấn carbonic. toe = tấn dầu tương đương

Nguồn: IEA (2020), Báo cáo cân bằng năng lượng toàn cầu (cơ sở dữ liệu)

StatLink https://stat.link/kxgshv

Việc thúc đẩy đầu tư nhiều hơn vào chương trình tiết kiệm năng lượng là rất quan trọng để phù hợp với nhu cầu năng lượng đang tăng nhanh, từ đó hợp lý hóa các kế hoạch mở rộng sản xuất điện, điều chỉnh lượng phát thải liên quan đến năng lượng và mức độ phụ thuộc vào nhập khẩu năng lượng. Dự thảo Quy hoạch Phát triển Điện VIII đã hướng tới nâng tổng công suất lắp đặt lên 130 GW vào năm 2030 từ mức khoảng 69 GW vào năm 2020[1]. Tuy nhiên, tổng cung năng lượng tính theo đơn vị GDP hầu như không đổi kể từ năm 2000 và nhu cầu năng lượng công nghiệp tính theo đơn vị GDP đã tăng lên trong những năm gần đây cho thấy tiềm năng cải thiện hiệu quả năng lượng vẫn còn lớn. Hơn nữa, nếu không có cải thiện, tổng tiêu thụ năng lượng cuối cùng có thể tăng gấp 3,5 lần vào năm 2050, không chỉ do ngành công nghiệp thúc đẩy mà còn do sự tăng trưởng nhanh chóng của ngành giao thông vận tải và nhu cầu dân cư gia tăng (Hình 1.3) (EREA & DEA, 2019[10]).

Hình 1.3. Tổng mức tiêu thụ năng lượng cuối cùng của các ngành

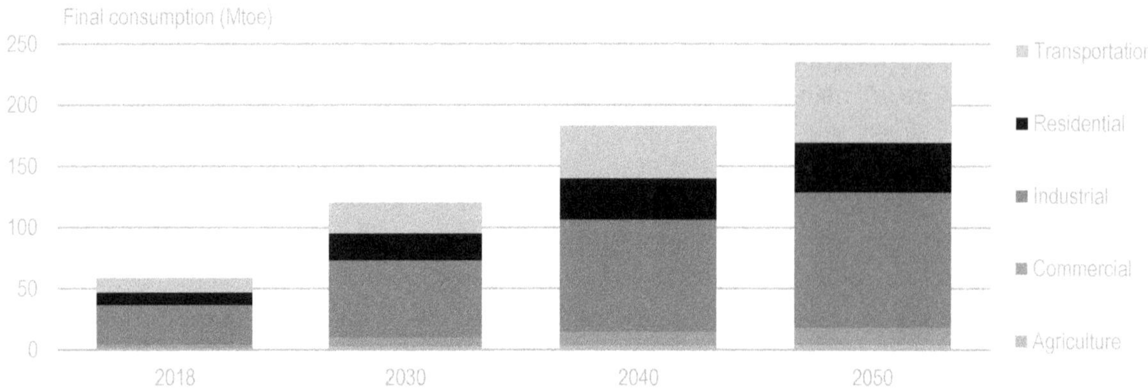

Ghi chú: Các dự báo mức tiêu thụ năng lượng cuối cùng hiển thị theo kịch bản cơ sở. Mtoe = triệu tấn dầu tương đương
Nguồn: IEA (2020), Báo cáo cân bằng năng lượng toàn cầu (cơ sở dữ liệu), (EREA & DEA, 2019) Báo cáo Triển vọng Năng lượng Việt Nam

StatLink https://stat.link/zasif2

Công nghiệp và dân dụng là những lĩnh vực cần ưu tiên sử dụng năng lượng hiệu quả

Nền kinh tế Việt Nam sử dụng nhiều năng lượng, với mức tiêu thụ thuộc hàng cao nhất thế giới. Khu vực công nghiệp là ngành sử dụng năng lượng nhiều nhất, chiếm khoảng 54% nhu cầu tính trong năm 2018. Tỷ lệ này đã tăng gấp hơn bốn lần kể từ năm 2000 (IEA, 2020[11]). Một số lĩnh vực quan trọng nhất đối với hoạt động cải thiện hiệu quả năng lượng trong ngành công nghiệp bao gồm nhiệt thải trong quá trình sản xuất xi-măng, sắt thép, may mặc, giấy và bột giấy. Từ chỗ chủ yếu bao gồm những ngành đòi hỏi lượng lớn lao động với kỹ năng thấp như ngành giày dép và dệt may, nền kinh tế Việt Nam đang chứng kiến sự tăng trưởng tỷ lệ các ngành sản xuất yêu cầu kỹ năng cao như máy móc và thiết bị điện tử, chiếm tới 39% giá trị xuất khẩu trong năm 2019 (ITC, 2021[12]). Giá điện thấp so với mặt bằng khu vực đã tạo thêm động lực khuyến khích thành lập doanh nghiệp công nghiệp tại Việt Nam, nhưng đồng thời chính đặc điểm này lại không mấy khuyến khích việc áp dụng những thông lệ về hiệu quả năng lượng trong ngành. Nền kinh tế và dân số tăng trưởng nhanh cũng thúc đẩy nhu cầu năng lượng trong các lĩnh vực dân dụng với những hoạt động ưu tiên quan trọng là nấu ăn, điều hòa không khí và thắp sáng (EREA & DEA, 2019[10]). Ngoài ra, mức thu nhập hộ gia đình gia tăng, tầng lớp trung lưu cũng dần mở rộng, dự kiến tăng khoảng 13% dân số và sẽ đạt tới 26% vào năm 2026 dẫn tới gia tăng lượng nhà ở, diện tích mặt sàn, tăng số lượng thiết bị gia dụng (World Bank, 2021[13]).

Trong bối cảnh đó, nhu cầu điện đang tăng với tốc độ đáng kinh ngạc, lên tới 227,21 TWh vào năm 2018, tăng 59% kể từ năm 2015. Ngành công nghiệp chiếm gần 60% tổng mức tiêu thụ điện, tăng hơn gấp đôi kể từ năm 2010. Ngành dân dụng chiếm 33% còn lại, với mức tiêu thụ điện nhanh chóng thay thế nhiên liệu sinh học trong các tòa nhà. Đối với hộ gia đình trong khu dân cư, tình trạng tăng nhu cầu về các đồ gia dụng và thiết bị điện khác, chẳng hạn như điều hòa không khí, sẽ làm tăng nhu cầu điện hơn nữa, đặc biệt là vào giờ cao điểm (Hình 1.4). Tuy nhiên, vẫn còn nhiều cơ hội cắt giảm chi phí nhờ các biện pháp sử dụng năng lượng hiệu quả, có thể cắt giảm 12% mức tăng trưởng nhu cầu điện đến năm 2030 nhờ vào việc sử dụng 50% các công nghệ tiết kiệm điện, chi phí thấp nhất (EREA & DEA, 2019[10]).

Hình 1.4. Tổng tiêu thụ năng lượng cuối cùng kể từ năm 2000, tính theo lĩnh vực và loại nhiên liệu

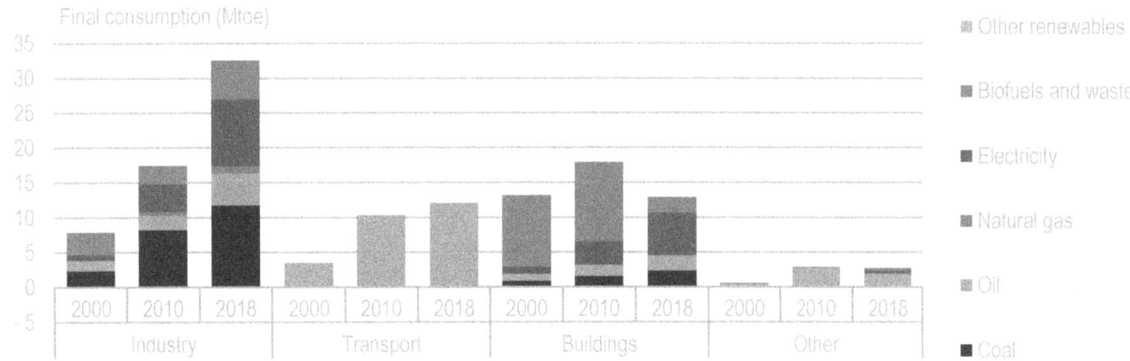

Ghi chú: Mtoe = triệu tấn dầu tương đương
Nguồn: IEA (2020) Báo cáo cân bằng năng lượng toàn cầu

StatLink https://stat.link/6nw5ex

Tiến bộ đạt được trong các biện pháp hiệu quả năng lượng thông qua các chương trình VNEEP

Hiệu quả năng lượng được ưu tiên tại Việt Nam thông qua Chương trình mục tiêu quốc gia về sử dụng năng lượng hiệu quả (VNEEP I và II) giai đoạn 2006-2015, trong đó đưa ra một số mục tiêu và hướng dẫn xây dựng khung pháp lý và quy định về sử dụng năng lượng hiệu quả. VNEEP II đặt mục tiêu tổng thể cho giai đoạn 2011-2016 là tiết kiệm 5-8% tổng tiêu thụ năng lượng so với dự báo nhu cầu năng lượng, tương đương 11-17 triệu tấn dầu tương đương. Việt Nam đã đạt được mục tiêu này và vào cuối chương trình, mức tiết kiệm năng lượng tổng thể lên tới 5,81%, tương đương 12,61 triệu tấn dầu tương đương, đạt được các mục tiêu cụ thể trong lĩnh vực công nghiệp (RCEE, 2016[14]). Cường độ sử dụng năng lượng năm 2015 so với năm 2010 giảm 10,9% trong ngành xi măng, 24,5% trong ngành sắt thép và 19% trong ngành dệt may và thuộc da. (Ha Dang Son, 2020[15]) (thảo luận ở chương 3). Việc ngắt quãng giữa 02 chương trình VNEEP II, kết thúc vào năm 2016 và VNEEP III bắt đầu vào năm 2019, đã dẫn đến việc phá vỡ động lực thúc đẩy chương trình nghị sự về hiệu quả năng lượng. Giai đoạn thứ ba của VNEEP hứa hẹn sẽ đổi mới chương trình bằng cách tăng cường các quy định để bắt kịp với các điều kiện thị trường, đồng thời ưu tiên năng lực giám sát và thực thi của chính quyền cấp tỉnh, những người chịu trách nhiệm thực hiện chính sách về hiệu quả năng lượng.

Xu hướng ngành điện

Sản xuất điện từ nguồn nhiên liệu hóa thạch tiếp tục đóng vai trò quan trọng trong ngành điện của Việt Nam

Thủy điện từng là công nghệ phát điện chủ đạo cho đến đầu những năm 2000. Năm 1995, thủy điện chiếm 72% tổng công suất phát điện, sau đó giảm xuống còn 55% vào năm 2000 và 32% vào năm 2005 (IEA, 2020[11]). Trong khi nhu cầu điện tăng nhanh do quá trình công nghiệp hóa và tăng trưởng kinh tế, mức độ khả dụng của các nguồn thủy điện giá rẻ đã giảm xuống do Việt Nam đã khai thác hầu hết nguồn tiềm năng có thể. Do đó, việc phát triển dự án phát điện than và khí trở thành ưu tiên để đáp ứng nhu cầu điện ngày càng tăng, đồng thời đi kèm các tác động tăng phát thải khí nhà kính và những lo ngại về sức khỏe cộng đồng do ô nhiễm không khí. Tỷ lệ phát điện từ nguồn than và khí lần lượt chiếm 47% và 17% sản lượng điện trong năm 2018 (Hình 1.5).

Trong những năm qua, ngành điện cũng đã cố gắng để đạt mức công suất theo kịp với nhu cầu ngày càng tăng nhanh và vẫn đang đối mặt với những lo ngại về nguy cơ thiếu điện ngày càng gia tăng. Trong khi đó, các chính sách đặc quyền rộng mở đã giúp thu hút các nhà phát triển nước ngoài theo mô hình Xây dựng - Vận hành - Chuyển giao (BOT). Cơ chế kiểm soát chặt chẽ hơn đối với nguồn ngân sách nhà nước dẫn đến khó khăn trong việc cấp bảo lãnh (Luật Ngân sách nhà nước số 83/2015/ QH13 năm 2015). Điều này dẫn đến thời gian đàm phán với các đơn vị phát triển lâu hơn và nhiều các dự án bị trì hoãn. Một số cuộc đàm phán đã kéo dài tới 8 đến 10 năm. Bộ Công Thương nhận định rằng trong giai đoạn 2016 - 2020, chỉ có 58% công suất nhiệt điện than theo kế hoạch đi vào hoạt động. (IEEFA, 2020[16]).

Dự thảo Quy hoạch Phát triển Điện VIII đã tạm dừng hoặc hủy gần một phần ba công suất điện than trong kế hoạch cho đến sau năm 2030 do chậm trễ tiến độ kéo dài, các bên cho vay ngày càng miễn cưỡng và dư luận tiêu cực từ công chúng ngày càng tăng. Trong những năm gần đây, mối lo ngại về tác động môi trường xã hội của các chất ô nhiễm từ các nhà máy nhiệt than ngày càng tăng lên. Đồng thời chính quyền và cộng đồng các tỉnh như ở Long An, Tiền Giang, Bạc Liêu, Thừa Thiên Huế và Quảng Ninh cũng đang thu hồi lại các địa điểm tiềm năng của nhà máy (IEEFA, 2020[16]). Tuy nhiên, tổng tỉ trọng nhiệt điện than, nhiệt điện khí và nhiệt điện chạy dầu sẽ chiếm 52% công suất lắp đặt theo kế hoạch vào năm 2030. Điều này làm tăng nguy cơ rơi vào con đường tạo mức phát thải cao và đầu tư vào các tài sản ứ đọng, cũng như phụ thuộc vào nguồn nhiên liệu nhập khẩu do nguồn cung than trong nước bị hạn chế.

Không chỉ đáp ứng các mục tiêu giảm phát thải khí nhà kính đề ra trong Đóng góp do Quốc gia tự quyết định (NDC), việc huy động nguồn năng lượng tái tạo cho sản xuất còn có thể giúp Việt Nam đa dạng hóa nguồn cung năng lượng cho hệ thống điện. Trước nguy cơ thiếu điện ngày càng tăng, năng lượng tái tạo cung cấp thêm một lựa chọn để bắt kịp với nhu cầu điện đang gia tăng nhanh chóng và có thể tăng cường an ninh năng lượng thông qua các nguồn tài nguyên tái tạo trong nước.

Hình 1.5. Cơ cấu các nguồn phát điện, 2008-2020

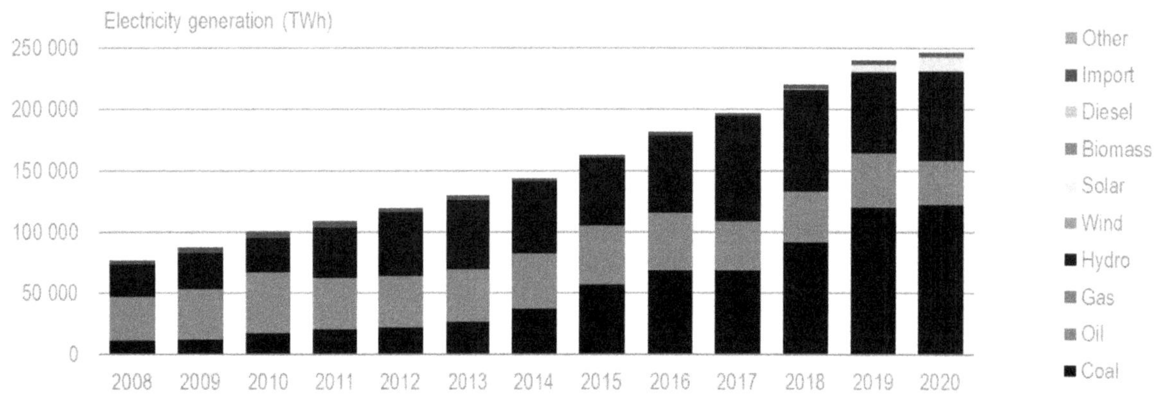

Ghi chu: TWh = terrawatt giờ
Nguồn: Báo cáo thường niên của EVN (2020)

StatLink https://stat.link/9ybcz4

Mức khai thác nguồn năng lượng tái tạo đã tăng đáng kể trong những năm qua

Việt Nam đã trở thành thị trường năng lượng mặt trời hàng đầu trong khu vực, với 17.126 MW công suất lắp đặt vào cuối năm 2020, chiếm 22,9% tổng công suất lắp đặt (EVN, 2021[17]). Công suất điện gió đạt 537 MW vào năm 2020 và thêm 480 MW nữa sẽ đi vào hoạt động vào năm 2021. Đây là mức tăng trưởng đáng kinh ngạc kể từ năm 2017, khi Việt Nam chỉ có 8 MW điện mặt trời và 205 MW điện gió (IRENA, 2018[18]) (Hình 1.6). Quy định đầu tiên về biểu giá điện FIT đối với năng lượng mặt trời hết hạn vào tháng

6 năm 2019 đã thúc đẩy làn sóng đầu tư ồ ạt đầu tiên. Nhà đầu tư được hưởng lợi từ biểu giá hấp dẫn theo tiêu chuẩn khu vực và thỏa thuận mua bán điện (PPA) mẫu (thảo luận trong chương 3). Theo Chiến lược phát triển năng lượng tái tạo và QHĐ VII sửa đổi, công suất phát điện thực tế đã vượt qua các mục tiêu phát điện mặt trời. Bộ Công Thương cũng đã công bố thông tin rằng trong giai đoạn 2016 - 2020, 205% công suất điện từ nguồn năng lượng tái tạo ngoài thủy điện trong quy hoạch đã đi vào hoạt động. (IEEFA, 2020[16]) (thảo luận ở chương 2).

Trong tương lai, Việt Nam vẫn sẽ ưu tiên đảm bảo tăng trưởng thị trường bền vững trước những thách thức xung quanh việc tích hợp an toàn năng lượng tái tạo biến thiên với mức gia tăng nhanh chóng trong hai năm qua. Các dự án năng lượng mặt trời quy mô lớn (trang trại) đã làm tăng tổng công suất từ 86 MW năm 2018 lên 8.852 MW vào cuối năm 2020. Trong một khoảng thời gian ngắn hơn nữa, với mức công suất chỉ từ 378 MW điện mặt trời áp mái vào năm 2019, tới năm 2020, con số này đã tăng lên 8.274 MW, với 101.996 dự án điện mặt trời áp mái đã được lắp đặt và đưa vào vận hành, tổng công suất lắp đặt lên đến lên 9 296 Mwp trước ngày 31 tháng 12, ngay trước khi hết hạn áp dụng biểu giá FiT cho điện mặt trời (Tuoi Tre, 2021[19]).

Hình 1.6. Công suất lắp đặt điện mặt trời tăng lên từ năm 2018 đến 2020

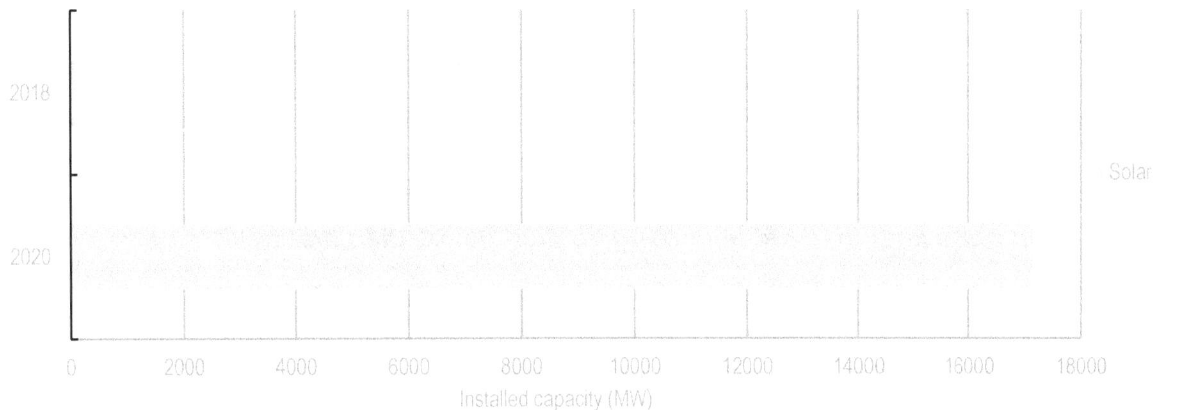

Ghi chú: MW = megawatt
Nguồn: Viện Năng lượng (2021) dự thảo QHĐ VIII; EVN (2021) Đánh giá của CEFIM

StatLink https://stat.link/ieyh57

So sánh giữa năm 2018 và năm 2020, tỷ trọng sản xuất điện từ năng lượng mặt trời và gió đã tăng từ tỉ lệ cực nhỏ lên 5% trong tổng sản lượng điện. Tuy nhiên, tỉ trọng sản xuất từ nguồn thủy điện cùng kỳ đã giảm (5%), tỷ trọng nguồn điện khí cũng giảm (3%), lượng phát thải khí từ nguồn phát nhiên liệu hóa thạch gồm than và dầu tăng (theo tỉ lệ lần lượt là 3% và 1%). Điều này có nghĩa là tỷ trọng của sản lượng điện từ nguồn nhiên liệu hóa thạch đã tăng trong khoảng từ 64% lên 65% (Hình 1.7). Lý do chủ yếu là do khó khăn trong việc tích hợp nguồn năng lượng tái tạo biến thiên với tỉ trọng lớn hơn, sự không phù hợp giữa các giai đoạn của nhu cầu điện và sản lượng điện mặt trời, nhu cầu thấp hơn dự kiến do COVID-19. Thời điểm giữa trưa là lúc nhu cầu điện thấp, NLTT biến thiên sẽ tương đương với khoảng 40% sản lượng điện, tuy nhiên lượng điện mặt trời sẽ là không đủ vào buổi tối khi nhu cầu điện ở mức cao nhất, đòi hỏi các nhà máy điện thông thường phải hoạt động suốt ngày (EVN, 2021[20]).

Điều này dẫn đến việc cần cắt giảm công suất của các nhà máy phát điện, đặc biệt là của các đơn vị sản xuất điện độc lập từ nguồn năng lượng tái tạo trong những giai đoạn nhu cầu thấp. Tác động của đại dịch COVID-19 đối với hoạt động kinh tế và nhu cầu điện vốn đang bị giảm đã khiến thách thức này càng khó khăn hơn. Ngay cả khi nền kinh tế phục hồi và nhu cầu điện tăng lên, vẫn cần phải đầu tư đáng kể vào cơ sở hạ tầng lưới điện mới trong thời gian tới để giải quyết tình trạng tắc nghẽn hệ thống truyền tải. Trong dài hạn, cần có một loạt các giải pháp kỹ thuật dựa trên thị trường để hệ thống điện có thể linh hoạt và tích hợp kịp thời, an toàn, với mức phí phải chăng và tích hợp kịp thời thêm nữa các nguồn năng lượng tái tạo biến thiên (Điểm này được thảo luận trong chương 2 và 3) (EVN, 2021[20]).

Hình 1.7. Tỷ lệ nguồn phát điện năm 2018 và 2020

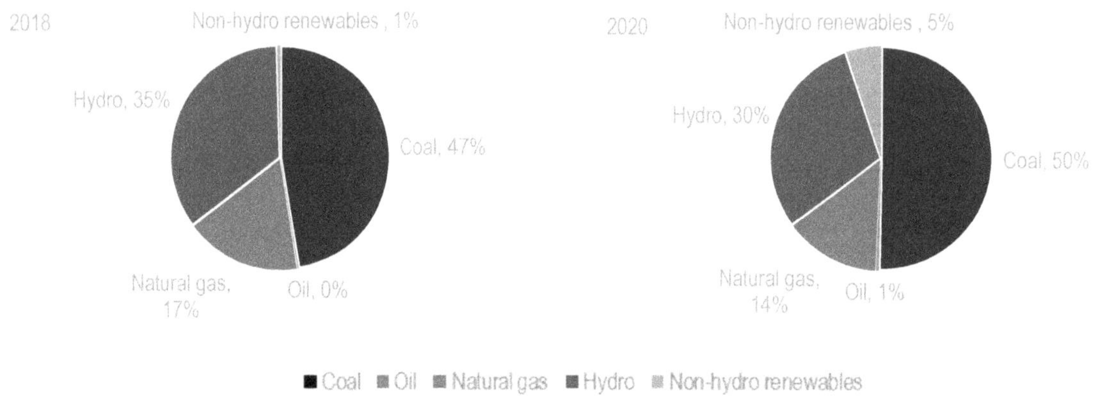

Ghi chú: Năng lượng tái tạo ngoài thủy điện bao gồm năng lượng mặt trời, gió và nhiên liệu sinh học
Nguồn: IEA (2020) Báo cáo Cân bằng năng lượng toàn cầu, Báo cáo thường niên EVN (2020)

StatLink https://stat.link/ucdk6t

Việt Nam vẫn chưa khai thác hết tiềm năng về điện gió và điện mặt trời

Việt Nam có nguồn năng lượng mặt trời dồi dào mà cho đến nay vẫn chưa được khai thác triệt để. Việc gia tăng khai thác năng lượng mặt trời gần đây hầu như vẫn chưa khai thác hết tiềm năng của Việt Nam. Trong đó, tiềm năng kinh tế của 380 GW công suất điện mặt trời đã được xác định, tập trung chủ yếu ở các vùng Nam Bộ, Nam Trung Bộ và Tây Nguyên. (EREA & DEA, 2019[10]) (Bảng 1.1). Tuy nhiên, việc tập trung tiềm năng ở các khu vực miền Nam và miền Trung đã gây tắc nghẽn đáng kể cho lưới điện truyền tải do nhu cầu thấp ở các khu vực miền Trung và nhu cầu cao ở miền Bắc trong khi đó tại miền Bắc, nguồn năng lượng mặt trời lại có chất lượng thấp hơn.

Việt Nam có một số nguồn tài nguyên gió tốt nhất Đông Nam Á với 217 GW tiềm năng gió trên đất liền, cũng tập trung ở các vùng Nam Bộ, Nam Trung Bộ và Tây Nguyên (EREA & DEA, 2019[10]) (Netherlands Enterprise Agency, 2018[21]). Việt Nam cũng được hưởng lợi từ 3260 km bờ biển, không bao gồm các đảo, với một số vị trí hấp dẫn các dự án điện gió ngoài khơi ở phía Bắc và Nam. Trong khi con số ước tính về tiềm năng kỹ thuật[2] của các dự án điện gió trụ cố định và điện gió nổi ngoài khơi khác nhau nhưng đều cực kỳ khả quan, dao động từ 160 GW đến cao nhất là 309 GW (Danish Energy Agency, 2020[22]) (Global Wind Energy Council, 2019[23]).

Thủy điện đã là nguồn phát điện chính trong quá trình phát triển kinh tế của Việt Nam kể từ năm 1964, với nhà máy thủy điện lớn đầu tiên, nhà máy thủy điện Thác Bà, công suất 108 MW, được xây dựng với sự hỗ trợ của Liên Xô. Đặc biệt, nhà máy thủy điện Hòa Bình với công suất 1920 MW được xây dựng năm 1989 gần thủ đô Hà Nội là công trình thúc đẩy tăng trưởng kinh tế của Việt Nam. (IHA, 2014[24]) Trong số khoảng 20 GW tiềm năng tài nguyên có thể khai thác về mặt kinh tế cho thủy điện lớn, có gần 17 GW đã đi vào hoạt động vào năm 2019 (EVN, 2019[25]). Mặc dù về tính khả thi kinh tế hiện tại, con số tiềm năng kỹ thuật có thể là khoảng 35 GW, nhưng hiện tỷ lệ đã khai thác ở mức cao nên phạm vi bổ sung công suất sẽ bị hạn chế. Vẫn còn tiềm năng cho nguồn thủy điện nhỏ có tổng tiềm năng khoảng 6,7 GW, trong đó 3 GW đã đi vào hoạt động (EREA & DEA, 2019[10]). Mặt khác tiềm năng khác đối với nguồn tài nguyên thủy điện của Việt Nam là thủy điện tích năng. Nguồn này có thể giúp tích hợp nguồn phát năng lượng tái tạo bằng cách cung cấp một nguồn năng lượng quan trọng, linh hoạt, có thể điều độ và lưu trữ giúp cân bằng cung và cầu (OECD, 2020[26]). Mặc dù thủy điện Việt Nam có tiềm năng lớn về tích năng hồ chứa nhưng cũng có một số hạn chế như chi phí và tính tương thích với hệ thống phát và truyền tải điện từ nguồn năng lượng tái tạo. Dự án thủy điện tích năng Bác Ái, công trình thủy điện tích năng đầu tiên của Việt Nam, hiện đang được EVN phát triển với công suất 1.200MW và dự kiến hoàn thành vào năm 2029.

Nguồn điện sinh khối ở dạng gỗ, bã mía, trấu, hoặc rơm rạ đang được sử dụng phổ biến trong ngành công nghiệp và trong các hộ gia đình. Đối với năng lượng sinh học, tiềm năng kỹ thuật để sản xuất điện từ tài nguyên sinh khối là 7 GW và từ chất thải rắn là 1,5 GW, trong đó hiện mới khai thác 0,3 GW (EREA & DEA, 2019[10]).

Bảng 1.1. Tiềm năng nguồn năng lượng tái tạo

Năng lượng tái tạo	Tiềm năng nguồn năng lượng tái tạo (GW)
Điện mặt trời	380
Điện gió trên bờ	217
Điện gió ngoài khơi*	309
Thủy điện lớn	20
Thủy điện nhỏ	6,7
Sinh khối	7
Năng lượng từ chất thải rắn	1,5

Ghi chú: Các giá trị được thể hiện ở dạng tiềm năng kinh tế, là công suất phát từ nguồn năng lượng tái tạo có hiệu quả kinh tế theo các nghiên cứu. Điện gió ngoài khơi* được biểu thị dưới dạng tiềm năng kỹ thuật, đưa ra ước tính cận trên về tiềm năng phát triển, dựa trên hiệu suất hệ thống nhất định cùng các hạn chế về địa hình, môi trường và sử dụng đất.
Nguồn: EREA & DEA (2019): Báo cáo Triển vọng Năng lượng Việt Nam 2019; Hội đồng năng lượng gió toàn cầu (2018): Báo cáo điện gió toàn cầu 2018; Hiệp hội Thủy điện Quốc tế (2017): Báo cáo Hiện trạng Thủy điện 2017

Hình 1.8. Tiềm năng nguồn tài nguyên năng lượng tái tạo và tỷ lệ khai thác

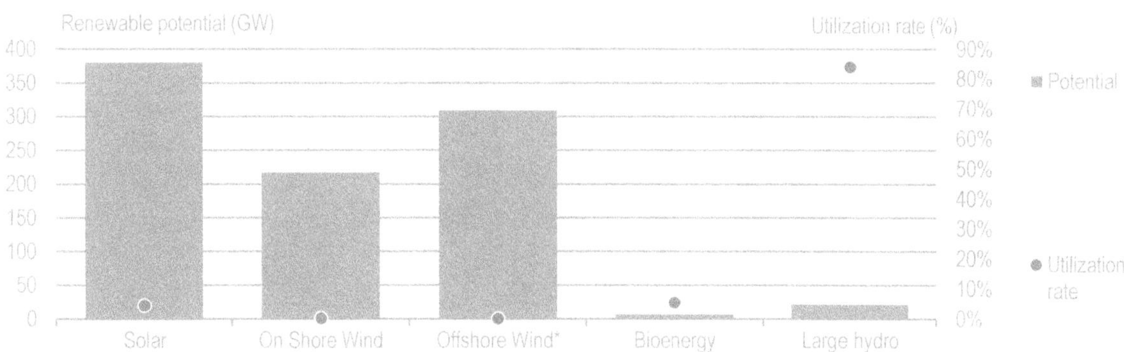

Ghi chú: GW = Gigawatt. Dựa trên công suất lắp đặt (năm 2020) và tiềm năng kinh tế, trừ số liệu điện gió ngoài khơi được hiển thị ở tiềm năng kỹ thuật.
Nguồn: EREA & DEA (2019): Báo cáo Triển vọng Năng lượng Việt Nam 2019; Hội đồng năng lượng gió toàn cầu (2018): Báo cáo điện gió toàn cầu 2018; Hiệp hội Thủy điện Quốc tế (2017): Báo cáo Hiện trạng Thủy điện 2017, EVN (2021) Đánh giá của CEFIM, IRENA (2019), Thống kê công suất điện từ nguồn năng lượng tái tạo 2019

StatLink https://stat.link/vgf01r

Đầu tư công đã hỗ trợ phần lớn các dự án nguồn điện, chủ yếu từ thủy điện lớn và nhiệt điện than

Phần lớn công suất phát điện ở Việt Nam thuộc sở hữu nhà nước, như EVN, PVN và TKV, chiếm 59% công suất lắp đặt vào năm 2020, giảm so với 70% công suất lắp đặt quy mô lớn vào năm 2018 (VIET, 2021[27]). Tỉ trọng công suất lắp đặt từ các doanh nghiệp nhà nước giảm do phần lớn công suất điện gió và điện mặt trời mới triển khai là thuộc doanh nghiệp tư nhân (Hình 1.9). Trước đó, đầu tư tư nhân trong nước chủ yếu tập trung vào các dự án thủy điện, trong khi đó các nhà máy nhiệt điện đã thu hút được lượng đầu tư nước ngoài dưới hình thức BOT theo Luật đối tác công tư của Việt Nam. (Samantha Campbell and Long Huynh, 2018[28]).

Để thu hút nguồn tài chính quốc tế và tài trợ chi phí thấp từ các cơ quan tín dụng xuất khẩu, trong những thập kỷ qua, BOT đã được hưởng lợi từ Cam kết và Bảo lãnh của Chính phủ (GGU) để có thể giảm thiểu một số rủi ro như không thực hiện bao tiêu và cung ứng, điều chỉnh lạm phát và chuyển đổi Đồng Việt Nam, chấm dứt nghĩa vụ thanh toán. Gần đây, Việt Nam đã phải cân bằng giữa nhu cầu thu hút tài trợ từ nước ngoài với việc thắt chặt không gian tài khóa. Thông qua Luật Quản lý nợ công và Nghị quyết 55 với định hướng Chiến lược Phát triển Năng lượng Quốc gia, các yêu cầu trở nên khắt khe hơn rất nhiều trong việc cấp bảo lãnh nhà nước cho các dự án phát điện.

Ngược lại, mức đầu tư vào các nhà máy nhiệt điện khí ngày càng tăng. Với nguồn cung khí tự nhiên từ các nguồn trong nước ngày càng giảm, Việt Nam được kỳ vọng sẽ trở thành quốc gia nhập khẩu LNG. Điều này sẽ đòi hỏi đầu tư đáng kể của khu vực tư nhân quốc tế và chuyên môn về chuỗi phát điện từ khí LNG. Dự thảo PDP VIII đặt mục tiêu đạt 27 GW vào năm 2030 từ con số 9 GW vào năm 2020, điều này cũng sẽ khiến Việt Nam ngày càng phụ thuộc vào nguồn năng lượng nhập khẩu.

Hình 1.9. Tỉ trọng công suất lắp đặt của các nhà máy thuộc DNNN trong năm 2020

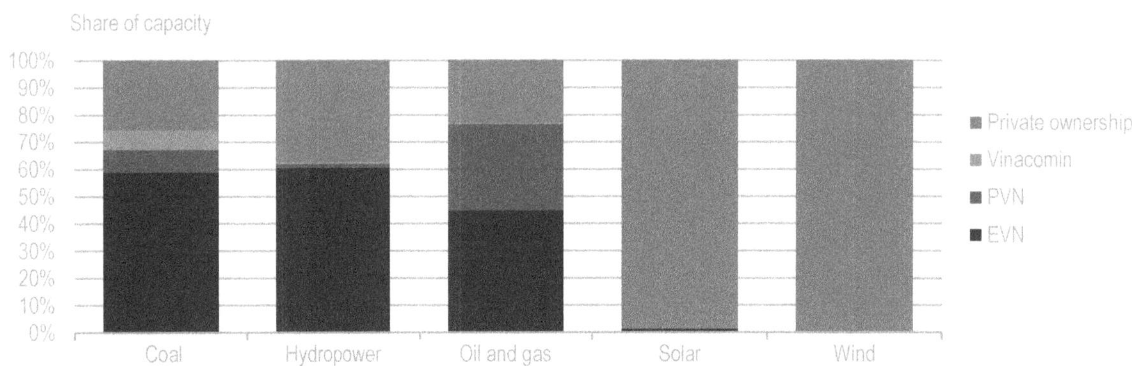

Ghi chú: Đầu tư tư nhân bao gồm cả năng lực đấu thầu theo mô hình đơn vị phát điện độc lập (IPP) hoặc đối tác công tư (PPP)

Nguồn: VIET (2021) Vai trò quản lý nhà nước trong ngành điện; Báo cáo thường niên của EVN (2020)

StatLink https://stat.link/c2nzw1

Việt Nam hiện là thị trường năng lượng tái tạo lớn thứ 7

Trong thời gian qua, Việt Nam nổi bật với hai làn sóng đầu tư năng lượng tái tạo lớn theo cơ chế giá điện FiT vào năm 2019 và 2020 đối với các dự án điện mặt trời quy mô lớn và điện mặt trời mái nhà vào năm 2020, chiếm 17.126 MW công suất mặt trời đã lắp đặt. Việc phát triển 8.274 MW điện mặt trời mái nhà vào năm 2020 đã đưa Việt Nam trở thành thị trường năng lượng mặt trời lớn thứ ba vào năm 2020 và thị trường năng lượng tái tạo lớn đứng thứ 7 (Bloomberg, 2021[29]). Trước đó, Việt Nam vẫn là một thị trường nhỏ, với mức đầu tư thấp, cách xa các nước láng giềng như Malaysia, Philippines và Thái Lan. (ADBI, 2018[30]). Theo báo cáo đánh giá về chi tiêu cho khí hậu ước tính từ năm 2011 đến 2015, khu vực tư nhân đã đầu tư khoảng 9,75 tỷ USD vào các dự án năng lượng tái tạo, phần lớn trong số đầu tư đó tập trung vào 150 dự án thủy điện quy mô nhỏ. (GIZ, 2019[31]). Riêng năm 2019, con số đầu tư là 3,9 tỷ USD, tăng mạnh lên 7,4 tỷ USD vào năm 2020 (Bloomberg, 2021[29]).

Với mức quan tâm mạnh mẽ đến thị trường năng lượng mặt trời, Bộ Công Thương tin tưởng rằng Việt Nam có thể thu hút đầu tư để sản xuất điện sạch với tốc độ nhanh hơn so với các nhà máy điện thông thường trước đây. Tuy nhiên, làn sóng đầu tư đầu tiên này chủ yếu diễn ra thông qua các nhà đầu tư trong nước và khu vực, có ít các đơn vị phát triển và tài chính quốc tế. Về vấn đề này, các mối quan ngại dấy lên xung quanh các vấn đề về giấy phép, quỹ đất, khả năng cấp vốn theo các điều khoản PPA, cũng như rủi ro cao về việc cắt giảm công suất của các dự án năng lượng tái tạo mà không có thỏa thuận “take or pay” (nhận điện hoặc trả tiền), gần đây nhất là tính bất trắc của thị trường đối với việc chuyển đổi sang cơ chế đấu thầu (thảo luận trong chương 5). Khi Việt Nam hướng tới các dự án lớn hơn hoặc rủi ro hơn như điện gió ngoài khơi, một số yếu tố nêu trên, đặc biệt là việc chia sẻ rủi ro giữa cơ quan nhà nước, EVN và đơn phát triển năng lượng tái tạo có thể cần được xem xét lại để huy động đủ vốn đầu tư.

Nguồn năng lượng tái tạo đang ngày càng cạnh tranh về chi phí

Từ một thị trường nhỏ về các nhà máy điện mặt trời có quy mô lớn, với khoảng 86 MW lắp đặt vào năm 2018, Việt Nam đã nhanh chóng phát triển với 5.351 MW lắp đặt vào cuối năm 2019 và thêm 3.530 MW vào năm 2020. Mức chi phí lắp đặt các dự án điện mặt trời quy mô lớn (trung bình trọng số toàn cầu) được vận hành vào năm 2019 lần đầu tiên giảm xuống dưới mốc 1000 USD/ kW, chỉ còn 995 USD/kW. Nhờ quá trình phát triển thị trường tại Việt Nam, chi phí lắp đặt trung bình đã rất gần với mức trung bình toàn cầu vào năm 2019, ở mức 1054 USD/ kW, giảm hơn một nửa kể từ năm 2016. Chi phí lắp đặt giảm nên chi phí sản xuất điện quy dẫn (LCOE) của nhà máy điện mặt trời quy mô lớn (trang trại) tại Việt Nam đã giảm 55% xuống 82 USD/ MWh so với cùng kỳ (IRENA, 2020[32]).

Dù điện gió ngoài khơi vẫn đang trong giai đoạn đầu, Cơ quan Năng lượng Đan Mạch đã ước tính LCOE cho 24 dự án điện gió ngoài khơi có công suất tiềm năng 500 MW được phân bổ tại các địa điểm trong danh sách lựa chọn. Từ đó, mức LCOE được xác định từ 81 EUR/ MWh đến 120 EUR/ MWh, với các địa điểm tốt nhất dọc Duyên Hải - Nam Trung Bộ. Mức chi phí này có thể so sánh với các ước tính ban đầu về LCOE cho các dự án điện gió ngoài khơi ở các nước như Vương quốc Anh (Danish Energy Agency, 2020[22]) (BVG, 2015[33]).

Mặc dù nhu cầu điện giảm do tác động kinh tế của đại dịch COVID-19, yêu cầu về mức phát điện cao hơn vẫn là ưu tiên hàng đầu để theo kịp với dự báo tăng trưởng nhu cầu trong chiến lược phát triển kinh tế xã hội. Với việc đa dạng hóa các nguồn đầu tư và các công nghệ tái tạo mới với giá cả hợp lý, chính phủ tin tưởng rằng Việt Nam sẽ phát triển kịp thời trong sản xuất năng lượng sạch. Đổi mới liên tục trong công nghệ năng lượng tái tạo đã thúc đẩy chi phí ngày càng cạnh tranh. Với sức hấp dẫn từ nguồn năng lượng mặt trời và gió chất lượng cao, mức tăng trưởng kinh tế ổn định, các nhà phát triển, nhà cung cấp thiết bị và tổ chức tài chính quốc tế đã thể hiện sự quan tâm đến thị trường Việt Nam. Trong khi theo dự báo tới năm 2030, hầu hết các thị trường ở Châu Á Thái Bình Dương sẽ có LCOE năng lượng tái tạo thấp hơn so với điện than thì Việt Nam, cùng với Trung Quốc, Hàn Quốc và Thái Lan được dự báo sẽ có mức chi phí cho năng lượng tái tạo thấp hơn ngay từ năm 2021 (Wood Mackenzie, 2020[34]).

Thị trường sử dụng năng lượng hiệu quả trong nước có nhiều dư địa để mở rộng

Các mục tiêu tiết kiệm năng lượng được thiết lập trong khuôn khổ VNEEP I & II đều đạt được mặc dù nguồn ngân sách công được huy động cho chương trình còn hạn chế, ở mức khoảng 24 triệu USD (518 tỷ đồng). Tuy nhiên, khi xem xét tiềm năng lợi ích kinh tế, đầu tư tư nhân vào các biện pháp hiệu quả năng lượng vẫn chưa được mở rộng đủ quy mô, đặc biệt là trong các lĩnh vực công nghiệp và dân dụng, vốn là những ngành cần tập trung nhất. Điều này là do một số lý do, bao gồm giá điện cho ngành công nghiệp thấp theo tiêu chuẩn khu vực, cần có tăng cường năng lực thể chế để giám sát và thực thi các quy định về hiệu quả năng lượng, cũng như hiểu biết và chuyên môn kỹ thuật cao hơn của các ngành, các nhà cung cấp dịch vụ tiềm năng và các tổ chức tài chính trong nước. Đối với các hộ gia đình, hiệu suất năng lượng của các thiết bị và việc thực thi các quy chuẩn về xây dựng sẽ ngày càng quan trọng khi tầng lớp trung lưu mới nổi của Việt Nam tiếp tục gia tăng. Trong giai đoạn VNEEP III, cần tăng cường hơn nữa các khuôn khổ chính sách và quy định để tạo môi trường thuận lợi cho đầu tư sử dụng năng lượng hiệu quả. Để thúc đẩy hiệu quả năng lượng giữa các ngành công nghiệp, đánh giá của Bộ Công Thương về tiềm năng sử dụng năng lượng hiệu quả ở Việt Nam xác định nhu cầu đầu tư là 3,6 tỷ USD (World Bank, 2020[35]). Theo một nghiên cứu của UNDP, đầu tư từ khu vực tư nhân vào các dự án hiệu quả năng lượng trong các hoạt động như thay thế thiết bị, tuần hoàn năng lượng và đổi mới công nghệ chỉ lên tới 630 triệu USD trong giai đoạn 2011-2015, rất thấp so với quy mô nền kinh tế. (GIZ, 2019[31]).

Chính phủ Việt Nam đang thực hiện một số hành động trong VNEEP III để hỗ trợ đầu tư vào chương trình hiệu quả năng lượng, bao gồm các hoạt động ở cấp tỉnh thông qua việc thực hiện các kế hoạch hành động về sử dụng năng lượng hiệu quả cấp tỉnh và tăng cường tập trung vào việc thực thi pháp luật. Các ESCO hiện nay trên thị trường phải đối mặt với những thách thức trong việc tiếp cận tài chính, do yêu cầu cao về tài sản bảo lãnh từ các ngân hàng thương mại. Trong khi các ngân hàng trong nước còn hạn chế kinh nghiệm trong các dự án hiệu quả năng lượng, kế hoạch hành động đối với ngân hàng xanh sẽ giúp giải quyết những thách thức này, bằng cách cấp tín dụng cho các dự án bền vững với môi trường bao gồm cả dự án hiệu quả năng lượng (được thảo luận trong chương 6).

Chứng nhận công trình xanh đã tăng từ năm 2012. Một dấu mốc quan trọng là việc sửa đổi Quy chuẩn kỹ thuật quốc gia về các công trình xây dựng sử dụng năng lượng hiệu quả (QCVN09: 2017/ BXD) của Bộ Xây dựng, trong đó đưa ra các tiêu chuẩn kỹ thuật bắt buộc đối với thiết kế, xây dựng và cải tạo đối với các tòa nhà có diện tích sàn bằng hoặc lớn hơn 2500m^2. Hiện nay, ở Việt Nam đã có một số hệ thống chứng nhận công trình xanh đang hiện hữu ở Việt Nam, phổ biến nhất là LOTUS được phát triển vào năm 2009 bởi Hội đồng Công trình Xanh Việt Nam, LEED (Định hướng Thiết kế Năng lượng và Môi trường) do Hội đồng Công trình Xanh Hoa Kỳ xây dựng, đã áp dụng tại thị trường Việt Nam từ năm 2008 và EDGE (Thiết kế xuất sắc - Đạt hiệu quả cao) do Tổ chức Tài chính Quốc tế (IFC) xây dựng cho các quốc gia đang phát triển và áp dụng tại Việt Nam từ năm 2015. Số lượng các dự án được chứng nhận ngày càng tăng và đến năm 2021, 179 tòa nhà đã được chứng nhận theo các hệ thống này, chiếm 4.141.266 mét vuông (Hình 1.10). Kể từ khi quy chuẩn xây dựng có hiệu lực vào năm 2013, các báo cáo của chính phủ về tính tuân thủ của các công trình cho thấy đã giảm 130 000 tấn CO2 mỗi năm, tương đương với khoảng 28 triệu USD tiết kiệm hàng năm cho các chủ sở hữu tòa nhà. Chính phủ Việt Nam vẫn chưa đưa ra kế hoạch tăng hiệu quả tại các toà nhà công, mặc dù là chủ sở hữu và nhà đầu tư lớn trong lĩnh vực bất động sản. Các chính sách và khuyến khích ở cả cấp trung ương và cấp tỉnh để khuyến khích phát triển công trình xanh mới còn hạn chế (IFC, 2021[36]).

Hình 1.10. Chứng nhận công trình xanh tăng lên trong giai đoạn 2010-2020

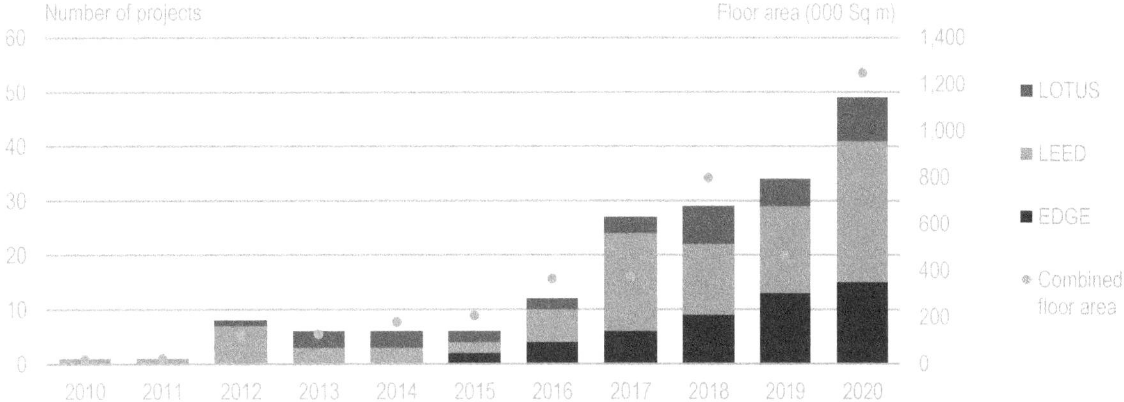

Ghi chu: 000 Sq m = nghìn mét vuông; LOTUS = Hệ thống chứng nhận công trình xanh của Việt Nam do Hội đồng Công trình Xanh Việt Nam xây dựng; LEED = hệ thống chứng nhận công trình xanh do Hội đồng Công trình Xanh Hoa Kỳ xây dựng; EDGE = Hệ thống chứng nhận công trình xanh của IFC
Nguồn: IFC (2021) Tài liệu Hội thảo CEC: Phát triển thị trường bất động sản và quỹ đất đáp ứng tiêu chí xanh

StatLink https://stat.link/5lwbdj

Tài liệu tham khảo

ADBI (2018), *GREEN FINANCE IN VIET NAM: BARRIERS AND SOLUTIONS*, https://www.adb.org/sites/default/files/publication/466171/adbi-wp886.pdf. [30]

Bloomberg (2021), *What Does $500 Billion for Clean Energy Mean for Climate Change?*, https://www.bloomberg.com/news/articles/2021-01-21/what-does-500-billion-for-clean-energy-mean-for-climate-change (accessed on 1 April 2021). [29]

BVG (2015), *Approaches to cost-reduction in offshore wind A report for the Committee on Climate Change*, https://www.theccc.org.uk/wp-content/uploads/2015/06/BVG-Associates-2015-Approaches-to-cost-reduction-in-offshore-wind.pdf. [33]

Cuong, T. et al. (2021), *Renewable energy from biomass surplus resource: potential of power generation from rice straw in Vietnam*, Nature Research, https://www.nature.com/articles/s41598-020-80678-3. [48]

Danish Energy Agency (2020), *Input to roadmap for offshore wind*, https://ens.dk/sites/ens.dk/files/Globalcooperation/d5_-_input_to_roadmap_for_offshore_wind_development_in_vietnam_full_report_english_final_2020-09-21.pdf. [22]

Effigis Geo-Solutions (2018), *Assessment of rooftop photovoltaic solar energy potential in Vietnam*. [47]

EREA & DEA (2019), *The Vietnam Energy Outlook Report 2019*, https://ens.dk/sites/ens.dk/files/Globalcooperation/vietnam_energy_outlook_report_2019.pdf. [10]

EVN (2021), *Presentation during OECD Clean Energy Finance and Investment Review of Viet Nam*. [17]

EVN (2021), *Rooftop solar power boom is underway with a total installed capacity reaching nearly 9,300 MWp*, https://en.evn.com.vn/d6/news/Rooftop-solar-power-boom-is-underway-with-a-total-installed-capacity-reaching-nearly-9300-MWp-66-142-2169.aspx. [20]

EVN (2020), *Performance in the first 9 months of 2020 and objectives and tasks for the last 3 months of 2020*. [49]

EVN (2019), *EVN Overview of hydropower in Vietnam*. [25]

EVNNPT (2020), *National Power Transmission Corporation*, https://www.npt.com.vn/c3/en-US/he-thong-truyen-tai-dien/Operations-5-315. [4]

GIZ (2019), *Measuring private investments into green growth: Vietnam´s Private Climate Expenditure and Investments Review*. [31]

GIZ (2016), *Vietnam Power Development Plan for the period of 2011 - 2020 - Highlights of the PDP 7 revised*, http://gizenergy.org.vn/en/item-detail/highlights-pdp-7-revised. [41]

Global Wind Energy Council (2019), *Market to Watch: Vietnam Offshore Wind*, https://gwec.net/market-to-watch-vietnam-offshore-wind/. [23]

Ha Dang Son, B. (2020), *Industrial Energy Efficiency in Vietnam: From Policy to Implementation*, https://data.worldbank.org. [15]

IEA (2020), *VIETNAM: COAL IMPORTS RISE TO RECORD LEVELS*, International Centre for Sustainable Carbon- News, http://iea-coal.org/vietnam-coal-imports-rise-to-record-levels/ (accessed on 2 July 2021). [9]

IEA (2020), *World Energy Balances*, https://www.iea.org/data-and-statistics. [11]

IEEFA (2020), *New Regulations Threaten Vietnam's Remaining Coal Pipeline*. [16]

IFC (2021), *CEC Workshop Paper: developing Land and Real Estate Market Meeting Green Criteria*, World Bank Group, Washington, https://www.asiapropertyhq.com/vietnam-. [36]

IHA (2014), *International Hydropower Association - country profile Viet Nam*, https://www.hydropower.org/country-profiles/vietnam. [24]

IMF (2021), *Vietnam: Successfully Navigating the Pandemic*, https://www.imf.org/en/News/Articles/2021/03/09/na031021-vietnam-successfully-navigating-the-pandemic. [2]

IMF (2020), *Vietnam's Development Success Story and the Unfinished SDG Agenda1*, https://www.imf.org/~/media/Files/Publications/WP/2020/English/wpiea2020031-print-pdf.ashx. [43]

IMF (2018), *IMF Country Report No. 19/235*, https://www.imf.org/~/media/Files/Publications/CR/2019/1VNMEA2019002.ashx. [38]

Institute of Energy (2021), *Draft Power Development Plan 2021-2030 with a vision to 2045*. [51]

International Renewable Energy Agency (ed.) (2018), *RENEWABLE CAPACITY STATISTICS 2018*, http://www.irena.org. [18]

IRENA (2020), *IRENA Power Generation Costs 2019*, https://www.irena.org/-/media/Files/IRENA/Agency/Publication/2020/Jun/IRENA_Power_Generation_Costs_2019.pdf. [32]

ITC (2021), *Trade Map - List of products at 2 digits level exported by Viet Nam in 2019*, https://www.trademap.org/Product_SelProductCountry.aspx?nvpm=1%7c704%7c%7c%7c%7cTOTAL%7c%7c%7c2%7c1%7c1%7c2%7c1%7c1%7c1%7c1%7c1%7c1. [12]

Netherlands Enterprise Agency (2018), *WIND ENERGY POTENTIAL VIETNAM*, https://www.rvo.nl/sites/default/files/2019/02/Wind-Energy-Potential-Vietnam.pdf. [21]

OECD (2021), *Clean Energy Finance and Investment Mobilisation*, http://www.oecd.org/cefim/ (accessed on 5 March 2021). [44]

OECD (2020), *Multi-dimensional Review of Viet Nam: Towards an Integrated, Transparent and Sustainable Economy*, OECD Development Pathways, OECD Publishing, Paris, https://dx.doi.org/10.1787/367b585c-en. [26]

OECD (2020), *OECD Investment Policy Reviews: Indonesia 2020*, OECD Investment Policy Reviews, OECD Publishing, Paris, https://dx.doi.org/10.1787/b56512da-en. [46]

OECD (2019), *OECD Green Growth Policy Review of Indonesia 2019*, OECD Environmental Performance Reviews, OECD Publishing, Paris, https://dx.doi.org/10.1787/1eee39bc-en. [45]

OECD (2019), *Southeast Asia Going Digital: Connecting SMEs*, http://dx.doi.org/www.oecd.org/going-digital/southeast-asia-connecting-SMEs.pdf. [7]

OECD (2018), *OECD Investment Policy Reviews: Viet Nam 2018*, https://www.oecd-ilibrary.org/finance-and-investment/oecd-investment-policy-reviews-viet-nam-2017_9789264282957-en;jsessionid=l0xqvdqLj4BULwjQE_czV26V.ip-10-240-5-54. [40]

RCEE (2016), *Evaluation of Vietnam Energy Efficiency Program-Phase II*. [14]

Samantha Campbell and Long Huynh (2018), *Client briefing: Renewable energy in Vietnam*, https://www.hoganlovells.com/en/publications/client-briefing-renewable-energy-in-vietnam. [28]

Tuoi Tre (2021), *In the 89th minute of the policy, the solar power project increased "huge"*, Business news, https://tuoitre.vn/phut-thu-89-cua-chinh-sach-du-an-dien-mat-troi-tang-khung-20210101103108829.htm (accessed on 17 June 2021). [19]

UNCTAD (2020), *UNCTAD STAT*, https://unctadstat.unctad.org/wds/ReportFolders/reportFolders.aspx. [37]

UNDP (2018), *Private funding opportunities for renewable energy and energy efficiency investments in Viet Nam*, https://www.vn.undp.org/content/vietnam/en/home/library/environment_climate/private-funding-opportunities-for-renewable-energy-and-energy-ef.html. [42]

VIET (2021), *State management role in power sector*, Vietnam Initiative for Energy Transition, Hanoi, Vietnam. [27]

Vietnam Embassy (2020), *Embassy of the Socialist Republic of Viet Nam in the United States of America*, http://vietnamembassy-usa.org/vietnam/geography. [6]

Wood Mackenzie (2020), *Renewables in most of Asia Pacific to be cheaper than coal power by 2030*, https://www.woodmac.com/press-releases/renewables-in-most-of-asia-pacific-to-be-cheaper-than-coal-power-by-2030/. [34]

World Bank (2021), *Green Climate Fund provide Vietnam with US$86.3 million to spur energy efficiency investments*, https://www.worldbank.org/en/news/press-release/2021/03/08/wb-gcf-provide-vietnam-with-us863-million-to-spur-energy-efficiency-investments. [50]

World Bank (2021), *Vietnam Overview*, https://www.worldbank.org/en/country/vietnam/overview. [13]

World Bank (2021), *World Bank Development Indicators (database)*. [8]

World Bank (2020), *International Development Association program document for proposed development policy credit in the amount of SDR 61.5*, http://documents1.worldbank.org/curated/en/580071591668121859/pdf/Vietnam-Climate-Change-and-Green-Growth-Development-Policy-Financing.pdf. [35]

World Bank (2020), *Poverty & Equity Brief: Viet Nam*, https://databank.worldbank.org/data/download/poverty/987B9C90-CB9F-4D93-AE8C-750588BF00QA/AM2020/Global_POVEQ_VNM.pdf (accessed on 15 October 2020). [3]

World Bank (2020), *World Bank Open Data: Vietnam*, https://data.worldbank.org/country/vietnam (accessed on 15 October 2020). [1]

World Bank (2019), *Accelerating Vietnam's path to prosperity*, https://blogs.worldbank.org/voices/accelerating-vietnams-path-prosperity. [39]

World Bank (2019), *Connecting Vietnam for Growth and Shared Prosperity*, http://documents1.worldbank.org/curated/en/590451578409008253/pdf/Vietnam-Development-Report-2019-Connecting-Vietnam-for-Growth-and-Shared-Prosperity.pdf. [5]

Ghi chú

[1] Không bao gồm hệ thống năng lượng mặt trời áp mái.

[2] Tiềm năng kỹ thuật mang lại con số ước tính cận trên về tiềm năng phát triển dựa trên hiệu suất hệ thống nhất định cùng các hạn chế về địa hình, môi trường và quyền sử dụng đất.

2 Quy hoạch và quản trị

Chương này xem xét về quản trị tài chính, đầu tư cho năng lượng sạch và quy hoạch điện ở Việt Nam, đưa ra cái nhìn tổng quan về khung thể chế của quốc gia đối với năng lượng sạch và cấu trúc thị trường điện, đồng thời xác định các khía cạnh cần cải thiện trong quá trình phối hợp giữa các tổ chức, ở tất cả các cấp chính quyền, nhằm đảm bảo các mục tiêu và chính sách đạt tính hiệu quả, nhất quán. Chương này cũng nêu bật tiến trình và cơ hội để cải thiện các mục tiêu, chiến lược liên quan tới tài chính và đầu tư cho năng lượng sạch của quốc gia và cơ chế quy hoạch điện nhằm gửi những tín hiệu mang tính đáng tin cậy, đầy tham vọng và dài hạn đến các nhà đầu tư.

Việt Nam đã thực hiện được nhiều tham vọng đề ra trong chu kỳ phát triển kinh tế xã hội 10 năm, trong đó đã hoàn thành các mục tiêu về tiết kiệm năng lượng đặt ra trong Chương trình quốc gia về sử dụng năng lượng tiết kiệm và hiệu quả (VNEEP) I và II và đã vượt mục tiêu về điện mặt trời (PV) tới năm 2030. Dự thảo QHĐ VIII tăng các chỉ tiêu triển khai năng lượng tái tạo dài hạn nhưng trong ngắn hạn sẽ tạm ngưng triển khai thêm công suất điện lớn cho đến sau năm 2030. Mặc dù theo dự kiến, mức tăng trưởng thị trường sẽ thay đổi sau giai đoạn triển khai bùng nổ gần đây, thời gian và mức độ cắt giảm này có thể gây gián đoạn cho chuỗi cung ứng, việc làm xanh và niềm tin của nhà đầu tư. Khi Việt Nam chuyển sang sử dụng khí LNG cho các dự án điện và bổ sung công suất điện than, rủi ro về bất ổn định giá nhiên liệu tiếp tục tăng và việc chậm tiến độ trong triển khai có thể là nguyên nhân gia tăng tình trạng mất an ninh năng lượng.Trong bối cảnh năng lượng đang phát triển nhanh chóng như vậy, sự phối hợp giữa các cơ quan chính quyền địa phương và trung ương vẫn là ưu tiên hàng đầu và tính linh hoạt trong quy trình lập quy hoạch cần được củng cố. Việt Nam đã bắt đầu tiến tới phát triển thị trường điện cạnh tranh cùng với cải cách thị trường điện đang diễn ra, vai trò và tính độc lập của Cục Điều tiết điện lực Việt Nam (ERAV) cần tiếp tục được củng cố để đảm bảo quá trình giám sát hiệu quả. Để có thể tích hợp tỷ trọng năng lượng tái tạo biến thiên đang tăng nhanh vào hệ thống điện, Tổng Công ty Truyền tải điện Quốc gia (EVNNPT) đã lên kế hoạch nâng cấp hệ thống truyền tải và cần có hỗ trợ hơn nữa từ một loạt các giải pháp kỹ thuật và dựa trên thị trường.

Đánh giá và khuyến nghị:

Việt Nam đã đặt ra các mục tiêu năng lượng sạch đầy tham vọng nhưng sự phối hợp trong quy hoạch vẫn còn là một thách thức

Việt Nam đáng được biểu dương khi đưa ra các mục tiêu đầy tham vọng về năng lượng sạch như đề ra trong Đóng góp do quốc gia tự quyết định (NDC) và các chiến lược quốc gia, chẳng hạn như Chiến lược quốc gia về tăng trưởng xanh, Chiến lược phát triển năng lượng tái tạo, Chiến lược bảo vệ môi trường quốc gia, Chiến lược quốc gia về biến đổi khí hậu và Nghị quyết 55NQ/TW về định hướng của Chiến lược phát triển năng lượng quốc gia. Theo hệ thống quy hoạch từ trên xuống của Việt Nam, các quy hoạch tổng thể quốc gia hiện đang được soạn thảo phù hợp với Chiến lược phát triển kinh tế - xã hội 10 năm. Luật Quy hoạch tổng thể mới số 21/2017/QH14 đã thực hiện một bước tích cực trong việc củng cố khung quy hoạch hiện hành và cung cấp một cấu trúc mới để đảm bảo tính thống nhất và hoạt động điều phối chính sách. Tuy nhiên, quá trình nhiều lớp này đòi hỏi sự phối hợp chặt chẽ để xây dựng đồng thời các quy hoạch tổng thể liên thông và các quy hoạch này cần phải được các bộ, ngành liên quan thẩm định và được tham vấn cộng đồng. Một số quy hoạch quan trọng vẫn đang được xây dựng tại thời điểm đánh giá này, chẳng hạn như Quy hoạch sử dụng đất quốc gia và Quy hoạch không gian biển quốc gia, cả hai quy hoạch này đều cung cấp thông tin cho dự thảo QHĐ hiện tại và là công cụ quan trọng để đảm bảo sự phối hợp ở cấp tỉnh. Chu kỳ quy hoạch tổng thể kéo dài trong 10 năm và trong khi luật quy hoạch có quy định về việc đánh giá lại sau 5 năm, dựa trên quá trình lập, tham vấn và thẩm định rộng rãi, việc sửa đổi quy hoạch tổng thể sẽ cần nỗ lực đáng kể của các bên. Vào thời điểm bối cảnh năng lượng sạch đang thay đổi cực kỳ nhanh chóng, quy trình lập quy hoạch thiếu linh hoạt có thể gây trở ngại cho khả năng phản ứng của các nhà hoạch định chính sách.

Cần có sự rõ ràng về quy trình bổ sung QHĐ VIII

Chính phủ Việt Nam đáng được khen ngợi về mức độ tham vọng trong việc ưu tiên phát triển bền vững hệ thống năng lượng quốc gia như đã nêu trong Nghị quyết 55 và Dự thảo QHĐ VIII được công bố gần đây. Theo quy định của Luật quy hoạch ban hành năm 2017, QHĐ VIII có thời hạn 10 năm và sẽ được điều chỉnh 5 năm một lần. QHĐ phù hợp sẽ có ý nghĩa rất quan trọng trong các điều kiện hoàn cảnh thay đổi nhanh chóng khi cả GDP và nhu cầu năng lượng đều tăng trưởng cao, đồng thời chi phí công nghệ năng lượng tái tạo giảm. Do đó, QHĐ trong 10 năm không thể đảm bảo định hướng phát triển hệ thống điện tối ưu và tiết kiệm chi phí trong suốt thời kỳ quy hoạch. Dự thảo QHĐ VIII có các điều khoản cho thấy khả năng cập nhật và sửa đổi linh hoạt, thường xuyên hơn trong suốt thời kỳ quy hoạch. Tuy nhiên, quy trình, tiêu chí, mức độ có thể sửa đổi và tiến trình sửa đổi dường như vẫn chưa rõ ràng.

Tốc độ tiêu thụ điện hàng năm dự kiến tăng 9,1% trong giai đoạn 2021-2025 và 7,9% trong giai đoạn 2026-2030. Khi sự phụ thuộc vào điện ngày càng tăng lên do chuyển đổi nhiên liệu và tăng trưởng kinh tế, điều quan trọng là số lượng và quy mô của các chương trình tiết kiệm năng lượng cũng phải tăng theo. Việc đưa nội dung sử dụng năng lượng tiết kiệm và hiệu quả vào QHĐ VIII là một bước phát triển tích cực, trong đó tích hợp các chính sách về sử dụng năng lượng tiết kiệm và hiệu quả hiện hành trong Chương trình quốc gia về sử dụng năng lượng tiết kiệm và hiệu quả giai đoạn 2019-2025 và tầm nhìn đến năm 2030 (VNEEP III), và Chương trình quốc gia về quản lý nhu cầu điện giai đoạn 2018-2020, tầm nhìn đến năm 2030, cũng như phân tích tác động của điện mặt trời mái nhà đối với nhu cầu điện. Chương trình sử dụng năng lượng tiết kiệm và hiệu quả cũng đã được đưa vào như một tham số trong mô hình tính toán nhu cầu điện.

Giám sát và quản trị sẽ là trọng tâm để tạo ra một thị trường điện cạnh tranh

Giám sát và quản trị hiệu quả có vai trò rất quan trọng để đảm bảo rằng hệ thống điện trong tương lai phát triển phù hợp với các mục tiêu chính sách tổng thể của quốc gia. Các nỗ lực tái cơ cấu đang được thực hiện và đã có kế hoạch thực hiện theo Luật Điện lực 2004, bao gồm nâng cao tính độc lập vận hành trong các hoạt động sản xuất và truyền tải điện, kế hoạch phân tách Trung tâm Điều độ Hệ thống điện quốc gia (NLDC), áp dụng thị trường điện bán buôn, sẽ ảnh hưởng sâu sắc đến cách thức phát triển và tích hợp các nguồn phát mới vào hệ thống.

Sự giám sát hiệu quả của ERAV đối với các yếu tố mang tính liên kết này là rất quan trọng để đảm bảo vận hành thị trường thành công. ERAV đã và đang sỡ hữu nhiều công cụ sẵn có bao gồm quyền truy cập vào dữ liệu, năng lực phân tích và quyền quản lý đối với các hoạt động quan trọng như định giá bán lẻ. Khi ngành điện và thị trường điện phát triển, vai trò giám sát của ERAV sẽ cần được tăng cường và nhiều khả năng sẽ phải mở rộng. Ví dụ, khả năng xây dựng mô hình hệ thống điện của ERAV còn hạn chế. Do đó, ERAV phải dựa vào năng lực kỹ thuật của các doanh nghiệp, (EVN và các đơn vị khác như Viện Năng lượng để đánh giá nhu cầu và lợi ích của các khoản đầu tư mới. ERAV cũng sẽ phải đảm bảo rằng các chi phí liên quan đến quá trình chuyển dịch năng lượng phải được cân nhắc tính toán cho người tiêu dùng một cách công bằng và bình đẳng, có cân đối kỹ càng về nhu cầu giữ giá cả phù hợp với chi phí, đồng thời cố gắng để giảm thiểu gánh nặng kinh tế đối với các hộ gia đình có thu nhập thấp. Để thực hiện, ERAV sẽ gặp phần nào khó khăn vì trên thực tế, một số công tác cần có chi phí lớn như phát triển đường dây truyền tải điện lại nằm ngoài phạm vi quản lý của Cục. Các yếu tố khác như khả năng tăng giá điện cũng bị hạn chế vì cần phải có sự chấp thuận của Bộ Tài chính đối với những thay đổi trên một mức nhất định.

EVN đã củng cố công tác lập quy hoạch và vận hành hệ thống

Từ trước tới nay, các hoạt động quy hoạch và vận hành của EVN đều dựa trên việc vận hành một hệ thống điện với tỷ lệ rất cao nguồn điện truyền thống, có thể điều độ được. Với tỷ lệ sản xuất điện từ năng lượng tái tạo tăng nhanh, NLDC cũng đang phải nhanh chóng cải thiện năng lực của mình. Ví dụ: các kế hoạch điều độ đã được xây dựng dựa trên các chu kỳ theo giờ, nhưng trong quá trình thí điểm thị trường bán buôn điện, hoạt động này chuyển sang các chu kỳ giao dịch và điều độ kéo dài 30 phút kể từ tháng 9/2020. Dự báo phụ tải cũng đang được cải thiện; tùy thuộc vào lịch trình của các nhà máy phát điện, NLDC đã xây dựng các dự báo nội bộ[1] và từ năm 2021, Trung tâm sẽ sử dụng dự báo từ hai nhà cung cấp bên thứ ba độc lập[2]. Không có dự báo riêng lẻ nào có thể chính xác 100% nhưng việc kết hợp các dự báo độc lập này sẽ giúp cải thiện kết quả dự báo.

EVN cũng đáng được biểu dương khi sẵn sàng thử nghiệm các công nghệ và phương pháp mới, ví dụ như triển khai thí điểm các biện pháp quản lý phía nhu cầu như chương trình công ty dịch vụ năng lượng (ESCO), chương trình quản lý nhu cầu điện (DSM) và điều chỉnh phụ tải (DR) , tạo tính linh hoạt hơn về nhu cầu điện và hình thành phụ tải. Việc tiếp tục tập trung tích hợp các biện pháp quản lý nhu cầu vào kế hoạch và thông lệ vận hành của EVN có thể giúp đảm bảo nhân rộng các sáng kiến này tiến tới các lợi ích về kinh tế. Hoạt động hiện đại hóa hơn nữa quy trình vận hành hệ thống cũng hỗ trợ tích hợp tỷ trọng năng lượng tái tạo biến thiên cao hơn. Ví dụ, bằng cách rút ngắn các chu kỳ điều độ xuống thành các vòng 15 phút, EVN sẽ tăng khả năng dự báo công suất phát từ nguồn điện gió và điện mặt trời, đồng thời vẫn cần áp dụng các cơ chế khuyến khích để đảm bảo rằng các nhà máy phát điện cung cấp được những bản cập nhật dự báo thường xuyên và chính xác, hỗ trợ tốt hơn các hoạt động điều độ.

Cần có các giải pháp về kỹ thuật và dựa trên thị trường để tích hợp công suất điện từ nguồn năng lượng tái tạo biến thiên

Bên cạnh các khoản đầu tư cần thiết vào cơ sở hạ tầng lưới điện mới, Việt Nam cần có một loạt các giải pháp kỹ thuật và dựa trên cơ chế thị trường, tập trung vào việc tháo gỡ khó khăn và tăng cường tính linh hoạt của hệ thống điện, nhằm đảm bảo tích hợp tỷ trọng công suất điện mặt trời và điện gió theo kế hoạch với chi phí phù hợp, an toàn và kịp thời. Khi cải tiến quy hoạch cơ sở hạ tầng truyền tải điện, chính phủ cần đánh giá chi phí và lợi ích của "các giải pháp thay thế không dây" như nguồn năng lượng phân tán, điều chỉnh phía nhu cầu, và một loạt các công nghệ hiện đại khác về tích trữ để so sánh mức độ đầu tư vào việc nâng cấp lưới truyền tải. Các giải pháp này có thể mang lại lợi ích tương tự với mức chi phí thấp hơn. Ví dụ: một công ty tiện ích ở Thành phố New York có thể tránh được việc nâng cấp lưới truyền tải trị giá 1 tỷ USD bằng cách đầu tư 652 triệu USD vào việc kết hợp sử dụng năng lượng tiết kiệm và hiệu quả, đáp ứng nhu cầu điện và phát điện phân tán (Girouard, 2019[1]). Trong khi một số giải pháp này có thể chưa thực hiện được theo khuôn khổ chính sách hiện tại, việc lồng ghép đánh giá các giải pháp thay thế không dây trong quá trình lập quy hoạch, xác định các cơ hội để đạt được hiệu quả cao hơn hoặc tiết kiệm chi phí.

Hộp 2.1. Các khuyến nghị chính sách chính về quản lý và quy hoạch năng lượng sạch

- Nâng cao năng lực cân bằng hệ thống một cách hiệu quả của NLDC bằng cách áp dụng các biện pháp khuyến khích các nhà máy phát điện từ năng lượng tái tạo đưa ra những dự báo chính xác và thường xuyên để phục vụ công tác điều độ.
- Cải thiện tính độc lập của ERAV và đảm bảo ERAV có đầy đủ nguồn lực để thực hiện các chức năng cần thiết, đặc biệt là dựa trên các yêu cầu pháp lý trong tương lai. Ngoài ra, xem xét việc mở rộng thẩm quyền quản lý của ERAV để Cục có thể phụ trách công tác lập và phê duyệt quy hoạch phát triển lưới truyền tải cũng như các lĩnh vực khác có ảnh hưởng đến chi phí hệ thống dẫn tới tác động lên giá điện của người tiêu dùng.
- Tăng tần suất sửa đổi và cập nhật QHĐ đảm bảo sự phát triển hệ thống năng lượng của Việt Nam diễn ra liên tục, hiệu quả về chi phí và vận hành tối ưu. Cơ chế đảm bảo tối ưu hóa quá trình hoàn thiện dần khi thực hiện (hàng năm hoặc hai năm một lần) cần phải có quy trình, tiêu chí, tiến độ...rõ ràng và cụ thể để đảm bảo tính nhất quán và tạo niềm tin cho tất cả các bên liên quan, cả ở cấp chính phủ, tỉnh và doanh nghiệp. Việc hợp lý hóa và đẩy nhanh quá trình xây dựng và phê duyệt QHĐ cũng cần được xem xét, thông qua sự tham gia sớm hơn của các bên liên quan chính hoặc yêu cầu các vấn đề về hoạt động phải được quyết định nhiều hơn ở cấp hành chính, v.v.

- Xác định rõ ràng và lồng ghép các quy trình phối hợp giữa các cơ quan chính phủ và cấp tỉnh để hỗ trợ thực hiện QHĐ VIII hiệu quả và kịp thời (ví dụ: tạo điều kiện thuận lợi cho việc phát triển năng lượng tái tạo từ góc độ phần nguồn và truyền tải), cũng như xây dựng các kế hoạch và cập nhật hàng năm/hai năm một lần.
- Tiến hành đánh giá chiến lược các phương án thay thế không dây trong quá trình lập quy hoạch cơ sở hạ tầng truyền tải, chẳng hạn như pin (tích trữ), chương trình đáp ứng nhu cầu điện hoặc các công nghệ hiện đại khác. Các giải pháp này có thể giúp tránh đầu tư tốn kém vào việc nâng cấp cải tạo đường dây truyền tải điện trong toàn bộ hệ thống điện và đặc biệt là có thể giúp tiết kiệm chi phí hơn ở các khu vực đông dân cư.

Sự nhất quán, phối hợp và giám sát chính sách

Vào những năm 1980, Việt Nam bắt đầu chuyển đổi từ nền kinh tế kế hoạch hóa tập trung sang nền kinh tế thị trường theo định hướng xã hội chủ nghĩa dưới sự chỉ đạo của Nhà nước. Các yếu tố chính của mô hình kế hoạch hóa tập trung này vẫn được duy trì, đặc biệt là trong cách tiếp cận của Việt Nam đối với việc thiết lập chương trình nghị sự với sự định hướng của Chiến lược Phát triển Kinh tế Xã Hội (SEDS) do Đại hội Đảng Cộng sản Việt Nam quyết định trong tất cả các ngành và các cấp chính quyền.

Quy hoạch từ trên xuống là công cụ chính để phối hợp và thống nhất chính sách

SEDS được xây dựng cho giai đoạn 10 năm, đặt ra chiến lược phát triển kinh tế và xã hội tổng thể, là tiền đề một hệ thống các kế hoạch tổng thể hình thành chương trình nghị sự trên tất cả các lĩnh vực hoạt động. Hệ thống quản trị được chia thành bốn cấp, bao gồm cấp trung ương và ba cấp địa phương: tỉnh, huyện và xã. Chính quyền trung ương và cấp tỉnh đề ra và thực hiện các chính sách, và hai cấp địa phương còn lại tham gia vào quá trình thực hiện các chính sách này. Quy hoạch tổng thể quốc gia và các chương trình ngân sách sau đó sẽ được triển khai ở cấp dưới để xây dựng chương trình nghị sự cho quy hoạch tổng thể cấp địa phương và ngân sách cho quy hoạch, từ cấp vùng đến cấp tỉnh, cấp nông thôn và thành thị. (Robiou du Pont and Balanowski, 2018[2]). Thông tin từ các cấp địa phương được trình lên dưới dạng các dự thảo quy hoạch, hỗ trợ việc lập các quy hoạch tổng thể quốc gia ở cấp trung ương, và được coi là các quy hoạch và ngân sách cuối cùng của cấp địa phương. Trên thực tế, điều này sẽ phụ thuộc vào khả năng lập quy hoạch và nguồn lực của chính quyền địa phương cũng như sự phù hợp với các cơ chế ưu tiên chính sách hiện hành.

Kết hợp với hệ thống phân cấp về thẩm quyền ra quyết định, ngành năng lượng sạch của Việt Nam có một cấu trúc thể chế phức tạp với sự tham gia trực tiếp của nhiều cơ quan chính phủ. Thủ tướng nắm quyền cuối cùng với tư cách là người đứng đầu chính phủ, và Bộ Công Thương (Bộ CT) giữ vị trí trung tâm trong hoạch định chính sách năng lượng. Chính sách tài khóa và thị trường tài chính thuộc quyền quản lý của Bộ Tài chính (Bộ TC) và các đơn vị trực thuộc: Ngân hàng Nhà nước Việt Nam (NHNN) và Ủy ban Chứng khoán Nhà nước (UBCKNN). Chủ trương đầu tư thuộc thẩm quyền của Bộ Kế hoạch và Đầu tư (Bộ KHĐT). Trách nhiệm được chia sẻ với các bộ ngành khác, đặc biệt là Bộ Tài nguyên và Môi trường (Bộ TNMT), cơ quan chịu trách nhiệm về môi trường và chủ trì về Chiến lược biến đổi khí hậu và cập nhật NDC, và Bộ Xây dựng (Bộ XD), cơ quan chịu trách nhiệm về tiêu chuẩn xây dựng và những lĩnh vực khác thuộc chính sách năng lượng sạch liên quan đến lĩnh vực xây dựng. Tuy nhiên, thẩm quyền xây dựng và thực hiện chính sách và pháp luật về tài chính và đầu tư năng lượng sạch được tập trung vào Bộ CT, Bộ TC và Bộ KHĐT.

Hình 2.1. Hệ thống quy hoạch tổng thể quốc gia

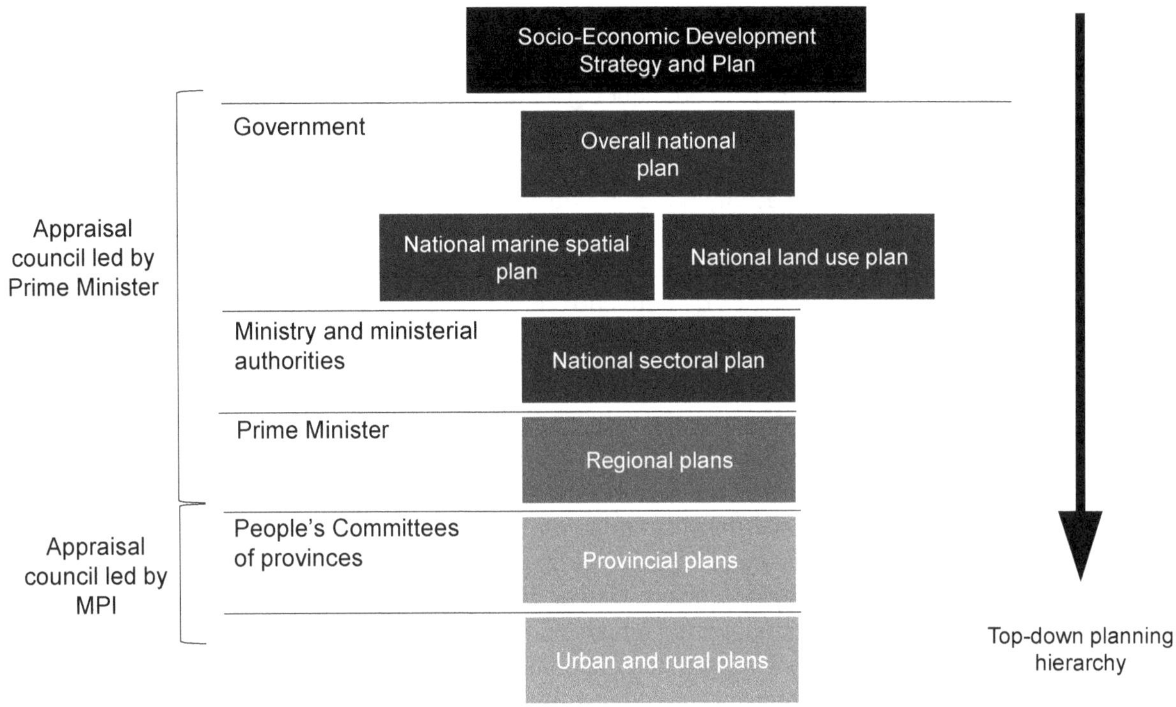

Ghi chú: Bộ KHĐT = Bộ Kế hoạch và Đầu tư
Nguồn: Quốc hội - Chính phủ Việt Nam (2017) Luật số 21/2017/QH14

Bộ CT, Bộ KHĐT và Bộ TC là những cơ quan giữ vai trò chính trong việc xây dựng và thực hiện chính sách năng lượng sạch

Là đơn vị chịu trách nhiệm chung về lĩnh vực năng lượng, Bộ CT xây dựng chính sách và quy hoạch quốc gia trình Thủ tướng Chính phủ phê duyệt và ban hành các thông tư, hướng dẫn thực hiện các luật, nghị quyết, nghị định của Thủ tướng Chính phủ và Quốc hội. Ngoài ra, Bộ CT cũng đóng vai trò quan trọng trong quá thình thực hiện các mục tiêu NDC của quốc gia khi chủ trì lên kế hoạch và triển khai các hoạt động chuyển dịch trong ngành năng lượng. Theo QHĐ quốc gia trước đây, các dự án năng lượng tái tạo dưới 50 MW do Bộ CT phê duyệt, còn các dự án trên 50 MW sẽ do Thủ tướng Chính phủ phê duyệt. Quy trình này vẫn chưa được xác định trong dự thảo QHĐ VIII khi Quy hoạch này chuyển từ hệ thống các danh mục dự án được phê duyệt trước sang đấu thầu cạnh tranh. Cục Điện lực và Năng lượng tái tạo (EREA) trực thuộc Bộ CT tư vấn về điện và năng lượng tái tạo, đồng thời thiết kế các cơ chế hỗ trợ năng lượng tái tạo bao gồm biểu giá điện FiT, Vụ Tiết kiệm năng lượng và Phát triển bền vững (EESD) cũng thuộc Bộ CT có vai trò tư vấn về sử dụng năng lượng tiết kiệm và hiệu quả, và Cục Điều tiết Điện lực (ERAV) có chức năng điều tiết ngành điện. Với tư cách là các phòng ban và đơn vị trực thuộc hoạt động hoàn toàn dựa trên ngân sách nhà nước, cả ba cơ quan này vẫn chịu sự ràng buộc chặt chẽ với thẩm quyền ra quyết định của Bộ CT.

Bộ TC và Bộ KHĐT giữ những vị trí quan trọng không chỉ trong lĩnh vực hỗ trợ tài chính và đầu tư cho năng lượng sạch mà còn trong cơ cấu quản trị của Việt Nam nói chung. Hai bộ chủ quản này cùng phối hợp bố trí ngân sách nhà nước để thực hiện các quy hoạch tổng thể. Luật Đầu tư và Đối tác công-tư do Bộ KHĐT xây dựng, cơ quan này cũng chịu trách nhiệm quản lý đầu tư và đăng ký doanh nghiệp, chỉ đạo thực hiện chiến lược tăng trưởng xanh và các hoạt động xúc tiến đầu tư. Bộ TC có thẩm quyền đối với việc miễn giảm thuế, phê duyệt các thay đổi đối với biểu giá điện trên các ngưỡng cho trước, và thông qua NHNN điều chỉnh chính sách thị trường tài chính và chủ trì việc thúc đẩy ngân hàng xanh.

Ở cấp địa phương, Ủy ban nhân dân cấp tỉnh cũng đóng vai trò nòng cốt

Quản lý tài chính và đầu tư cho năng lượng sạch là một quá trình phối hợp nhiều lớp với việc quy hoạch phi tập trung ở cấp địa phương. Ủy ban nhân dân tỉnh (UBND tỉnh) đóng vai trò là cơ quan điều hành, thực hiện các chiến lược, quy định và pháp luật quốc gia ở cấp tỉnh. Các tỉnh được các Sở trực thuộc Bộ chủ chốt hỗ trợ, nâng cao kiến thức chuyên môn kỹ thuật trong các lĩnh vực quản lý tương ứng. Mặc dù cải cách phân cấp đã trao cho các tỉnh thẩm quyền nhiều hơn trong công tác lập quy hoạch, nhưng các tỉnh vẫn phải phụ thuộc nhiều vào việc quy hoạch ở cấp trung ương, nơi tập trung phần lớn thẩm quyền quyết định cuối cùng. Năng lực quy hoạch, điều phối và hỗ trợ tài chính giữa các tỉnh là khác nhau, việc này có ảnh hưởng đến khả năng thực hiện của địa phương. Một ví dụ điển hình là giấy chứng nhận đăng ký đầu tư, được sử dụng như một công cụ để đảm bảo các dự án mới phù hợp với chiến lược của ngành. Tuy nhiên, nếu không có đủ nguồn lực hoặc năng lực để đánh giá đầy đủ các dự án thì quy trình đăng ký sẽ trở nên kém hiệu quả và thiếu minh bạch (OECD, 2018).

Đối với năng lượng tái tạo, quá trình thẩm định cho đến nay vẫn phụ thuộc vào quy mô của dự án. Đối với các dự án trên 30 MW, Bộ CT sẽ thực hiện thẩm định, trong khi đối với các dự án dưới 30 MW, đại diện Bộ CT cấp tỉnh là Sở Công thương (Sở CT) có thể thẩm định và cấp giấy phép sản xuất điện. Tương tự, tùy thuộc vào quy mô của dự án, việc thẩm định đầu tư hoặc đánh giá tác động môi trường sẽ do Bộ KHĐT và Bộ TNMT hoặc các đại diện của Bộ, là Sở Kế hoạch và Đầu tư (Sở KHĐT) và Sở Tài nguyên và Môi trường (Sở TNMT) chịu trách nhiệm. Các cơ quan chức năng của tỉnh cũng sẽ xây dựng và thực hiện phương án đền bù và giải phóng mặt bằng, tái định cư đối với các trường hợp thỏa thuận thuê đất. Đối với việc sử dụng năng lượng tiết kiệm và hiệu quả, chính quyền cấp tỉnh sẽ chịu trách nhiệm phát triển và thực hiện các kế hoạch hành động của tỉnh, công tác này đòi hỏi năng lực đáng kể về dữ liệu và kỹ thuật. Ngoài nguồn ngân sách nhà nước được cấp, các tỉnh sẽ chịu trách nhiệm huy động vốn để thực hiện kế hoạch

Hình 2.2. Quản trị năng lượng tái tạo

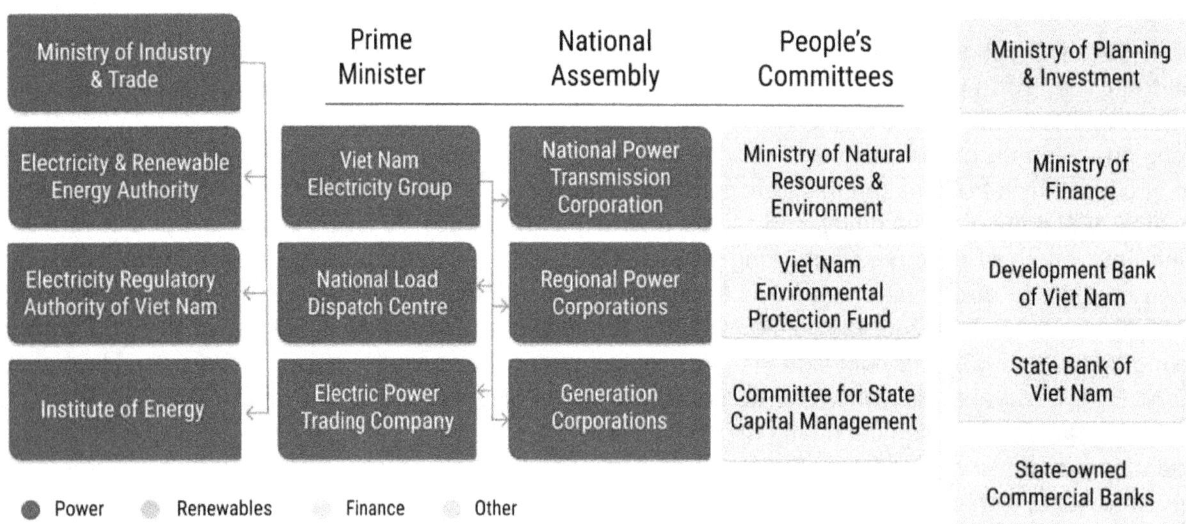

Nguồn: OECD (2021) Trang quốc gia Việt Nam Trang web CEFIM

Hình 2.3. Quản trị sử dụng năng lượng tiết kiệm và hiệu quả

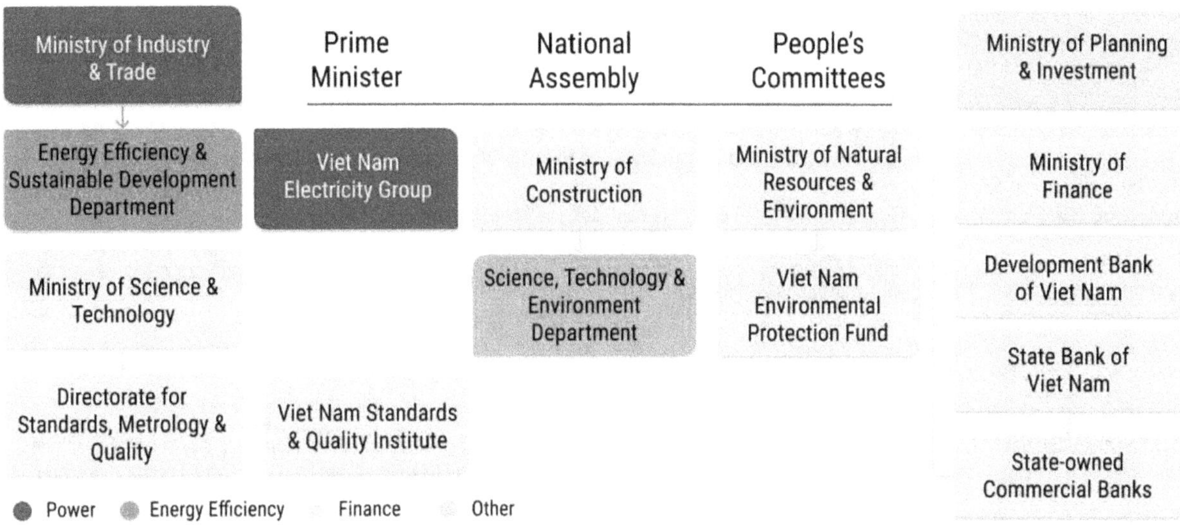

Nguồn: OECD (2021) Trang web CEFIM – Việt Nam

Bảng 2.1. Cơ quan điều phối

Quốc hội	Cơ quan quyền lực nhà nước cao nhất của nước Cộng hòa xã hội chủ nghĩa Việt Nam, cơ quan duy nhất có quyền lập hiến và lập pháp.
Thủ tướng	Người đứng đầu Chính phủ, cơ quan hành chính nhà nước tối cao của nước Cộng hòa xã hội chủ nghĩa Việt Nam, do Quốc hội bổ nhiệm
Ủy ban quốc gia về biến đổi khí hậu	Cơ quan thể chế cấp cao nhất và ủy ban liên bộ phụ trách chính sách về biến đổi khí hậu, xây dựng, điều phối và thực hiện các chính sách khí hậu, đồng thời cung cấp tư vấn cho chính phủ về các vấn đề biến đổi khí hậu.
Các sáng kiến liên ngành	Ban chỉ đạo Chương trình quốc gia về sử dụng năng lượng tiết kiệm và hiệu quả (VNEEP) Ban chỉ đạo Chiến lược tăng trưởng xanh Ban chỉ đạo phát triển điện lực

Bảng 2.2. Bộ chủ quản và các cơ quan trực thuộc

Bộ Công Thương (Bộ CT)	Bộ CT chịu trách nhiệm chung về các chính sách và quy định của ngành năng lượng. • Cục Điều tiết điện lực (ERAV) là cơ quan quản lý và điều tiết các hoạt động liên quan đến thị trường điện, bao gồm cả việc phát triển tất cả các dự án điện. • Cục Điện lực và Năng lượng tái tạo (EREA) là cơ quan có vai trò quản lý chính về năng lượng tái tạo và có thẩm quyền cũng như trách nhiệm điều chỉnh biểu giá điện FiT. • Vụ Tiết kiệm năng lượng và Phát triển bền vững (EESD) là bộ phận tư vấn về tiết kiệm và hiệu quả năng lượng. • Viện Năng lượng là đơn vị thực hiện nghiên cứu quy hoạch phát triển điện lực và năng lượng tái tạo.
Bộ Kế hoạch và đầu tư (Bộ KHĐT)	Bộ KHĐT điều phối các chiến lược phát triển tổng thể của đất nước, quy hoạch và đầu tư quốc gia, đồng thời huy động và quản lý nguồn vốn ODA và tài chính khí hậu. • Cục Đầu tư nước ngoài (FIA), cơ quan xúc tiến đầu tư cung cấp thông tin và hướng dẫn về đầu tư tại Việt Nam. Đây cũng là cơ quan chịu trách nhiệm cấp giấy chứng nhận đăng ký đầu tư. • Viện Nghiên cứu Quản lý Kinh tế Trung ương (CIEM) là viện nghiên cứu quốc gia, đưa ra các đề xuất, kiến nghị về cải cách luật và quy định kinh tế, cơ chế quy hoạch và quản lý và về môi trường kinh doanh.
Bộ Tài chính (Bộ TC)	Bộ TC xây dựng ngân sách nhà nước, chính sách tài khóa, giám sát và điều tiết thị trường tài chính và phối hợp với Bộ KH ĐT xây dựng pháp luật liên quan đến tài chính và ngân sách nhà nước. • Ngân hàng Nhà nước Việt Nam (NHNN) là cơ quan ngang bộ quản lý nhà nước về tiền tệ, hoạt động ngân hàng và ngoại hối, phát hành tiền và ngân hàng của các tổ chức tín dụng. • Ủy ban Chứng khoán Nhà nước Việt Nam (UBCKNN) là ủy ban chịu trách nhiệm quản lý và giám sát chứng khoán và thị trường chứng khoán, và quản lý các dịch vụ công trên các thị trường này.
Bộ Xây dựng	Bộ XD chịu trách nhiệm về xây dựng, vật liệu xây dựng, nhà ở và tòa nhà văn phòng, kiến trúc, quy hoạch xây

(Bộ XD)	dựng đô thị và nông thôn và cơ sở hạ tầng đô thị.
Bộ Khoa học và Công nghệ (Bộ KHCN)	Bộ KHCN chịu trách nhiệm về các hoạt động nghiên cứu khoa học, phát triển công nghệ và đổi mới, bao gồm sở hữu trí tuệ, tiêu chuẩn, đo lường và kiểm soát chất lượng. • Tổng cục Tiêu chuẩn Đo lường Chất lượng (TCĐLCL) chịu trách nhiệm tham mưu trong lĩnh vực tiêu chuẩn, đo lường và chất lượng.
Bộ Tài nguyên và Môi trường (Bộ TNMT)	Bộ TNMT chịu trách nhiệm về các nguồn tài nguyên thiên nhiên như đất, nước và khoáng sản. Bộ hoạt động dựa trên việc xây dựng chính sách khí hậu, lập kế hoạch sử dụng đất ở cấp quốc gia và đóng vai trò là đầu mối của UNFCCC (công ước khung Liên hợp quốc về Biến đổi khí hậu) cũng như chủ trì công tác đánh giá và cập nhật NDC. • Cục Biến đổi khí hậu điều phối hành động về khí hậu trong Bộ TNMT. • Quỹ Bảo vệ môi trường Việt Nam (VEPF) là quỹ quốc gia hoạt động như một tổ chức tài chính nhà nước nhằm hỗ trợ thích ứng và giảm nhẹ biến đổi khí hậu và bảo vệ môi trường thông qua các khoản vay ưu đãi, hỗ trợ lãi suất hoặc cho vay.

Bảng 2.3. Chính quyền khu vực

Uỷ bản nhân dân tỉnh	Cơ quan hành pháp của chính phủ ở cấp tỉnh, có quyền quản lý hành chính và ngân sách. Xây dựng kế hoạch hành động phát triển năng lượng tái tạo và sử dụng năng lượng tiết kiệm và hiệu quả cấp tỉnh để trình Chính phủ phê duyệt.
Hội đồng nhân dân tỉnh	Đại diện cho quyền lực của nhà nước ở cấp địa phương. Bầu và giám sát Ủy ban nhân dân tỉnh.
Các văn phòng cấp tỉnh trực thuộc các bộ chủ quản cấp trung ương	Hỗ trợ Ủy ban nhân dân tỉnh và là cơ quan đại diện bộ chủ quản ở cấp tỉnh (ví dụ: Sở Công Thương là cơ quan đại diện của Bộ Công Thương ở cấp tỉnh)

Đặt mục tiêu dài hạn để thúc đẩy đầu tư vào năng lượng sạch

Việt Nam là quốc gia đặc biệt dễ bị tổn thương trước tác động của biến đổi khí hậu và theo HSBC, Việt Nam xếp hạng thứ 14 trong những nước dễ bị tổn thương khí hậu nhất vào năm 2018 (HSBC, 2018[3]), cụ thể là do phải hứng chịu nhiều lũ lụt, bão nhiệt đới và hạn hán. Một số chiến lược toàn diện về biến đổi khí hậu mà rất nhiều trong số đó đã có trước Thỏa thuận Paris, thể hiện cam kết lồng ghép hoạt động giảm nhẹ và thích ứng vào trong các kế hoạch kinh tế - xã hội. Giá dầu cao và sản xuất thủy điện giảm, do các hiện tượng thời tiết bất lợi, đã góp phần gây ra tình trạng thiếu hụt năng lượng vào đầu những năm 2000. Kể từ đó, Chính phủ đã dành ưu tiên trong việc mở cửa cho đầu tư tư nhân lĩnh vực năng lượng và nâng cao vai trò của công nghệ năng lượng sạch trong các tầm nhìn trung và dài hạn. Các mục tiêu ban đầu về điện mặt trời đã đạt được cùng những tiến triển về hiệu quả năng lượng, nhưng một chiến lược rõ ràng và đầy tham vọng về năng lượng sạch vẫn nên được ưu tiên.

Năng lượng sạch đóng một vai trò quan trọng trong chiến lược an ninh năng lượng dài hạn của Việt Nam

Chiến lược về khí hậu và năng lượng sạch được lồng ghép vào hệ thống quy hoạch quốc gia thông qua việc xây dựng chiến lược phát triển kinh tế - xã hội 10 năm, từ đó đưa ra các kế hoạch phát triển kinh tế - xã hội. Các cột mốc quan trọng trong chương trình nghị sự về năng lượng sạch là Luật Điện lực năm 2004. Luật này đã chính thức hóa việc chuyển từ chế độ độc quyền theo kế hoạch tập trung sang tự do hóa thị trường và kêu gọi đầu tư của khối tư nhân. Tiếp theo là Chiến lược phát triển năng lượng quốc gia đến năm 2020, tầm nhìn đến năm 2050 ban hành năm 2007 (Quyết định số 1855/QĐ-TTg), trong đó ưu tiên đa dạng hóa nguồn năng lượng, công nghệ tiết kiệm năng lượng, tái cơ cấu thị trường điện và hỗ trợ công nghệ tái tạo. Các mục tiêu ban đầu về năng lượng sạch đã được đặt ra thông qua Chiến lược Phát triển năng lượng tái tạo giai đoạn 2016-2030, tầm nhìn đến năm 2050 ban hành năm 2015 (REDS), và hai giai đoạn của Chương trình quốc gia về sử dụng năng lượng tiết kiệm và hiệu quả (VNEEP) từ 2006 đến 2015. Năng lượng sạch cũng là một nội dung chính của Chiến lược Tăng trưởng xanh cho giai đoạn 2011-2020, tầm nhìn đến năm 2050 (Quyết định số 1393/QĐ-TTg) và Nghị quyết số 55NQ/TW (Nghị quyết 55) gần đây với mục tiêu định hướng Chiến lược phát triển năng lượng quốc gia sắp tới của Việt Nam đến năm 2030, tầm nhìn đến năm 2045. Nghị quyết 55 đưa ra các ưu tiên cho hệ thống năng lượng, tập trung vào phát triển năng lượng bền vững, phi carbon hóa, đa dạng hóa và thị trường năng lượng cạnh tranh. Nghị quyết củng cố định hướng của Việt Nam trong việc tăng cường sự tham gia của đầu tư tư nhân vào sản xuất điện, với các điều khoản xung quanh việc loại bỏ các chính sách sai lệch, tăng cường cạnh tranh và tái cơ cấu các doanh nghiệp nhà nước (DNNN), cũng như cải thiện việc sử dụng các công cụ dựa trên cơ chế thị trường.

Mặc dù các chiến lược này đã hỗ trợ hoạt động đầu tư tư nhân và tăng nguồn cung năng lượng, Việt Nam vẫn đang đối mặt với những thách thức về an ninh năng lượng và vẫn phải phụ thuộc nhiều vào nguồn nhiệt điện và thủy điện lớn. Nhu cầu năng lượng gia tăng đang nhanh chóng vượt quá nguồn cung trong nước, dẫn đến việc Việt Nam ngày càng phụ thuộc vào nhập khẩu năng lượng. Với mức tăng trưởng GDP bình quân 6,6% cho giai đoạn 2021-2030 và 5,7% cho giai đoạn 2031-2045, theo dự báo của Bộ KHĐT, nhu cầu năng lượng dự kiến sẽ tiếp tục tăng đáng kể. Trong bối cảnh đó, chiến lược về hiệu quả năng lượng và năng lượng tái tạo trong trung và dài hạn của Việt Nam là cơ hội để đảm bảo nguồn cung năng lượng trong nước ổn định với giá cả phải chăng, đồng thời giải quyết các vấn đề về môi trường và biến đổi khí hậu.

Tham vọng đặt ra trong chiến lược về năng lượng tái tạo đã sớm đạt được

Chiến lược phát triển năng lượng tái tạo (REDS) đến năm 2030, tầm nhìn đến năm 2050 đưa ra định hướng phát triển năng lượng tái tạo trong nước, đặc biệt tập trung vào phát triển điện sinh khối, điện gió trên bờ và điện mặt trời đến năm 2030 và sau đó là tiềm năng phát triển điện gió ngoài khơi. REDS hướng tới mục tiêu tăng tỷ lệ nguồn phát từ điện mặt trời và điện gió ở mức hầu như không có lên lần lượt là 0,5% và 1% tổng sản lượng điện vào năm 2020, và 6% và 2,7% vào năm 2030. Trong việc điều chỉnh QHĐ giai đoạn 2016-2020 (QHĐ VII điều chỉnh), các mục tiêu được thể hiện bằng một loạt danh mục các dự án điện mới từ năng lượng tái tạo với các mục tiêu công suất cho điện mặt trời và điện gió là lần lượt là 800 MW và 850 MW vào năm 2020, và 12000 MW và 6000 MW vào năm 2030.

Đến cuối năm 2020, theo QHĐ VII điều chỉnh, điện mặt trời đã vượt mục tiêu đặt ra cho năm 2030, với công suất lắp đặt ghi nhận được là hơn 17GW. Ngược lại điện gió không đạt chỉ tiêu của năm 2020, chỉ có 538 MW công suất lắp đặt. (Institute of Energy, 2021[4]) . Tuy nhiên, kết quả vẫn vượt chỉ tiêu tổng thể đặt ra cho công suất lắp đặt từ nguồn năng lượng tái tạo (không tính các dự án thủy điện lớn) theo QHĐ VII điều chỉnh (9,9%). Riêng công suất điện mặt trời đã chiếm 25% tổng công suất, gấp 2,5 lần con số chỉ tiêu. Về mặt sản xuất, theo báo cáo của EVN về sản lượng điện, điện mặt trời chiếm 4% tổng sản lượng điện, lớn hơn 8 lần so với mục tiêu về điện mặt trời của REDS cho cùng năm.

Năng lượng tái tạo tiếp tục là lĩnh vực chủ đạo trong các chiến lược mới. Với nhiệm vụ định hướng xây dựng Chiến lược Phát triển Năng lượng Quốc gia sắp tới đến năm 2030, Nghị quyết 55 nhấn mạnh cam kết ngày càng tăng mức đầu tư vào năng lượng sạch. Được công bố vào năm 2020, giữa thời kỳ bùng nổ năng lượng mặt trời, Nghị quyết 55 có cách tiếp cận rộng hơn thông qua việc hướng tới mục tiêu nâng tỷ trọng nguồn năng lượng tái tạo trong tổng nguồn cung năng lượng sơ cấp lên 15-20% vào năm 2030 và 25-30% vào năm 2045. Mặc dù chiến lược đặt ưu tiên sản xuất điện từ các nguồn năng lượng tái tạo nhưng cũng nhấn mạnh rằng song song với việc phát triển điện gió và điện mặt trời, vẫn phải đảm bảo an toàn hệ thống điện quốc gia và chi phí hợp lý. Nghị quyết 55 cũng đặt mục tiêu giảm 15% phát thải khí nhà kính tổng thể từ các hoạt động năng lượng so với kịch bản cơ sở (BAU) tới năm 2030 và 20% tới năm 2045. Phát triển năng lượng tái tạo cũng nằm trong Chiến lược mới về phát triển bền vững kinh tế biển Việt Nam đến năm 2030, tầm nhìn đến năm 2045. Chiến lược này nêu bật sự quan tâm của Việt Nam trong việc hỗ trợ những hoạt động phát triển mới trong năng lượng tái tạo biển và các ngành kinh tế biển mới.

Hiệu quả năng lượng là nội dung nổi bật trong các chiến lược khác nhau nhưng tiến độ triển khai còn chậm

Nền kinh tế của Việt Nam sử dụng rất nhiều năng lượng và được xếp hạng là một trong những quốc gia sử dụng nhiều năng lượng nhất thế giới. Tầm quan trọng của việc sử dụng năng lượng tiết kiệm và hiệu quả như một mục tiêu chính sách đã được nhấn mạnh trong nhiều chiến lược phát triển kinh tế và ngành như Chiến lược tăng trưởng xanh đến năm 2020 và Chiến lược phát triển công nghiệp đến năm 2025. Phần lớn các chiến lược này tập trung vào lĩnh vực sản xuất và công nghiệp, vốn là thành phần cốt lõi của chiến lược phát triển kinh tế và là nhân tố lớn làm tăng nhu cầu năng lượng. Chính sách giá năng lượng không phản ánh đúng chi phí năng lượng và quá trình công nghiệp hóa đang tăng nhanh đã được hưởng lợi từ mức thuế năng lượng đặc biệt thấp theo tiêu chuẩn khu vực và có xu hướng sử dụng điện kém hiệu quả. Việt Nam nhận thức được điều này, như đã thể hiện qua các mục tiêu trong cả hai chiến lược nhằm tăng cường khai thác các công nghệ sử dụng năng lượng hiệu quả và tiết kiệm trong ngành công nghiệp. Tuy nhiên, những mục tiêu tham vọng ban đầu đặt ra trong Chiến lược tăng trưởng xanh 2012 về giảm 1-1,5%/năm mức tiêu thụ năng lượng trên một đơn vị GDP đã không hoàn thành được. Rà soát đánh giá chiến lược này sắp được thực hiện.

Các mục tiêu cụ thể về sử dụng năng lượng tiết kiệm và hiệu quả đã được đặt ra thông qua Chương trình quốc gia về sử dụng năng lượng tiết kiệm và hiệu quả (VNEEP) và đã thành công trên diện rộng. VNEEP I và II trong các giai đoạn 2006-2010 và 2011-2016, lần lượt đặt mục tiêu giảm 3-5% và 5-8% tổng tiêu thụ năng lượng thương mại trong các giai đoạn của những chương trình này. Tiết kiệm năng lượng thương mại lũy kế trong giai đoạn đầu của VNEEP đạt 3.733 KTOE, tương đương 3,4% tổng mức tiêu thụ năng lượng cuối cùng và trong giai đoạn hai đạt 10610 KTOE, tương đương 5,65% tổng mức tiêu thụ năng lượng cuối cùng (RCEE, 2016[5]).

Sau một khoảng thời gian ngắn dừng thực hiện, giai đoạn thứ ba của chương trình VNEEP III khởi động vào năm 2019 và sẽ kéo dài đến năm 2025. Trong giai đoạn này, VNEEP III đặt mục tiêu tiết kiệm 5-7% mức năng lượng tiêu thụ quốc gia, tổn thất điện năng dưới 6,5% và đặt mục tiêu giảm mức tiêu thụ năng lượng trung bình trong một số lĩnh vực công nghiệp (Bảng 2.4) (Quyết định số: 280/QĐ-TTg của năm 2019) (PwC, 2017[6]). Nghị quyết 55 đặt ra các mục tiêu dài hạn là đạt tỷ lệ 7% sử dụng năng lượng tiết kiệm và hiệu quả trên tổng mức tiêu thụ năng lượng cuối cùng vào năm 2030, so với kịch bản cơ sở và đạt khoảng 14% vào năm 2045.

Bảng 2.4. Mức tiết kiệm năng lượng tiêu thụ của VNEEP III trong các lĩnh vực công nghiệp so với giai đoạn 2015-2018

Lĩnh vực công nghiệp	Tiết kiệm năng lượng tiêu thụ
Ngành thép (tùy thuộc vào quy trình sản xuất)	3-10%
Ngành hóa chất	7%
Ngành sản xuất nhựa	18-22,46%
Ngành xi măng	7,5%
Ngành dệt may	5%
Ngành đồ uống có cồn	3-6,88%
Ngành sản xuất giấy (tùy theo quy mô sản xuất)	8-15,8%

Nguồn: RCEE (2016) Đánh giá-Chương trình-quốc gia-về-sử dụng-năng lượng-tiết kiệm-và-hiệu quả-giai đoạn ii

Củng cố chương trình nghị sự toàn diện về khí hậu thông qua các cam kết quốc tế

Cơ cấu quản trị được củng cố bằng các chính sách quốc gia toàn diện về biến đổi khí hậu. Ba chiến lược cốt lõi về biến đổi khí hậu là Chiến lược quốc gia về biến đổi khí hậu năm 2011 (Quyết định số 2139/QĐ-TTg), Chiến lược quốc gia về tăng trưởng xanh giai đoạn 2011-2020, tầm nhìn đến năm 2050 (Quyết định số 1393/QĐ-TTg), và Chiến lược Bảo vệ môi trường quốc gia đến năm 2020, tầm nhìn đến năm 2030 (Quyết định số 1216/QĐ-TTg) được xây dựng năm 2012 nhằm hạn chế ô nhiễm và suy thoái môi trường. Chiến lược biến đổi khí hậu đặt ra một số mục tiêu đến năm 2050, hướng đến phát triển nền kinh tế carbon thấp và tập trung vào tính bền vững, thích ứng và khả năng phục hồi. Được xây dựng để hỗ trợ thực hiện Chiến lược về biến đổi khí hậu thông qua tăng trưởng nhanh, hiệu quả và bền vững, Chiến lược về tăng trưởng xanh đặt ra mục tiêu trở thành một nền kinh tế carbon thấp, đồng thời làm giàu tài nguyên thiên nhiên.

Năm 2020, Việt Nam trở thành quốc gia thứ 9 đệ trình bản NDC cập nhật theo Thỏa thuận Paris năm 2015. NDC đặt trọng tâm vào lĩnh vực năng lượng với tiềm năng giảm nhẹ tác động của biến đổi khí hậu và phù hợp với các dự báo phát triển kinh tế - xã hội mới nhất cho đến năm 2030, các mục tiêu cắt giảm phát thải đã được điều chỉnh từ 8% lên 9% bằng nguồn lực trong nước và từ 25% lên 27% khi có hỗ trợ quốc tế so với kịch bản cơ sở (BAU) và năm cơ sở được tính toán là 2014 (Hình 2.4). Các mục tiêu có điều kiện phụ thuộc vào sự hỗ trợ quốc tế nhận được thông qua quan hệ hợp tác song phương, đa phương và thông qua các cơ chế theo Thỏa thuận Paris. Do sự gia tăng đáng kinh ngạc của các dự án điện từ năng lượng tái tạo kể từ năm 2019 theo các quy định về biểu giá điện FiT, Việt Nam đã và đang đi đúng hướng để đạt được các mục tiêu giảm thiểu phát thải. Chính phủ cho biết sẽ xây dựng bản cập nhật của NDC sau khi QHĐ VIII cho giai đoạn 2021-2030 được hoàn thiện (E3G, 2021[7]).

Hình 2.4. Các mục tiêu NDC cập nhật của Việt Nam đến năm 2030

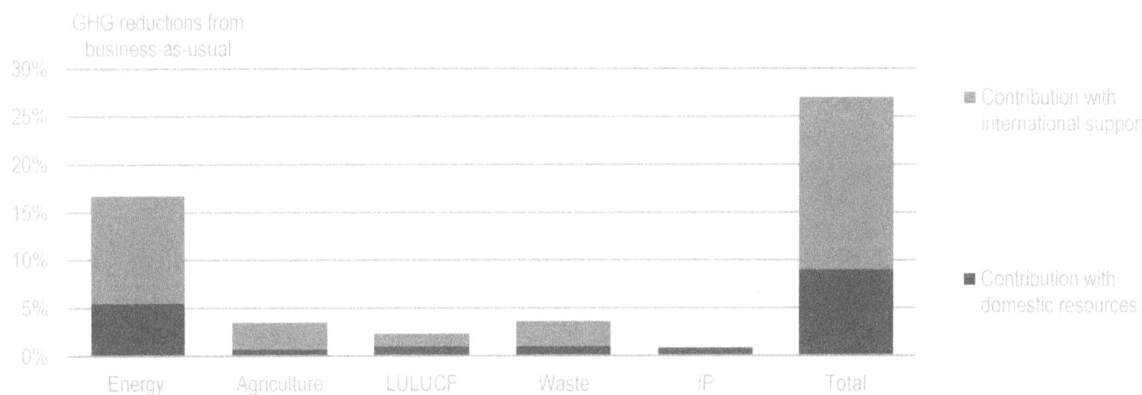

Lưu ý: Giảm LULUCF thểhiện sựgia tăng hấp thụkhí nhà kính
Nguồn: Cộng hòa xã hộ chủnghĩa Việt Nam (2020) Cập nhậ các khoản đóng góp do quốc gia tựquyế định

StatLink https://stat.link/0hprf8

Kế hoạch sử dụng năng lượng tiết kiệm và hiệu quả

Trước tình trạng thiếu hụt năng lượng vào đầu những năm 2000, Việt Nam đã chuyển trọng tâm sang nâng cao hiệu quả của việc khai thác và sử dụng năng lượng sơ cấp, như được ưu tiên trong pháp luật thông qua Nghị định về Sử dụng năng lượng tiết kiệm và hiệu quả ban hành năm 2003 và Luật Điện lực năm 2004. Năm 2006, kế hoạch hành động quốc gia về sử dụng năng lượng tiết kiệm và hiệu quả đầu tiên, được gọi là Chương trình quốc gia về sử dụng năng lượng tiết kiệm và hiệu quả (VNEEP), đã được phê duyệt (Hình 2.5).

Hình 2.5. Chương trình quốc gia về sử dụng năng lượng tiết kiệm và hiệu quả (VNEEP)

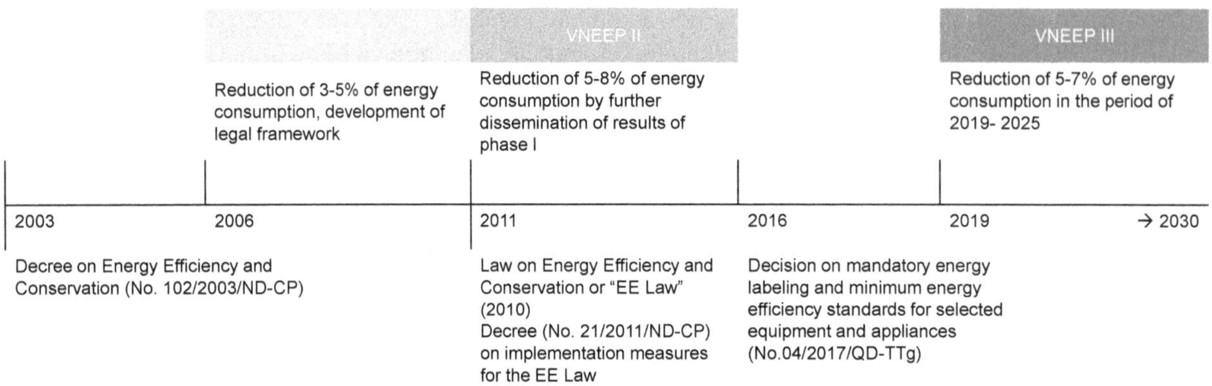

Nguồn: Quyết định số 280/QĐ-TTg của Chính phủ Việt Nam (2019)

VNEEP là công cụ chính để lập kế hoạch sử dụng năng lượng tiết kiệm và hiệu quả

VNEEP là công cụ chính để lập kế hoạch thúc đẩy sử dụng năng lượng tiết kiệm và hiệu quả. Tất cả những hoạt động sử dụng năng lượng tiết kiệm và hiệu quả ở các lĩnh vực được lồng ghép vào VNEEP. VNEEP hoạt động như một công cụ điều phối cho các tiểu dự án và chương trình do các đối tác phát triển quốc tế tài trợ. Nhiều cột mốc pháp lý quan trọng đã đạt được trong VNEEP I và II, bao gồm Luật số 50/2010/QH-12 về sử dụng năng lượng tiết kiệm và hiệu quả (Luật sử dụng năng lượng tiết kiệm và hiệu quả) và các nghị định thi hành luật (Quyết định số 1427/QĐ-TTg năm 2012). Trong thời gian này, các yêu cầu dán nhãn năng lượng tự nguyện và bắt buộc cũng như các tiêu chuẩn hiệu suất năng lượng trong tòa nhà cũng đã được đưa ra.

Tuy nhiên, có thể nói rằng động lực từ những thành công ban đầu này đã bị ảnh hưởng do sự chậm trễ trong việc phê duyệt chương trình hành động tiếp theo vào cuối giai đoạn thực hiện VNEEP II. Điều này dẫn đến việc mất đi nguồn nhân lực trong chính quyền, nhất là ở cấp tỉnh. VNEEP III đã được phê duyệt vào năm 2019 và đề ra các hoạt động theo kế hoạch trong giai đoạn 2019-2025 và tầm nhìn đến năm 2030. VNEEP III mong muốn phát huy những thành tựu của VNEEP I và II với các mục tiêu về sử dụng năng lượng tiết kiệm và hiệu quả trong trung hạn cho cả nền kinh tế nói chung và các lĩnh vực công nghiệp nói riêng, đồng thời thông qua việc phát triển hơn nữa môi trường pháp lý, VNEEP III sẽ tăng cường giám sát và thực thi tuân thủ, đồng thời xây dựng các kỹ năng thị trường thông qua đào tạo và cấp chứng nhận (Hộp 2.2).

Hộp 2.2. Chương trình quốc gia về sử dụng năng lượng tiết kiệm và hiệu quả của Việt Nam 2019-2025, tầm nhìn đến năm 2030 (VNEEP III)

Các hoạt động ưu tiên

- Rà soát, xây dựng và hoàn thiện cơ chế, chính sách về sử dụng năng lượng tiết kiệm và hiệu quả
- Cung cấp hỗ trợ kỹ thuật và tài chính
- Xây dựng trung tâm dữ liệu năng lượng Việt Nam
- Nâng cao năng lực sử dụng năng lượng tiết kiệm và hiệu quả
- Tăng cường công tác kiểm tra, giám sát
- Truyền thông nâng cao nhận thức cộng đồng
- Tăng cường hợp tác quốc tế
- Nghiên cứu khoa học và phát triển công nghệ
- Thành lập các quỹ thúc đẩy sử dụng năng lượng tiết kiệm và hiệu quả

Nguồn: Bộ CT (2018) VIỆT NAM - CHƯƠNG TRÌNH QUỐC GIA VỀ SỬ DỤNG NĂNG LƯỢNG TIẾT KIỆM VÀ HIỆU QUẢ GIAI ĐOẠN 2019 - 2030

VNEEP III khẳng định vai trò phối hợp

Chương trình VNEEP I và II đã cho thấy sự cần thiết của việc phối hợp chặt chẽ giữa trung ương và địa phương, cũng như giữa các bộ và giữa các chiến lược quốc gia. Đặc biệt, các chính sách về sử dụng năng lượng tiết kiệm và hiệu quả chưa được đề cập đầy đủ trong các quy hoạch tổng thể các ngành. Việc đưa nội dung sử dụng năng lượng tiết kiệm và hiệu quả vào QHĐ VIII là một công cụ quan trọng để đảm bảo sự phối hợp và cơ chế ưu tiên cao hơn.

VNEEP đã nhận được sự hỗ trợ của các tổ chức quốc tế như Ngân hàng Thế giới, JICA, DANIDA, UNIDO và IFC, dưới hình thức hỗ trợ tài chính, hỗ trợ kỹ thuật và đào tạo phát triển nguồn nhân lực. Mức độ phối hợp trong các hoạt động hỗ trợ này còn thấp ở cả VNEEP I và II đã dẫn đến một số chồng chéo và khả năng sử dụng kém hiệu quả các nguồn lực. Một trong những mục tiêu chính của VNEEP III là công cụ điều phối để huy động các nguồn lực trong nước và quốc tế để thực hiện chính sách, hỗ trợ kỹ thuật, nghiên cứu, phát triển sản phẩm, chuyển đổi thị trường và nâng cao năng lực.

VNEEP III có sự tham gia của nhiều bên, bao gồm Thủ tướng Chính phủ, các bộ, ngành, các hiệp hội đang hoạt động trong lĩnh vực sử dụng năng lượng tiết kiệm và hiệu quả, chính quyền địa phương và các nhóm năng lượng. Trong khuôn khổ VNEEP III, một ban chỉ đạo chương trình đã được thành lập để điều phối việc này, bao gồm các bộ, ngành và hiệp hội tham gia, do Thủ tướng Chính phủ chủ trì và Bộ CT làm Phó ban chỉ đạo thường trực. Ngoài ra, Bộ CT cũng có văn phòng giúp việc, chịu trách nhiệm chính trong việc phối hợp với các bộ, ngành trong chương trình VNEEP để xác định các kế hoạch và nhiệm vụ hàng năm. Bộ CT phối hợp với Bộ TC và Bộ KHĐT hoàn thiện danh mục các nhiệm vụ và dự án sẽ được thực hiện.

Trong ban chỉ đạo, việc xây dựng các nhiệm vụ và phân bổ trách nhiệm được phân chia giữa một số bộ và các đơn vị trực thuộc, bao gồm EESD của Bộ CT hoặc Tổng cục Tiêu chuẩn, Đo lường và Chất lượng của Bộ KHCN. Các tổ chức phi chính phủ cũng có những vai trò nổi bật, chẳng hạn như Hội Khoa học và Công nghệ sử dụng năng lượng tiết kiệm và hiệu quả Việt Nam (VECEA), Hội đồng Công trình xanh Việt Nam (VGBC) hoặc các công ty tư vấn, chẳng hạn như Trung tâm Nghiên cứu và Phát triển về Tiết kiệm năng lượng (Enerteam) và Sáng kiến về Chuyển dịch năng lượng Việt Nam (VIET), cung cấp thông tin đầu vào cho việc thiết kế các chính sách và quy định về năng lượng sạch.

Ban chỉ đạo làm việc trực tiếp với các bên liên quan khác trong lĩnh vực năng lượng như EVN để tư vấn về nội dung kế hoạch và thực hiện các hoạt động sử dụng năng lượng tiết kiệm và hiệu quả của chính các đơn vị này theo chương trình quản lý nhu cầu điện tự đề ra.

Hình 2.6. Ban chỉ đạo VNEEP III

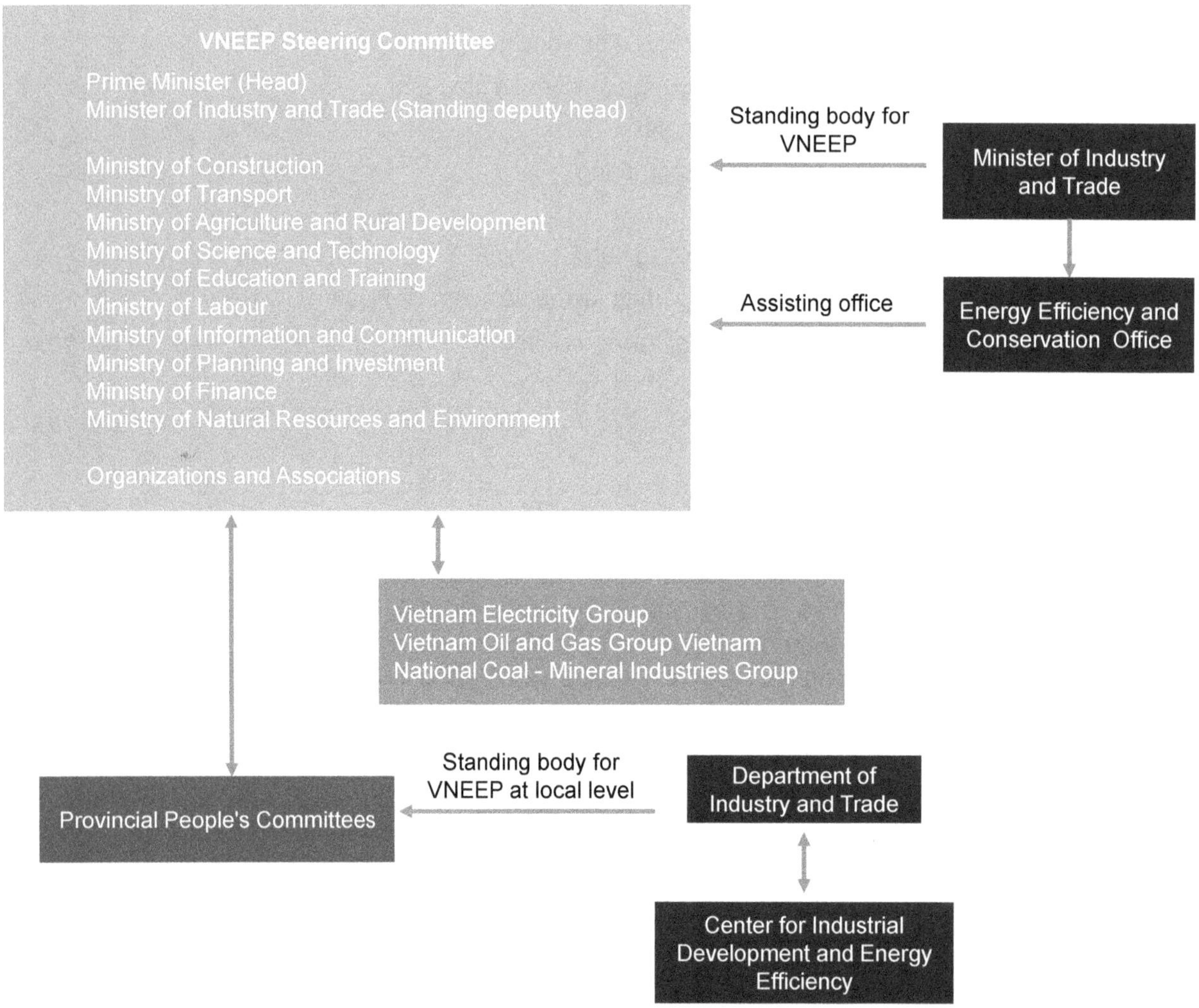

Nguồn: Quyết định số280/QĐ-TTg của Chính phủViệt Nam (2019)

Chú trọng nhiều hơn vào vai trò của chính quyền cấp tỉnh và thành phố trong VNEEP III

Trong khi VNEEP I và II chủ yếu bao gồm các sáng kiến do trung ương lãnh đạo, thì VNEEP III lại chú trọng nhiều hơn vào các hành động ở cấp tỉnh và thành phố. Bộ CT đề xuất mục tiêu tổng thể của VNEEP III cho các tỉnh dựa trên tình hình tiêu thụ năng lượng hiện tại, dự báo nhu cầu năng lượng theo kịch bản phát triển kinh tế - xã hội của địa phương, tiềm năng sử dụng năng lượng tiết kiệm và hiệu quả thông qua các giải pháp công nghệ và tiềm năng tiết kiệm năng lượng trong nhiều lĩnh vực. Theo đó, các tỉnh được phân nhóm theo 7 khung mục tiêu, từ 4,75% đến 7,25% mục tiêu tiết kiệm năng lượng trong giai đoạn 2020-2025. Mục đích của cách tiếp cận này là nhằm trao quyền tự chủ nhiều hơn cho các tỉnh trong việc xác định các hành động dựa trên điều kiện cụ thể và thường rất khác nhau của mỗi tỉnh; trong khi một số tỉnh có thể là trung tâm công nghiệp lớn, nhưng những tỉnh khác có thể lại thiên về nông nghiệp hoặc các khu vực nông thôn. UBND tỉnh xây dựng kế hoạch thực hiện VNEEP ở các cấp chính quyền địa phương, được gọi là kế hoạch hành động về sử dụng năng lượng tiết kiệm và hiệu quả cấp tỉnh (EEAP), đưa ra lộ trình và mục tiêu phù hợp với thẩm quyền và phân bổ kinh phí để thực hiện, kiểm tra và giám sát các chương trình của địa phương. Sau khi kế hoạch đã được phê duyệt, Bộ CT sẽ phân bổ ngân sách cho các hoạt động đã xác định. Vào tháng 3/2021, 40 trong số 63 địa phương đã trình Bộ CT phê duyệt kế hoạch hành động chương trình sử dụng năng lượng tiết kiệm (EEAP) cho giai đoạn 2020-2025, các địa phương còn lại vẫn đang trong giai đoạn xây dựng. Ở cấp tỉnh, đại diện của Bộ CT là Sở CT sẽ chủ trì công tác giám sát và báo cáo kết quả. Quá trình lập kế hoạch này đòi hỏi phải có đầy đủ dữ liệu và sự hỗ trợ của các chuyên gia, điều này có thể sẽ gây khó khăn cho các tỉnh. Do đó, sự thành công hay thất bại của VNEEP III phụ thuộc nhiều vào năng lực của các cán bộ và tài chính của cấp địa phương. Bộ CT đang hỗ trợ quá trình này bằng cách tuyển dụng thêm các chuyên gia về các tỉnh này để hỗ trợ lập kế hoạch và xây dựng quy trình thu thập dữ liệu cải thiện những điểm còn thiếu sót. Theo dự kiến, sẽ có một đơn vị mới của Bộ CT đóng vai trò là cơ sở hỗ trợ bổ sung cho mục đích này.

Khung thể chế cho thị trường điện

Những tiến triển đã đạt được hướng tới một thị trường điện cạnh tranh một phần

Luật Điện lực năm 2004 đã chính thức hóa định hướng của Việt Nam trong việc dần xóa bỏ cơ chế độc quyền dựa trên các kế hoạch tập trung để hướng tới một thị trường điện cạnh tranh với sự đầu tư tư nhân vào sản xuất điện. Kể từ những năm 1990, Việt Nam đã tiến hành cải cách ngành điện để đảm bảo nguồn điện hiệu quả với giá cả phải chăng cũng như đảm bảo an ninh nguồn cung lâu dài. Để có thể tự do hóa thị trường điện, quá trình cải cách đòi hỏi phải cơ cấu lại các doanh nghiệp nhà nước, Tập đoàn Điện lực Việt Nam (EVN), và quan trọng là thành lập Cục Điều tiết điện lực (ERAV). Luật Điện lực quy định ba giai đoạn khác nhau của việc tự do hóa thị trường điện, bắt đầu với thị trường phát điện cạnh tranh, sau đó là thị trường bán buôn cạnh tranh và cuối cùng là sự ra đời của thị trường bán lẻ cạnh tranh. Thị trường bán buôn hiện đang trong giai đoạn thử nghiệm, với 53% tổng công suất lắp đặt đã tham gia thị trường vào năm 2019 (EVN, 2020[8]). Dự kiến thị trường sẽ hoạt động đầy đủ vào năm 2021. Năm 2020, 97 nhà máy điện tham gia trực tiếp và 26 nhà máy tham gia gián tiếp vào thị trường bán buôn (ERAV, 2020[9]). Khi đi vào hoạt động đầy đủ, thị trường bán buôn sẽ đóng một vai trò quan trọng trong việc khai thác và nâng cao tính linh hoạt của hệ thống, cũng như khuyến khích sản xuất điện hiệu quả dựa trên chi phí thấp nhất, qua đó cho phép giảm thiểu phát thải và ô nhiễm do chi phí sản xuất điện từ năng lượng tái tạo thấp hơn. Giá điện sẽ phản ánh các điều kiện thực tế hệ thống , khuyến khích tăng hoặc giảm công suất phát điện khi cần thiết. Điều này không chỉ đúng đối với hoạt động sản xuất điện truyền thống có thể điều độ mà còn đúng đối với sản xuất điện từ năng lượng tái tạo với khả năng đáp ứng linh hoạt (ví dụ bằng cách chọn tự cắt giảm) khi được khuyến khích thực hiện.

Vai trò của EVN trong việc sản xuất điện đang thay đổi trong quá trình tự do hóa thị trường

Mặc dù cơ cấu và vai trò của EVN và các đơn vị trực thuộc đã có những thay đổi, nhưng EVN vẫn nắm phần lớn mức độ chi phối ở vai trò quản lý trung tâm và có ràng buộc chặt chẽ với nhà nước (Bộ CT) thông qua cả cơ cấu pháp lý và quản trị công ty. Theo cơ cấu hiện nay, chính phủ là cơ quan chỉ đạo các khoản đầu tư của EVN, Ban Lãnh đạo của EVN bổ nhiệm các thành viên trong hội đồng quản trị của các đơn vị trực thuộc EVN. Ngoài ra, EVN sở hữu và đặt ra những mục tiêu sản lượng và dịch vụ cho các tổng công ty điện lực (các đơn vị phân phối và bán lẻ điện theo khu vực) và Hội đồng quản trị của các tổng công ty này sẽ báo cáo trực tiếp cho EVN. EVN và các đơn vị trực thuộc được quản lý và kiểm soát tập trung theo cơ cấu quản trị tại trụ sở chính của EVN (World Bank, 2020[10]).

Hiện nay, EVN hoạt động với tư cách là công ty mẹ của một số đơn vị trực thuộc, bao gồm các tổng công ty phát điện (GENCO), Trung tâm Điều độ Hệ thống điện Quốc gia (EVN NLDC), Tổng công ty Truyền tải điện Quốc gia (EVN NPTC), các Tổng công ty Điện lực và Công ty Mua bán điện (EPTC). Vào cuối năm 2018, EVN sở hữu 59% tổng công suất lắp đặt từ ba GENCO bao gồm cả các nguồn thủy điện chiến lược thuộc EVN. Như vậy, EVN vẫn giữ thế độc quyền trong hoạt động vận hành, truyền tải, phân phối và bán lẻ dù cơ cấu đã có phân tách một phần. Mặc dù việc tách EVN thành các đơn vị khác nhau có thể nâng cao tính độc lập trong hoạt động, nhưng cơ cấu như vậy sẽ không hoàn toàn khiến các nhà đầu tư tư nhân an tâm do EVN được coi là chủ sở hữu các nhà máy điện và là công ty mẹ của các đơn vị quan trọng trong thị trường điện. Các đơn vị này bao gồm EPTC và NLDC. EPTC mua tất cả điện từ nguồn năng lượng tái tạo của các đơn vị sản xuất điện độc lập (IPP), còn NLDC xác định việc điều độ và cắt giảm công suất (sẽ được thảo luận trong chương 4). Do không có khuôn khổ điều độ tần suất cho cho thị trường dịch vụ phụ trợ nên chủ yếu sẽ là các nhà máy thủy điện đa mục tiêu của EVN cung cấp các dịch vụ này.

Trước đây, EVN đã đóng vai trò chủ đạo trong việc phát triển, sở hữu và vận hành tất cả các tài sản của hệ thống điện. Tuy nhiên, quy mô đầu tư yêu cầu trong QHĐ VIII để đáp ứng tăng trưởng nhu cầu năng lượng đã vượt quá khả năng đầu tư và tài chính của EVN. Thu hút đầu tư tư nhân vào lĩnh vực sản xuất điện sẽ tiếp tục được ưu tiên như đã nêu trong các quy hoạch tổng thể ngành cũng như Chiến lược phát triển năng lượng quốc gia. Đặc biệt, theo dự kiến trong tương lai, sự hiện diện của EVN trong lĩnh vực sản xuất điện sẽ bị hạn chế và Tập đoàn sẽ chỉ sở hữu các tài sản chiến lược như các nhà máy thủy điện đa mục tiêu có vai trò quản lý thủy lợi hoặc lũ lụt. Để hiện thực hóa tham vọng này, các khoản đầu tư mới sẽ chịu sự giám sát của Ủy ban Quản lý vốn nhà nước tại doanh nghiệp (CMSC) để đảm bảo tuân thủ các quy định liên quan đến việc sử dụng vốn và tài sản. Cho đến nay, vai trò của EVN trong đầu tư vào sản xuất điện từ năng lượng tái tạo ngoài thủy điện còn hạn chế, điều này thúc đẩy mở thị trường này cho khu vực tư nhân.

Cần củng cố các cơ quan có thẩm quyền trong thị trường điện

Để đạt được những mục tiêu đầy tham vọng này, Việt Nam sẽ cần phát triển nguồn sản xuất điện mới nhanh chóng, an toàn và ít tốn kém nhất cho người tiêu dùng. Giám sát và quản trị hiệu quả có vai trò rất quan trọng để đảm bảo rằng hệ thống điện trong tương lai của Việt Nam phát triển phù hợp với các mục tiêu chính sách tổng thể của quốc gia và đáp ứng hiệu quả nhu cầu của người dùng và xã hội nói chung. Điều quan trọng là sự chuyển đổi trong ngành điện của Việt Nam không chỉ dừng lại ở thay đổi tỉ trọng nguồn phát điện. Các nỗ lực tái cơ cấu hiện nay và trong kế hoạch, bao gồm cả việc phân tách cơ cầu nguồn phát, kế hoạch tăng cường tính độc lập của NLDC và sự ra đời của thị trường điện bán buôn, sẽ ảnh hưởng sâu sắc đến cách thức phát triển và tích hợp nguồn phát điện mới vào hệ thống.

Sự giám sát hiệu quả của ERAV đối với các yếu tố liên kết này là rất quan trọng để đảm bảo thành công. Cục có vai trò thiết lập các luật định và tiêu chuẩn về lưới điện, cấp giấy phép và xây dựng các nguyên tắc thiết lập biểu giá điện cũng như giám sát tổng thể hệ thống điện. Với sự gia tăng nhanh chóng của nguồn điện từ năng lượng tái tạo, khả năng quy hoạch và vận hành hệ thống của ERAV vẫn chưa thực sự sẵn sàng cho một hệ thống điện có tỷ trọng năng lượng biến thiên cao. Hơn nữa, phạm vi thẩm quyền của ERAV đôi khi bị giới hạn, trong đó có phân định rõ ràng về quyền hạn của Cục, của EVN hoặc EREA. Ví dụ: mặc dù ERAV chịu trách nhiệm xem xét các quy hoạch tổng thể về phát triển các nguồn điện, lưới điện truyền tải và phân phối, và nhu cầu tài chính của các quy hoạch này, nhưng trọng tâm tư vấn của Cục chủ yếu xoay quanh vấn đề về an ninh nguồn cung cấp điện. (ADB, 2015[11]) . Việc phát triển đường dây truyền tải nằm ngoài thẩm quyền quản lý của Cục. Một phần vai trò của ERAV là cân bằng kỹ lưỡng mức giá cả phù hợp với chi phí đồng thời cố gắng giảm thiểu gánh nặng kinh tế đối với các hộ gia đình có thu nhập thấp của đất nước. Những hạn chế như vậy trong quyền hạn của ERAV khiến khả năng thực hiện những hoạt động nêu trên của Cục sẽ gặp khó khăn. Quyền hạn của Cục trong việc tăng giá điện cũng bị ràng buộc bởi một hệ thống có cấu trúc. Biểu giá điện cố định chỉ có thể được xác định theo Quyết định 24/2017/QĐ-TTg. Cụ thể, Bộ CT sẽ phê duyệt mức tăng từ 5-10%, các mức tăng trên 10% sẽ được trình Thủ tướng Chính phủ phê duyệt.

Với cấu trúc quản trị phân cấp, ERAV chịu sự ràng buộc rất chặt chẽ với Bộ CT trong việc ra quyết định và các hoạt động khác của đơn vị (World Bank, 2020[10]). ERAV có nhiệm vụ giám sát và thực thi việc tuân thủ các quy định của thị trường điện và đóng vai trò là trọng tài giải quyết tranh chấp chính đối với các hợp đồng mua bán điện. Khi hệ thống điện của Việt Nam tiếp tục phát triển, đặc biệt là việc chuyển từ chương trình biểu giá điện FiT sang hệ thống đấu thầu mới nhưng vẫn chưa được xác định rõ ràng, vai trò giải quyết tranh chấp của ERAV có thể ngày càng trở nên quan trọng. Do ngân sách hoạt động của ERAV hoàn toàn do chính phủ cấp nên Cục phụ thuộc về cơ cấu vào Bộ CT. Do EVN cũng thuộc sở hữu gần như hoàn toàn của Chính phủ và chịu sự ràng buộc chặt chẽ của Bộ CT, điều này sẽ tạo ra tính bất trắc cho các nhà đầu tư về việc liệu các quyết định của ERAV có công bằng, khách quan và không có sự can thiệp chính trị hay không.

Hình 2.7. Cơ cấu thị trường điện

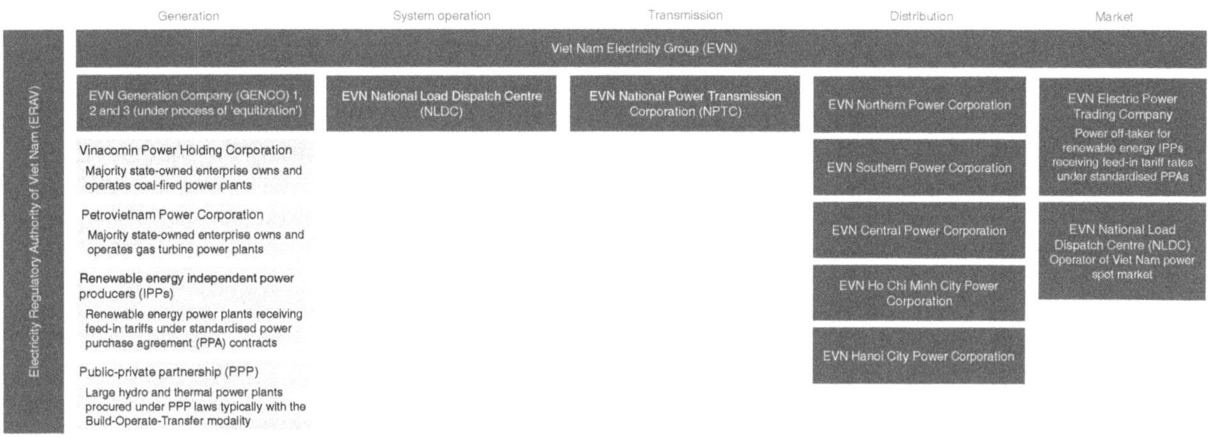

Nguồn: Bộ Công Thương

Quy hoạch điện

Trong khi thị trường điện phát triển theo hướng tự do hóa, quy hoạch điện vẫn là một nhiệm vụ lớn của Chính phủ, đòi hỏi sự phối hợp chặt chẽ giữa các bộ chủ quản và các cơ quan chính phủ. Trong hệ thống quy hoạch tổng thể từ trên xuống, quy hoạch điện nằm trong quy hoạch tổng thể ngành quốc gia, được gọi là Quy hoạch phát triển điện lực. Đây là tài liệu quy hoạch quan trọng nhất dành cho các nhà đầu tư và đơn vị phát triển năng lượng sạch, trong đó xác định một kế hoạch trung hạn, mang tính quy định để bổ sung công suất cho tất cả các công nghệ phát điện.

Mức bổ sung công suất điện mặt trời bùng nổ vào năm 2019, vượt xa chỉ tiêu QHĐ VII điều chỉnh năm 2020

Quy hoạch điện lực giai đoạn 2011-2020, tầm nhìn đến năm 2030 thuộc QHĐ VII đã được rà soát và điều chỉnh thành QHĐ VII điều chỉnh vào năm 2016 thông qua Quyết định số 428/QĐ-TTg. Việc rà soát này nhằm đáp ứng các xu hướng giảm chi phí công nghệ năng lượng tái tạo toàn cầu, và ứng phó với tình hình chậm trễ trong triển khai các nhà máy điện truyền thống cũng như tình hình an ninh năng lượng đang ngày càng xấu đi. Điểm thay đổi nổi bật nhất trong QHĐ VII là nhấn mạnh hơn nữa vào phát triển năng lượng tái tạo, loại bỏ công suất nhà máy điện hạt nhân theo kế hoạch cho năm 2020 và giảm nhập khẩu theo kế hoạch trong dài hạn. Bên cạnh đó, việc tự do hóa thị trường, cân đối công suất giữa các các nguồn điện giữa các khu vực và đảm bảo độ tin cậy của hệ thống cung cấp điện cũng được chú trọng hơn.

Theo QHĐ VII điều chỉnh, một dự án phát điện được bổ sung vào QHĐ là một bước quan trọng trong quá trình phê duyệt dự án và do đó QHĐ sẽ được thiết kế không chỉ như một kế hoạch chiến lược mà còn là một công cụ để kiểm soát từ trên xuống đối với việc quy hoạch hệ thống và bổ sung công suất. Mặc dù vậy, việc bổ sung công suất điện mặt trời đã vượt mục tiêu năm 2025, qua đó nhấn mạnh những cân nhắc quan trọng về sự phối hợp và tính linh hoạt trong quá trình xây dựng QHĐ (Hình 2.7, Hình 2.8). Trong khi QHĐ được xây dựng theo hướng từ trên xuống, trong trung và dài hạn, các quyết định đầu tư lại được trình từ dưới lên trong các khoảng thời gian ngắn để tận dụng các điều kiện chính sách thuận lợi. Để tận dụng hỗ trợ rất lớn về biểu giá điện FiT sắp hết thời hạn áp dụng, gần 4 GW công suất điện mặt trời đã được nối lưới điện quốc gia, nâng tổng công suất điện mặt trời từ 0,86 MW vào năm 2018, lên 4,4 GW vào tháng 6/2019. Các dự án IPP đã lựa chọn vị trí và trình các nghiên cứu tích hợp lưới điện cho EVN. Tuy nhiên EVN đánh giá các nghiên cứu này dựa trên từng trường hợp cụ thể mà không thấy được bức tranh đầy đủ về việc các dự án sẽ đưa vào vận hành thương mại. Ở cấp tỉnh, sự thiếu rõ ràng và thống nhất về các thông số đánh giá hoặc hạn mức giới hạn cấp tỉnh dẫn đến số lượng dự án được cấp phép đầu tư cao hơn nhiều so với kế hoạch. (World Bank Group, 2019[12]) . Việc triển khai nhanh chóng như vậy đối với năng lượng tái tạo biến thiên trong mô hình về công suất phụ tải cơ sở tập trung lớn đang được sử dụng đã dẫn đến mức độ tắc nghẽn lưới điện và cắt giảm công suất cao lên. Điều này cụ thể đã xảy ra ở các khu vực miền Trung, nơi có nhu cầu điện thấp và các khu vực có tiềm năng cao về năng lượng tái tạo ở miền Nam như Ninh Thuận, Bình Thuận, Đắk Lắk, Gia Lai và Quảng Trị (Vietnam Energy, 2020[13]). Điều đó nhấn mạnh yêu cầu quy hoạch linh hoạt hơn để thích ứng với môi trường thay đổi nhanh chóng.

Hình 2.8. QHĐ VII điều chỉnh các chỉ tiêu khai thác và công suất lắp đặt vào năm 2020

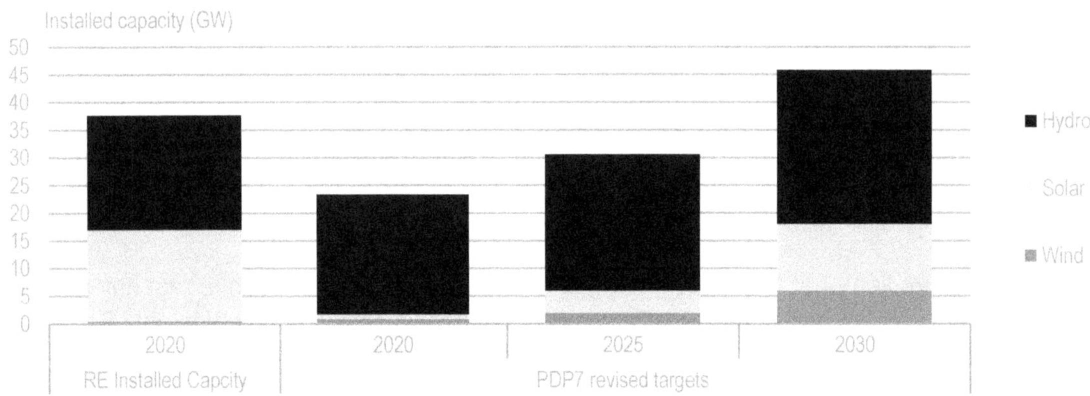

Ghi chú: GW = gigawatt

Nguồn: Chính phủ Việt Nam (2016), Quyết định số 428/QĐ-TTg của Thủ tướng Chính phủ phê duyệt QHĐ VII sửa đổi EVN (2020)

StatLink https://stat.link/y3p2ir

Hình 2.9. Phát triển các ngành điện gió và mặt trời (công suất lắp đặt) đến năm 2030

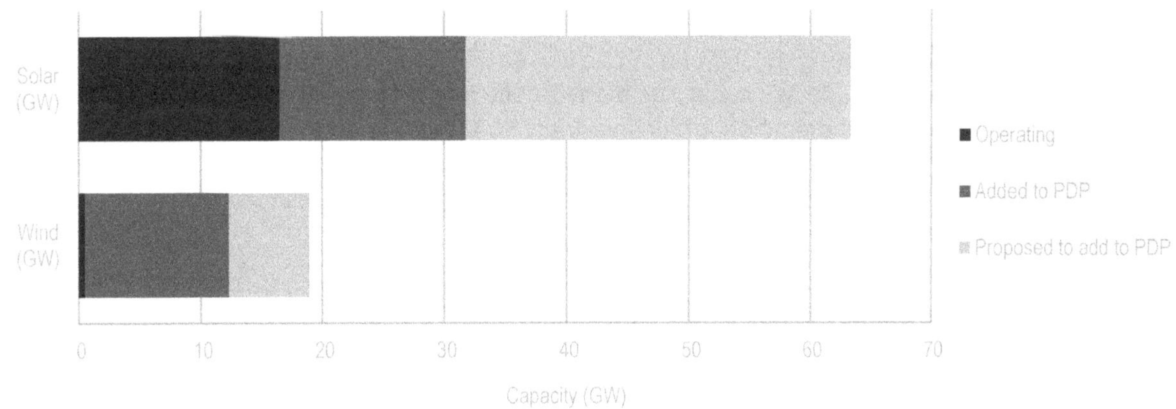

Ghi chú: GW = gigawatt. Điện mặt trời bao gồm điện mặt trời mái nhà

Nguồn: Công văn số 10052/BCT-ĐL ngày 28/12/2020 và Văn bản số 196/TTg-CN ngày 18/02/2021 về phát triển điện gió của Chính phủ Việt Nam (2020), Công văn số 84/BCT-ĐL ngày 07/01/2021 về phát triển điện mặt trời của Chính phủ Việt Nam (2020)

StatLink https://stat.link/1nrf9m

Phối hợp giữa các quy hoạch tổng thể vẫn là một vấn đề theo luật quy hoạch mới

Trong quá trình đánh giá QHĐ VII, Bộ CT đã nhấn mạnh các vấn đề liên quan đến mức độ phối hợp và sự không thống nhất giữa các quy hoạch tổng thể dẫn đến hiện tượng chồng chéo và thiếu tính liên kết giữa các quy hoạch cơ sở hạ tầng, năng lượng và điện. Các quy hoạch này được phát triển vào các thời điểm khác nhau và do các các bên liên quan điều phối, cuối cùng dẫn đến cơ chế ưu tiên đầu tư không hiệu quả (Institute of Energy, 2021[4]). Hàng loạt quy hoạch tổng thể hiện nay đang được lập theo Luật Quy hoạch mới (số 21/2017/QH14) và Nghị định số 37/2019/NĐ-CP (Nghị định 37) về hướng dẫn thực hiện Luật Quy hoạch. Trong quá trình tổng kết QHĐ trước đó, Bộ CT thừa nhận việc điều chỉnh và bổ sung quy hoạch chưa kịp thời, ảnh hưởng đến phát triển hệ thống điện và hoạt động đầu tư của khu vực tư nhân. Mặc dù luật quy hoạch mới có quy định về cơ chế phối hợp, việc thực hiện cơ chế này vẫn chưa rõ ràng ở cấp trung ương, làm chậm trễ quá trình lập kế hoạch phát triển kinh tế - xã hội trong giai đoạn quy hoạch.

Theo hệ thống phân cấp quy hoạch từ trên xuống mới được cập nhật, các quy hoạch ngành cấp quốc gia, chẳng hạn như QHĐ, phải được xây dựng dựa trên quy hoạch tổng thể quốc gia, quy hoạch sử dụng đất quốc gia và quy hoạch không gian biển quốc gia, quy hoạch ngành cấp quốc gia sẽ được sử dụng làm cơ sở để hình thành các quy hoạch cấp vùng, tỉnh, đô thị và nông thôn. QHĐ cũng phải phù hợp với các quy hoạch ngành khác, chẳng hạn như Quy hoạch tổng thể năng lượng quốc gia, trong đó giám sát cơ sở hạ tầng năng lượng và Quy hoạch tổng thể phát triển hệ thống cảng biển, liên quan đến nhập khẩu khí hóa lỏng (LNG) và than, quy hoạch hệ thống đô thị và nông thôn để đưa ra định hướng để phát triển nguồn và lưới điện đáp ứng nhu cầu tiêu thụ điện năng. Tại thời điểm trình dự thảo QHĐ VIII vào tháng 2/2021, quy hoạch tổng thể quốc gia, quy hoạch sử dụng đất quốc gia và quy hoạch không gian biển quốc gia vẫn chưa được hoàn thiện, yêu cầu cần phải cập nhật QHĐ để có các điều chỉnh phù hợp.

Việc xây dựng QHĐ cần có sự tham gia của rất nhiều bên liên quan

Quá trình hình thành QHĐ vẫn đòi hỏi sự tham gia của rất nhiều bên liên quan ở nhiều bộ khác nhau, dẫn đến chồng chéo trách nhiệm trong các hoạt động. Ở cấp quốc gia, quy trình này do Bộ CT chủ trì, phối hợp với Bộ KHĐT, Bộ TNMT, Bộ TC và EVN xây dựng và thực hiện quy hoạch và trình Thủ tướng Chính phủ phê duyệt. Viện Năng lượng (IE), một viện nghiên cứu trực thuộc Bộ CT, thực hiện việc lập mô hình hệ thống với việc lựa chọn công nghệ tối ưu hóa chi phí để hỗ trợ xây dựng QHĐ tổng thể. Bộ KHĐT chịu trách nhiệm về các quy định và hướng dẫn liên quan về chính sách đầu tư và quy hoạch đối với vấn đề cung cấp điện và mở rộng lưới điện và Viện Chiến lược phát triển (viện nghiên cứu của Bộ) sẽ hỗ trợ IE trong công tác dự báo. Bộ TNMT chịu trách nhiệm về các vấn đề liên quan đến sử dụng đất và quy hoạch không gian biển cho các dự án trong QHĐ, cũng như các vấn đề liên quan tới tác động về môi trường, bao gồm tài nguyên nước và rừng. Bộ TC chủ trì các vấn đề liên quan đến ngân sách cho QHĐ quốc gia, và các quy định về thuế và phí đối với các dự án điện từ năng lượng tái tạo. Ở cấp tỉnh, UBND tỉnh là đầu mối xây dựng quy hoạch phát triển điện lực tỉnh và trình Bộ CT, trong đó EREA chịu trách nhiệm thẩm định các quy hoạch phát triển điện lực vùng. Sở CT tỉnh điều phối quá trình lập kế hoạch và ngân sách, lấy ý kiến của Sở KHĐT, Sở TNMT, Sở TC và các đơn vị trực thuộc của EVN trước khi trình UBND tỉnh phê duyệt (Hình 2.10).

Trong bối cảnh thay đổi nhanh chóng cả về GDP và nhu cầu năng lượng tăng trưởng cao, cũng như chi phí công nghệ năng lượng tái tạo giảm, việc cập nhật và sửa đổi QHĐ theo chu kỳ mười năm một lần không thể đảm bảo định hướng phát triển hệ thống điện ở mức tối ưu và tiết kiệm chi phí nhất trong suốt thời kỳ quy hoạch. Yêu cầu về quy hoạch có định hướng tới tương lai, thích ứng tốt và nhanh nhạy, có thể đáp ứng các nhu cầu và cơ hội đang phát triển của thị trường cũng đã được nêu rõ trong bản đánh giá đa chiều gần đây của OECD cho Việt Nam. Bản đánh giá đã chỉ ra việc sử dụng các công cụ như phương pháp tiếp cận lộ trình chính sách thích ứng động (DAPP) có thể giúp ứng phó với những bất ổn trong tương lai bằng cách sử dụng phương pháp phân tích kịch bản để hình thành các cơ chế ứng phó chính sách phù hợp (OECD, 2020[14]).

Giống như tất cả các quy hoạch tổng thể, luật quy hoạch mới dự kiến sẽ có quy định về việc đánh giá lại QHĐ sau 5 năm. Việc cam kết nguồn lực đầy đủ cần thiết để điều phối các kế hoạch liên kết cập nhật đồng thời làm dấy lên lo ngại về khả năng điều chỉnh chính sách kịp thời. Điều này đã được Chính phủ Việt Nam ghi nhận trong dự thảo QHĐ VIII, trong đó đề xuất khả năng cập nhật và sửa đổi linh hoạt, thường xuyên hơn trong suốt thời kỳ quy hoạch. Tuy nhiên, quy trình, tiêu chí, mức độ có thể sửa đổi và tiến trình sửa đổi dường như vẫn chưa rõ ràng.

Hình 2.10. Các bên tham gia vào quá trình xây dựng QHĐ

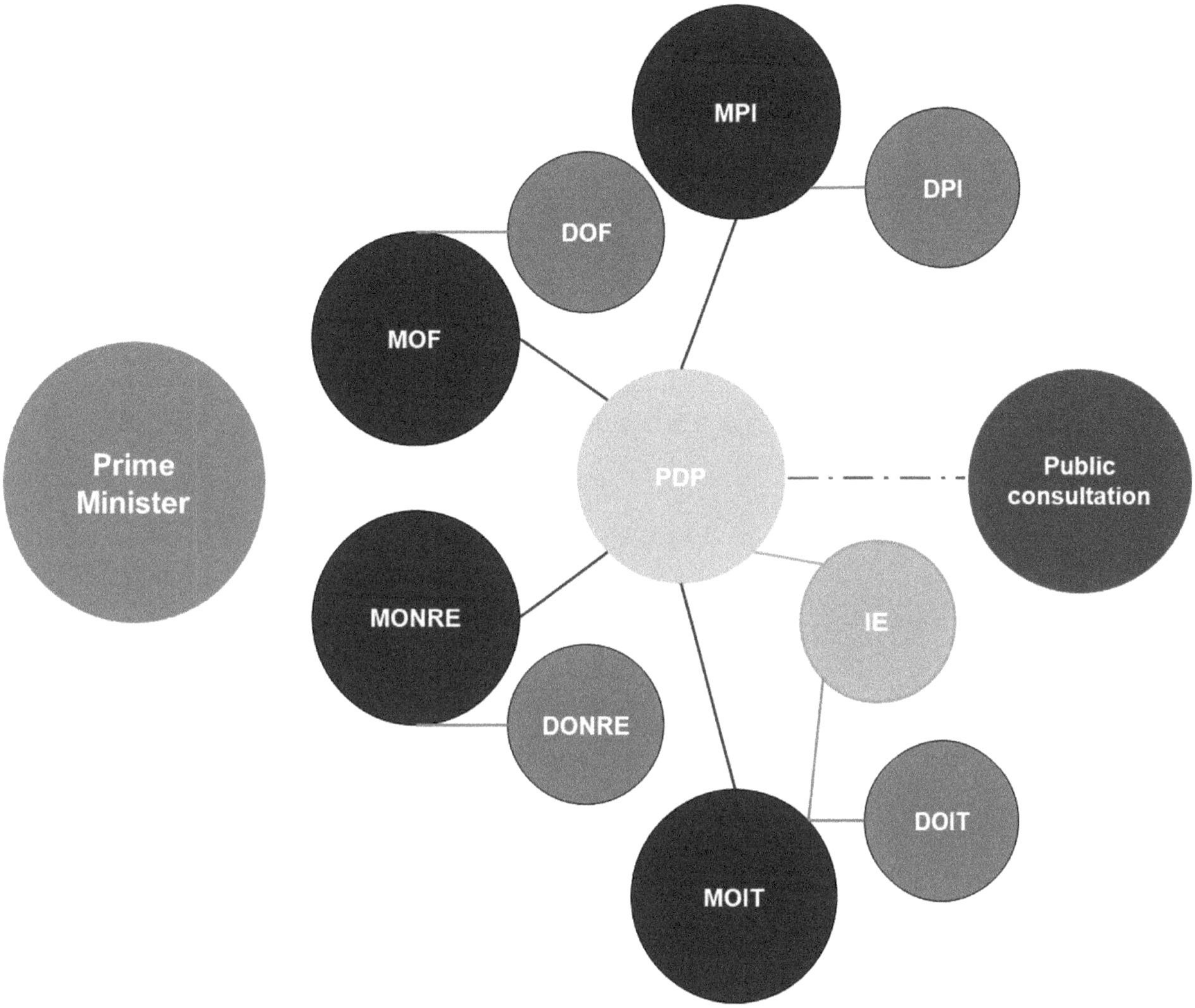

Nguồn: Quốc hội – Chính phủ Việt Nam (2017), Luật số 21/2017/QH14

QHĐ VIII đặt ra các mục tiêu chính trong phát triển ngành điện cho những thập kỷ tới

Dự thảo QHĐ VIII đã được gửi tham vấn rộng rãi vào tháng 2/2021 và bản điều chỉnh đã được công bố vào tháng 9 năm 2021, trong đó trình bày chiến lược về ngành điện của Việt Nam giai đoạn 2021 -2030, tầm nhìn đến năm 2045. Quy hoạch này khác với các quy hoạch trước đó là không bao gồm danh mục dự án được phê duyệt riêng lẻ cục bộ. Danh mục này trước đây bao gồm tất cả các dự án, trừ các dự án chiến lược và dài hạn như dự án điện khí LNG, điện gió ngoài khơi và điện hạt nhân. Thay đổi này giúp chuyển dịch sang cơ chế đấu thầu cạnh tranh, trong đó các dự án sẽ được xác định và đấu thầu theo cơ chế "rolling" (đấu thầu luân phiên từng dự án để đáp ứng mức công suất trong chỉ tiêu). Để nhất quán về phương thức thực hiện, bản dự thảo QHĐ VIII cũng đã đặt ra chỉ tiêu công suất cho mỗi tỉnh.

Tỷ lệ năng lượng tái tạo (không bao gồm thủy điện) trong QHĐ VIII đã tăng lên gần 24% vào năm 2030, trong khi tại QHĐ VII điều chỉnh, con số này chỉ ở mức 16%. Điện gió dự kiến sẽ tăng từ khoảng 0,5 GW vào năm 2020 lên khoảng 11,8 GW vào năm 2030 và 48,1 GW vào năm 2045, chiếm lần lượt 9% và 18% tổng công suất lắp đặt trong năm 2030 và 2045. Công suất điện mặt trời sẽ đạt 18,6 GW vào năm 2030, tăng lên 51,5 GW vào năm 2045, lần lượt chiếm 14% và 20% tổng công suất lắp đặt. Dự thảo QHĐ VIII có tỷ trọng năng lượng tái tạo cao hơn so với QHĐ VII điều chỉnh và mức độ triển khai các nhà máy điện than thấp hơn. Tỷ trọng công suất điện than đã giảm xuống còn 31% vào năm 2030 so với mức 43% trong

Quy hoạch Điện VII điều chỉnh và không có lượng công suất điện than bổ sung mới được đưa vào quy hoạch sau năm 2035. Ngoài ra, cũng có sự chuyển dịch lớn sang sử dụng LNG nhập khẩu cho các dự án điện khí - mục tiêu công suất đốt cho năm 2040 tăng hơn gấp đôi so với QHĐ trước đó, đạt 62 GW vào năm 2040, và phần lớn lượng công suất mới này đều sử dụng LNG nhập khẩu. Đối chiếu dự thảo gần đây với phiên bản tháng 2 cho thấy lùi triển khai một số lượng công suất từ điện gió (6 GW), sinh khối và năng lượng tái tạo khác (2 GW) cho đến sau năm 2030 và tăng công suất điện than (3 GW) so với cùng kỳ. Điều này là do nhu cầu theo dự báo có giảm trong ngắn hạn do tác động kinh tế của COVID và lo ngại về khả năng tích hợp tỷ trọng cao hơn nguồn năng lượng tái tạo biến thiên trong ngắn hạn.

Mục tiêu đầy tham vọng từ chiến lược tích hợp LNG cho các dự án điện và tiếp tục triển khai các nhà máy điện than mang lại rủi ro về giá nhiên liệu và rủi ro về triển khai vốn (Hộp 2.3). Mức độ và thời gian giảm tăng trưởng thị trường năng lượng tái tạo cho đến năm 2030 cũng có thể gây gián đoạn cho các chuỗi cung ứng đang ổn định và năng lực địa phương đã được xây dựng trong suốt thời kỳ áp dụng cơ chế FiT. Hơn nữa, dự thảo QHĐ VIII sẽ tiếp tục làm tăng mức phát thải của ngành trong bối cảnh Việt Nam đang hướng tới mục tiêu giảm 27% lượng phát thải liên quan đến năng lượng như đã nêu trong các NDC có điều kiện theo Thỏa thuận Paris.

Bảng 2.5. Các mục tiêu đặt ra trong dự thảo QHĐ VIII

Nguồn điện	Công suất lắp đặt	QHĐ VII điều chỉnh (2016)	QHĐ VII điều chỉnh (2016)	QHĐ VIII Dự thảo lần 1 (02/2021)		QHĐ VIII Dự thảo điều chỉnh (09/2021)	
	2020	2030	2030	2030	2045	2030	2045
Nhiệt điện than	22 077	55 477	55 477	37 323	49 918	40 649	50 699
Nhiệt điện khí và nhiệt điện dầu	8 977	19 016	19 016	28 871	66 504	27 471	61 933
Thủy điện + Thủy điện tích năng (bao gồm cả thủy điện quy mô nhỏ)	20 859	27 871	27 871	25 992	33 492	26 684	35 677
Điện gió	538	5 990	5 990	18 010	39 610	11 820	48 110
Điện mặt trời	17 126	11 765	11 765	18 640	55 090	18 640	51 540
Điện sinh khối và NLTT khác	325	3 444	3 444	3 150	5 310	1 170	5 250
Điện nhập khẩu	1 236	1 508	1 508	5 677	5 677	3 936	8 743
Điện hạt nhân	0	4 600	4 600	0	0	0	0
Tổng công suất lắp đặt	69 258	129 671	129 671	137 663	276 601	130 370	261 952

Ghi chú: giá trị thể hiện công suất tính bằng megawatt
Nguồn: Bộ CT (2021), Dự thảo QHĐ VIII bản tháng 2/2021; Bộ CT (2021) Dự thảo QHĐ VIII bản tháng 9/2021

Hộp 2.3. An ninh năng lượng và Quy hoạch Phát triển Điện VIII

Quy hoạch Phát triển Điện (QHĐ) VIII trong giai đoạn tới của Việt Nam sẽ điều chỉnh mức đầu tư vào ngành điện trong giai đoạn 2021-2030, tầm nhìn dài hạn đến năm 2045. Việc phê duyệt quy hoạch tổng thể bị chậm kể từ cuối năm 2020 do chờ kết quả của hai vòng tham vấn, một vòng ở tháng 2 năm 2021 và một vòng vào tháng 9 năm 2021. Dự thảo hiện tại vẫn duy trì vai trò chủ đạo của nguồn nhiệt điện, tăng hơn gấp đôi công suất nhiệt điện than vào năm 2035 (nhưng không có kế hoạch bổ sung công suất sau năm nay) và dự kiến xây dựng đáng kể các nhà máy điện khí sử dụng LNG nhập khẩu. Sau giai đoạn bùng nổ triển khai các dự án điện mặt trời tại Việt Nam trong những năm gần đây, chúng ta có thể thấy rằng hiện chính phủ chưa có kế hoạch tăng thêm nhiều công suất điện mặt trời cho đến sau năm 2030. Tương tự, trong số 12 GW công suất điện gió theo kế hoạch trước năm 2030, 4,5 GW sẽ bắt đầu vận hành thương mại vào năm 2021. Các công trình nhiệt điện, đặc biệt là từ nguồn than, sẽ không chỉ tạo tác động xấu đến môi trường mà còn có thể dẫn đến phá vỡ an ninh năng lượng của Việt Nam nếu việc triển khai bị chậm trễ, như đã từng xảy ra trong quá khứ. Việc đảm bảo rằng rủi ro về giá nhiên liệu có thể được giảm thiểu một cách thỏa đáng cũng sẽ rất quan trọng khi sự phụ thuộc vào nhập khẩu than và LNG tăng lên. Đến năm 2035, gần 50% nguồn cung điện sẽ dựa vào than hoặc LNG nhập khẩu, tăng lên so với mức 15% vào năm 2021.

Hình 2.11. Công suất phát dự kiến trong dự thảo QHĐ VIII

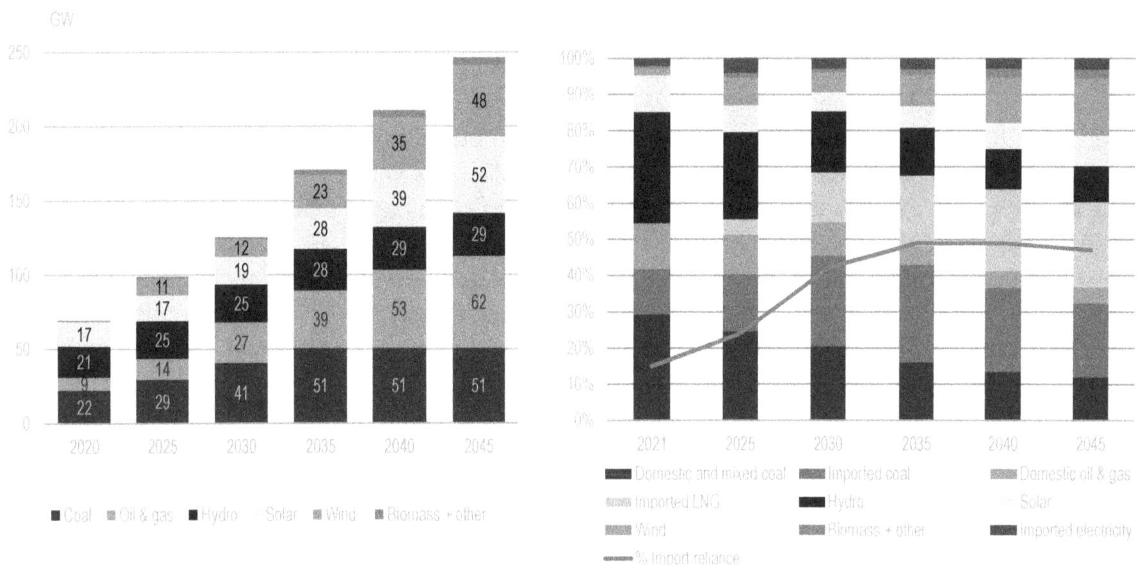

Ghi chú: "% phụ thuộc nguồn nhập khẩu" được tính bằng tổng lượng điện nhập khẩu và điện năng được tạo ra từ các nhà máy điện hoàn toàn sử dụng nhiên liệu nhập khẩu, chia cho tổng lượng điện cung cấp. Nhóm "than nội địa và hỗn hợp" bao gồm sản lượng điện từ các nhà máy điện sử dụng than trong nước hoặc hỗn hợp than trong nước và nhập khẩu. Tính toán "% phụ thuộc nguồn nhập khẩu" không tính các nhà máy.

Nguồn: VIET dựa trên dự thảo QHĐ VIII

StatLink https://stat.link/872zpu

Về nguyên tắc, các nhà máy nhiệt điện khí tự nhiên, sử dụng LNG nhập khẩu, cung cấp nguồn công suất phát điện sạch hơn và linh hoạt hơn so với các nhà máy nhiệt điện than (hoặc chạy dầu). Tuy nhiên, quy mô phát triển đầy tham vọng đặt ra hai thách thức liên quan đến việc triển khai dự án và biến động giá cả. Kế hoạch phát triển cơ sở hạ tầng nhập khẩu LNG của Việt Nam bắt đầu từ năm 2008, và đã đề xuất xây dựng trạm LNG nổi đầu tiên vào năm 2020 (khi đó dự kiến khởi công vào năm 2012) nhưng chưa thực hiện (International Oil Daily, 2008 [16]) (Reuters, 2010 [17]). Trong những năm gần đây, và đặc biệt kể từ năm 2017, sự quan tâm của nhà đầu tư đối với các dự án điện từ LNG đã tăng lên đáng kể, và tính đến tháng 9 năm 2021, ước tính có khoảng 140 GW sản lượng điện từ nguồn LNG (với hơn 40 dự án điện) đang ở các giai đoạn quy hoạch và triển khai (ACSV Legal, 2021 [18]). Trong đó, chỉ có chín dự án với tổng công suất khoảng 18 GW được chính thức thông qua trong PDP VII điều chỉnh, có hiệu lực cho đến khi thông qua PDP VIII bản cuối cùng, mặc dù nhiều dự án vẫn đang chờ chính phủ xem xét (Thu Vũ, 2021 [19]). Cho đến nay, chỉ có hai dự án với tổng công suất 2,7 GW đã đi vào giai đoạn xây dựng và dự kiến sẽ đi vào hoạt động trong năm tới: dự án điện Hiệp Phước và Nhơn Trạch 3 và 4, dự kiến sẽ nhận nguồn LNG qua trạm Hải Linh và Thị Vải). Tiến độ tương đối chậm này so với mục tiêu 18 GW vào năm 2030 của chính phủ được nêu trong PDP VII điều chỉnh cho thấy tính phức tạp trong cơ cấu và cơ chế tài chính cho các dự án điện LNG nói chung và một số đặc điểm trong khuôn khổ đầu tư của Việt Nam nói riêng.

Kinh nghiệm toàn cầu về cơ sở hạ tầng tích hợp LNG vào dự án điện chỉ giới hạn ở một số ít các dự án, chủ yếu nằm ở Nam Mỹ và Caribe. Cho đến nay, chỉ có hai dự án được hoàn thành ở khu vực Châu Á Thái Bình Dương. Các dự án phát điện từ LNG bao gồm hai thành phần cơ sở hạ tầng chính: trạm nhập khẩu LNG và nhà máy nhiệt điện khí. Các yếu tố bổ sung có thể bao gồm các đường ống kết nối và đường dẫn khí. Điều này làm tăng tính phức tạp, đòi hỏi phải có thêm giấy phép và phê duyệt cũng như quản lý rủi ro của từng dự án. Trong trường hợp của Việt Nam, LNG và các thành phần năng lượng đều chịu sự điều chỉnh của hai quy hoạch tổng thể quốc gia khác nhau, hai bộ luật khác nhau và hai cơ quan quản lý khác nhau (Freshfields Bruckhaus Deringer, 2021 [20]). Cấp vốn các dự án như vậy bằng khoản tài trợ dự án có đảm bảo cũng cần có các cuộc đàm phán kéo dài về phân bổ rủi ro. Việc đảm bảo bao tiêu theo PPA thường là điều kiện tiên quyết để cấp vốn cho dự án, nhưng điều này vẫn chưa được EVN đề xuất (Watson Farley & Willams, 2021 [21]). Ngoài ra, một số yếu tố về khuôn khổ pháp lý của Việt Nam đối với các khoản đầu tư cho dự án điện LNG, đặc biệt là các quy định về bảo lãnh chính phủ, khả năng chuyển đổi tiền tệ và luật hiện hành đều có điều kiện thấp hơn các yêu cầu về khả năng cấp vốn vay ngân hàng của các bên cho vay tài chính dự án. Những thách thức này có nghĩa là việc triển khai sản xuất điện từ nguồn LNG ở Việt Nam có thể tiếp tục bị chậm tiến độ và không đạt mục tiêu của chính phủ, từ đó gây ra thiếu nguồn cung cho quốc gia.

Hình 2.12. Đường cong giá LNG ở thị trường giao ngay và đường cong giá trong hợp đồng tương lai

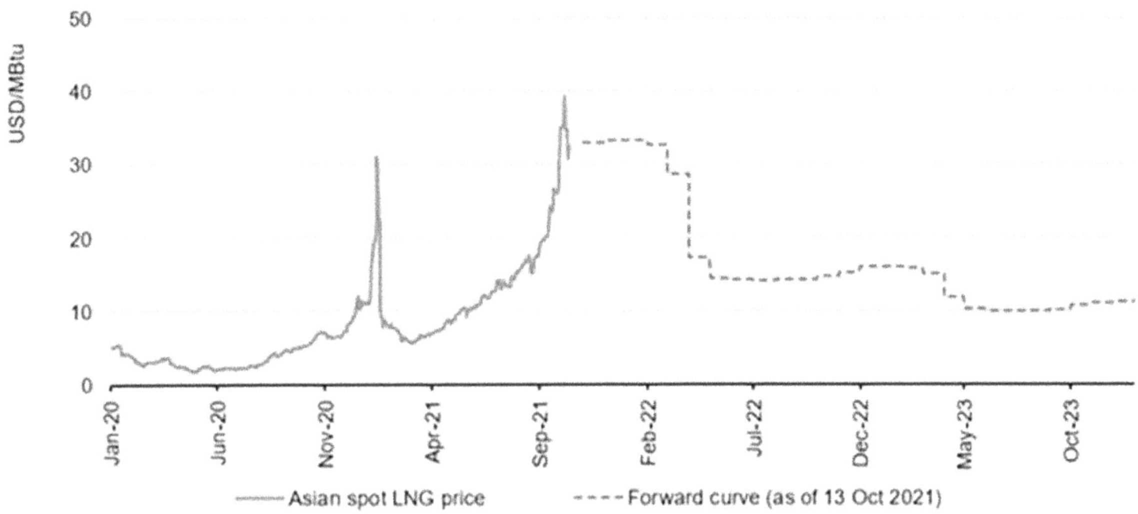

Nguồn: ICIS, CME Group

Thách thức thứ hai liên quan đến việc Việt Nam có thể phải chịu tăng giá quá mức trên thị trường LNG giao ngay. Giá LNG giao ngay tại châu Á đã tăng gấp hai lần vào năm 2021 và gần đây đã đạt mức cao nhất do sự phục hồi mạnh mẽ sau Covid, thời tiết khắc nghiệt và sự thiếu hụt nguồn cung đã dẫn đến tình trạng thắt chặt chưa từng có trên thị trường khí đốt toàn cầu. Trong hoàn cảnh đó, các nền kinh tế mới nổi nhạy cảm về giá (với các doanh nghiệp ít có khả năng xử lý tình trạng chi phí nhiên liệu tăng cao cho khách hàng hoặc tự chịu gánh nặng tài chính) có thể buộc phải cắt giảm việc mua nhiên liệu trên thị trường giao ngay. Ví dụ, trong đợt tăng giá trước đó vào tháng 1 năm 2021, Ấn Độ, Pakistan và Bangladesh đều ghi nhận lượng nhập khẩu LNG giảm mạnh so với cùng kỳ năm trước (lần lượt giảm 15%, 5% và 32% trong tháng 1) do yếu tố bất ổn định về giá đã khiến có một số hợp đồng đấu thầu LNG giao ngay không được chuyển nhượng do giá chào mua quá cao. Chính điều này đã góp phần gây ra tình trạng thiếu khí đốt và đan xen giữa việc giảm tải và chuyển đổi nhiên liệu từ khí đốt ở mỗi quốc gia (IEA, 2021 [22]). Tình trạng tăng vọt giá LNG giao ngay có thể hạn chế bằng cách thống nhất khối lượng theo các hợp đồng có kỳ hạn, từ đó có thể làm giảm biến động bằng cách lập chỉ số giá theo giá chuẩn của trung tâm dầu khí (hoặc một công thức tổng hợp kết hợp một số tham chiếu giá) thông qua sử dụng đường trung bình động từ 3 đến 6 tháng và đường cong s trong công thức, đồng thời áp dụng tính linh hoạt của khối lượng tăng và giảm để cho phép tối ưu hóa hơn giữa nguồn cung theo hợp đồng và mua hàng trên thị trường giao ngay. Trên thực tế, phần lớn LNG được bán vào khu vực Châu Á Thái Bình Dương được mua theo các hợp đồng dài hạn dựa trên chỉ số giá dầu và bớt chịu tác động từ giá giao ngay bất ổn hiện nay. Tuy nhiên, EVN khá cẩn trọng trong việc chấp nhận rủi ro thị trường (ví dụ như hình thức PPA với tỷ lệ đảm bảo bao tiêu ở mức cao) và điều này có thể làm hạn chế khả năng của các nhà tài trợ dự án trong việc chốt phần lớn nguồn cung nhiên liệu bằng các hợp đồng dài hạn. Do đó, điều này sẽ làm tăng nguy cơ thường xuyên định giá trị trường giao ngay quá cao và không thể sản xuất điện.

Các dự án than cũng phải đối mặt với những rủi ro đáng kể, đặc biệt liên quan đến nguồn vốn và chi phí tài chính. Các đối tác quan trọng trong khu vực chuyên cho vay trong lĩnh vực cơ sở hạ tầng, cụ thể là Hàn Quốc, Trung Quốc và Nhật Bản, gần đây đều tham gia thực hiện cam kết mức phát thải ròng về "0" (Net- Zero) và đã báo hiệu ý định chấm dứt tài trợ cho các dự án liên quan tới than ở thị trường nước ngoài. Chi phí vốn cho việc khai thác than ở thượng nguồn và phát điện cũng đang có xu hướng tăng lên. Phân tích của Chương trình Tài chính Bền vững Oxford cho thấy chênh lệch cho vay để khai thác than trong giai đoạn 2011-2020 tăng lên so với thập kỷ trước. Dữ liệu từ các thị trường mới nổi ở Mỹ Latinh, Trung Quốc và Đông Nam Á, cũng cho thấy mức chênh lệch khai thác than tăng lần lượt là 56%, 32% và 12%, và thể hiện xu hướng tăng hơn nữa ở các thị trường thuộc OECD với mức chênh lệch ở châu Âu, Bắc Mỹ và Úc. tăng 134%, 80% và 71%. Tình trạng này tương tự ở Đông Nam Á, tăng 63% so với cùng kỳ (Zhou, Wilson và Caldecott, 2021 [23]). Bối cảnh tài chính thắt chặt cho các dự án cơ sở hạ tầng liên quan tới than sẽ tạo ra áp lực lạm phát đối với chi phí bình ổn của điện từ các nguồn than, có thể sẽ gia tăng khi hành động toàn cầu được thúc đẩy để đáp ứng các cam kết về khí hậu theo Thỏa thuận Paris.

Phân tích của Viện Rocky Mountain cho thấy tỷ trọng của các nhà máy điện than trên toàn thế giới, vốn không có khả năng cạnh tranh với các giải pháp thay thế từ nguồn năng lượng tái tạo sẽ đạt 56% vào năm 2022 và 78% vào năm 2025 (Benn và cộng sự, 2018 [24]). Việt Nam cũng có điểm mạnh này, với năng lượng mặt trời quy mô lớn đã giảm 55% chi phí trong những năm gần đây với LCOE ước tính khoảng 0,082 USD/ kWh vào năm 2020 (IRENA, 2020 [25]) (IRENA, 2020). Con số này đang tiệm cận mức LCOE trung bình của một máy phát điện sử dụng than nhập khẩu, ở mức 0,074 - 0,076 USD / kWh vào năm 2016. Đồng thời, chi phí than trong nước của Việt Nam ngày càng tăng, do yêu cầu khai thác tốn kém hơn và lượng dự trữ suy giảm. Trong các thị trường điện phi điều tiết, rủi ro của xu hướng giá như vậy là làn sóng khiến tài sản của nhà máy điện bị đọng giá trị, không thể cạnh tranh về chi phí với các loại công nghệ năng lượng tái tạo với chi phí thấp hơn. Nếu Việt Nam có thị trường được điều tiết và các thỏa thuận mua bán điện dài hạn, có một rủi ro lớn là nguồn vốn khan hiếm có thể bị mắc kẹt tại các tài sản lâu dài mà không mang lại hiệu quả kinh tế.

Do những vấn đề nêu trên, theo đánh giá, rủi ro thực thi liên quan đến dự thảo QHĐ VIII là cao, có thể khiến Việt Nam có nguy cơ thâm hụt nguồn cung nếu xảy ra tình trạng chậm trễ và tắc nghẽn. Hệ thống quy hoạch của Việt Nam hiện không đủ tính linh hoạt và nhanh nhạy để nhanh chóng thích ứng với những thay đổi trong thực tế thị trường. Việc thực hiện các quy trình để tạo ra những thay đổi kịp thời và mang tính thích ứng hơn cho QHĐ, như đã được khuyến nghị trong bài đánh giá, sẽ giúp giảm thiểu những rủi ro này. Cũng cần phải thừa nhận rằng tình trạng chậm trễ kéo dài trong quá trình phát triển hạ tầng ngành điện từ nguồn vốn tư nhân cho đến nay một phần xuất phát từ sự chần chừ trong việc đưa ra các biện pháp phân bổ rủi ro phù hợp với các yêu cầu của nhà đầu tư và bên cho vay quốc tế. Việc áp dụng các biện pháp đảm bảo như vậy sẽ hỗ trợ quá trình thực thi dễ dàng hơn và có thể giảm chi phí vốn. Những lợi ích này cần được đánh giá đầy đủ dựa trên các chi phí bổ sung và nợ tiềm ẩn mà EVN và chính phủ sẽ phải gánh chịu cũng như rủi ro kinh tế tổng thể của việc chậm triển khai và thiếu hụt nguồn cung. Những năm gần đây, Việt Nam đã đạt được nhiều tiến bộ đáng kể trong việc phát triển thị trường năng lượng tái tạo mới nổi. Dự thảo QHĐ VIII tiếp tục ưu tiên năng lượng tái tạo trong dài hạn nhưng có thời gian gián đoạn kéo dài một thập kỷ từ năm 2021 đến năm 2030 chỉ với kế hoạch triển khai rất hạn chế. Mặc dù theo dự đoán, tốc độ triển khai bùng nổ trong hai năm qua sẽ chậm lại, nhưng mức độ và thời gian cắt giảm theo báo hiệu trong dự thảo QHĐ VIII là rất lớn và có thể gây bất lợi cho chuỗi cung ứng nội địa, việc làm xanh và lòng tin của nhà đầu tư.

Nguồn: Phân tích của OECD và IEA

Sử dụng năng lượng tiết kiệm và hiệu quả là nội dung nhấn mạnh trong QHĐ VIII

Với tốc độ tăng nhu cầu điện hàng năm dự kiến là 9,1% trong giai đoạn 2021-2025 và 7,9% trong giai đoạn 2026-2030, dự thảo QHĐ VIII đã thực hiện một bước quan trọng và cần thiết để ghi nhận nhiều lợi ích mà chương trình hiệu quả năng lượng mang lại. Dự thảo QHĐ VIII phác thảo các chương trình hiện tại, bao gồm các mục tiêu của Chương trình quốc gia về sử dụng năng lượng tiết kiệm và hiệu quả (VNEEP). Dự thảo cũng nói tới Chương trình quốc gia về quản lý nhu cầu điện giai đoạn 2018-2020, tầm nhìn đến năm 2030 (Quyết định số 279/QĐ-TTg 2018), nhằm mục đích giảm công suất phụ tải đỉnh của hệ thống điện quốc gia so với dự báo phụ tải điện trong QHĐ quốc gia (300 MW vào năm 2020, 1.000 MW vào năm 2025 và 2.000 MW vào năm 2030). Dự thảo cũng đề cập đến chiến lược của Việt Nam đối với điện mặt trời mái nhà như một giải pháp để giảm tổn thất lưới điện, tăng cường khả năng cung cấp điện và góp phần giảm tiêu thụ điện tại địa phương.

Dự báo nhu cầu điện giai đoạn 2021-2030 áp dụng cả phương pháp từ trên xuống và từ dưới lên, kết hợp với việc tổng hợp, đánh giá nhu cầu điện ở cấp quốc gia, cấp vùng, cấp tỉnh và tổng công ty điện lực EVN. Theo các QHĐ trước đây, phương pháp tiếp cận từ trên xuống dự báo nhu cầu điện trong giai đoạn 2021-2030 cho cả nước, cho các vùng và cho các tổng công ty điện lực của EVN. Phương pháp tiếp cận từ dưới lên đánh giá nhu cầu điện của các tỉnh trong cả nước từ năm 2010 đến năm 2019 dựa trên kế hoạch tiêu thụ điện của các tỉnh do các tổng công ty điện lực của EVN lập và thông tin từ các khách hàng sử dụng điện lớn cho giai đoạn đến năm 2025.

Cần tập trung nhiều hơn vào cơ chế tích hợp tỷ lệ điện từ năng lượng tái tạo cao hơn

Việc gia tăng tỷ trọng nguồn điện từ năng lượng tái tạo biến thiên có ý nghĩa rất quan trọng đối với cách thức quy hoạch và vận hành hệ thống điện. Để đáp ứng nhu cầu tăng trưởng dài hạn và các mục tiêu về công suất phát điện mới, đặc biệt là công suất phát điện từ năng lượng tái tạo biến thiên, hệ thống truyền tải điện cần được phát triển nhiều hơn nữa. Các quy trình quy hoạch lưới điện được xây dựng với kiến trúc hệ thống điện tập trung và các nhà máy điện tập trung lớn. Miền Bắc và Miền Nam sử dụng phần lớn điện năng của cả nước trong khi miền Trung chủ yếu đóng vai trò là hành lang truyền tải và là điểm sản xuất điện. Do công suất điện từ năng lượng tái tạo chủ yếu nằm ở khu vực miền Nam và miền Trung của Việt Nam, chỉ một lượng rất nhỏ điện mặt trời ở miền Bắc, nên việc truyền tải điện giữa các khu vực miền Trung và miền Nam chịu rất nhiều áp lực.

Trong ngắn hạn, Việt Nam sẽ cần giải quyết tình trạng dư nguồn cung phát điện do tác động của COVID-19 đối với hoạt động kinh tế, đặc biệt là nhu cầu điện bị giảm xuống. Việc thừa nguồn cung đã dẫn đến tình trạng tắc nghẽn ngày càng tăng của hệ thống truyền tải điện trong những thời điểm nhu cầu điện thấp như cuối tuần và ngày lễ, và do đó yêu cầu cắt giảm công suất phát từ năng lượng tái tạo cũng ngày càng tăng lên. Điều này đặc biệt đã xảy ra ở miền Trung và miền Nam của đất nước, nơi tập trung phần lớn dự án điện mặt trời. Mặc dù một số nguyên nhân gây ra tình trạng dư cung hiện nay chỉ mang tính chất tạm thời, nhưng tình hình hiện tại đã cho thấy rõ về tương lai sử dụng điện từ năng lượng tái tạo nhiều hơn của Việt Nam.

Khi đó, một loạt các giải pháp mang tính kỹ thuật và dựa vào thị trường do EVN triển khai, nhằm mở đường và thúc đẩy tính linh hoạt cho hệ thống điện có thể giúp đảm bảo rằng điện mặt trời và điện gió hiện hữu được tích hợp một cách an toàn với chi phí hợp lý. "Các giải pháp thay thế không dây" như mở rộng đáp ứng nhu cầu phụ tải điện, các chương trình sử dụng năng lượng tiết kiệm và hiệu quả và sản xuất điện phân tán, cũng như sử dụng pin hoặc các công nghệ hiện đại khác có thể mang lại nhiều lợi ích tương tự như phát triển đường dây truyền tải điện với chi phí thấp hơn nhiều. Một ví dụ tiêu biểu là một công ty tiện ích của Thành phố New York đã có thể tránh được việc nâng cấp đường truyền trị giá 1 tỷ USD bằng cách đầu tư 652 triệu USD vào việc kết hợp của các giải pháp thay thế không dây (Hộp 2.4). Các giải pháp mang tính kỹ thuật và dựa trên thị trường có thể được đưa vào các kế hoạch dài hạn, quyết định đầu tư và cân nhắc xung quanh việc tăng cường tính linh hoạt của các nguồn lực.

Hộp 2.4. Chương trình quản lý nhu cầu điện Brooklyn-Queens của Công ty hợp nhất Edison

Vào năm 2014, Công ty hợp nhất Edison (gọi tắt là Con Edison), một công ty tiện ích cung cấp dịch vụ điện và khí đốt được quản lý ở thành phố New York, nhấn mạnh rằng vào năm 2018, 69 MW tăng trưởng trong nhu cầu điện (cao hơn các công suất phân phối hiện có ở Brooklyn và Queens) sẽ dẫn đến hạn chế về công suất đối với một phần lưới điện của thành phố, làm quá tải cơ sở hạ tầng hiện có và gây ra những lo ngại về độ ổn định. Giải pháp được đề xuất có chi phí ước tính khoảng 1 tỷ USD dành cho nâng cấp cơ sở hạ tầng bao gồm xây dựng một trạm biến áp phân phối mới, mở rộng trạm chuyển mạch 345 kV hiện có và xây dựng một nhánh truyền tải phụ để kết nối hai trạm. Thay vào đó, Ủy ban Dịch vụ Công cộng New York (PSC) đã đề nghị Con Edison xem các khoản đầu tư phi truyền thống để quản lý sự tăng trưởng nhu cầu điện và đưa ra các ưu đãi đổi mới để khuyến khích việc thực hiện các khoản đầu tư này. Điều này dẫn đến sự hình thành chương trình Quản lý nhu cầu điện tại Brooklyn và Queens (BQDM) nhằm giảm 52 MW nhu cầu phụ tải đỉnh, từ trưa đến nửa đêm vào mùa hè năm 2018.

Trong khi các khoản đầu tư truyền thống vào cơ sở hạ tầng có thể kiếm được lợi nhuận, các giải pháp phi truyền thống thường được coi là chi phí hoạt động được chuyển cho khách hàng. PSC đã thiết lập một số ưu đãi hiệu suất được thiết kế để khuyến khích công ty tiện ích ký hợp đồng với các dịch vụ của bên thứ ba để có thể giảm chi phí dự án. Con Edison đã có thể kiếm được lợi nhuận hợp lệ từ chi phí chương trình BQDM và nhận được tới 100 điểm cơ sở, cao hơn tỷ suất lợi nhuận hợp lệ của họ trong các ưu đãi về hiệu suất đối với các khoản đầu tư trong BQDM. Trong thời gian diễn ra chương trình, một cơ chế chia sẻ phần tiết bổ sung cũng đã được áp dụng để cho phép công ty kiếm được 30% lợi nhuận ròng tích lũy hàng năm.

Mục đích của chương trình BQDM là đẩy lùi nhu cầu đầu tư vào cơ sở hạ tầng truyền thống trong ít nhất 7 năm và đã được PSC phê duyệt với ngân sách 200 triệu USD vào năm 2014. Chương trình mong muốn giảm được 17 MW nhu cầu điện từ các giải pháp truyền thống của phía công ty tiện ích, 41 MW từ các giải pháp của phía khách hàng và 11 MW từ các giải pháp mới của phía công ty điện lực. Công ty đã đạt được mục tiêu giảm 52 MW phụ tải đỉnh cho mùa hè năm 2018 nhưng thông qua một cấu trúc khác với việc giảm 34 MW phụ tải đỉnh từ các giải pháp bên phía khách hàng và khoảng 18 MW từ các giải pháp bên phía công ty điện lực, điều này đã làm tăng các cơ hội để giảm phụ tải. Trong năm 2017, Con Edison đã chi 70 triệu USD và để lại 130 triệu USD trong ngân sách của mình. Dựa trên thành công ban đầu, công ty tiện ích tiếp tục thực hiện chương trình BQDM sau năm 2018 mà không cần thêm kinh phí hoặc thay đổi cơ chế khuyến khích. Dự án trạm biến áp Glendale, một trong những khoản đầu tư truyền thống, được lên kế hoạch đi vào hoạt động trong năm 2018 đã bị hoãn lại đến sau năm 2026

Chương trình BQDM này đưa ra một ví dụ về cách công ty tiện ích, bên thứ ba và khách hàng có thể hưởng lợi từ "các giải pháp thay thế không dây". Khung doanh thu truyền thống không khuyến khích các công ty tiện ích đầu tư vào các giải pháp phi truyền thống, chẳng hạn như các chương trình quản lý nhu cầu điện và các nguồn năng lượng phân tán. Nếu không có các ưu đãi thích hợp, đây sẽ được coi là chi phí hoạt động và được chuyển cho khách hàng, trong khi giải pháp "cột và dây điện" truyền thống mang lại cơ hội kiếm được lợi nhuận. Mặc dù các khoản đầu tư vào cơ sở hạ tầng lưới điện mới là cần thiết ở Việt Nam, nhưng việc mở rộng "các giải pháp thay thế không dây", chẳng hạn như chương trình đáp ứng nhu cầu điện của Việt Nam, bộ lưu trữ pin hoặc các công nghệ hiện đại khác có thể mang lại nhiều lợi ích tương tự như phát triển truyền tải điện với chi phí thấp hơn nhiều, đồng thời cũng cho phép hệ thống linh hoạt để đáp ứng nhu cầu phát điện từ nguồn năng lượng tái tạo biến thiên.

Nguồn: Chương trình BQDM của Girouard (2019) cho thấy lợi ích của các khoản đầu tư tiện ích phi truyền thống. Viện AEE và Rocky Mountain (2019) Chương trình quản lý nhu cầu điện tại Brooklyn và Queens-Sử dụng các giải pháp thay thế Không dây sáng tạo

Áp dụng (IEA, 2020[15]) sáu giai đoạn tích hợp năng lượng tái tạo biến thiên của IEA (Hình 2.13), Việt Nam đã chuyển nhanh từ giai đoạn I sang giai đoạn II và lên giai đoạn III trong giai đoạn 2019-2020. Theo cách phân chia giai đoạn này, giai đoạn I với ít hơn 3% NLTT biến thiên được tích hợp, có rất ít hoặc không có ảnh hưởng đến hệ thống điện. Trong giai đoạn II, với từ 3% đến 15% NLTT biến thiên được tích hợp, tạo tác động đáng kể đến quá trình vận hành hệ thống điện. Điều này có thể quản lý được thông qua cải thiện công tác quy hoạch và hoạt động vận hành, đặc biệt là về khả năng dự báo nhằm cân đối các nguồn lực linh hoạt cùng với nhu cầu điện. Từ giai đoạn III, với khoảng 15-25% NLTT biến thiên được tích hợp, tạo tác động lớn đến hoạt động vận hành hệ thống điện và đòi hỏi phải đầu tư thêm để nâng cao tính linh hoạt. Trong giai đoạn IV, với khoảng 25-50% NLTT biến thiên được tích hợp, thặng dư cơ cấu nguồn phát từ NLTT biến thiên sẽ dẫn đến cắt giảm công suất, và do đó, cần có sự kết hợp giữa các ngành để điều chỉnh sự mất cân đối cơ cấu trong nguồn cung theo mùa và giữa các năm. Với sự gia tăng nhanh chóng của nguồn phát tư NLTT biến thiên, Việt Nam đang có mức độ cắt giảm công suất từ năng lượng tái tạo cao. Trong các giai đoạn nhu cầu thấp, chẳng hạn như các ngày nghỉ lễ và cuối tuần, cùng với sự ảnh hưởng của suy thoái kinh tế do COVID-19 gây ra, tỷ lệ sản xuất điện mặt trời lúc cao điểm có thể tăng lên mức tương đương 40% tổng sản lượng điện. Tuy nhiên, trước những khó khăn trong việc tích hợp nguồn NLTT biến thiên tăng đột biến như vậy, phần lớn công suất điện mặt trời đều đã bị cắt giảm và trong năm qua, công suất từ nguồn năng lượng tái tạo chiếm 5% tổng công suất phát. Do tỉ trọng tích hợp ngày càng cao, Việt Nam sẽ phải đối mặt với những thách thức kỹ thuật lớn hơn để đảm bảo tính ổn định của quá trình vận hành hệ thống điện trong khoảng thời gian rất ngắn.

Hình 2.13. Các đặc điểm và thách thức chính trong các giai đoạn tích hợp hệ thống

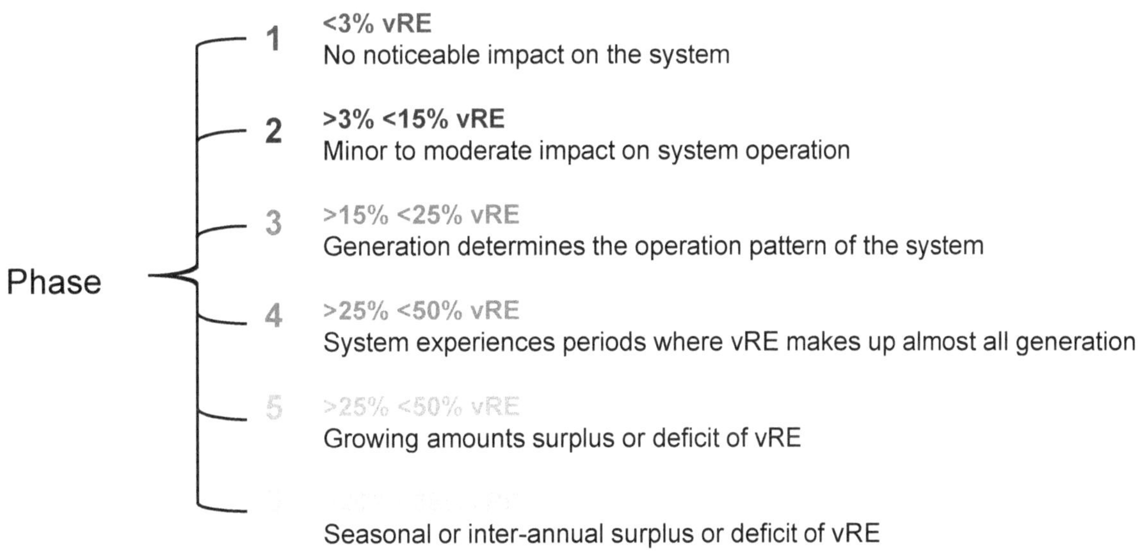

Ghi chú: NLTT biến thiên = điện từ năng lượng tái tạo biến thiên
Nguồn: IEA (2020) Giới thiệu về tích hợp năng lượng tái tạo vào hệ thống điện

USAID nêu rõ 7 tiêu chí để đánh giá mức độ sẵn sàng tích hợp NLTT biến thiên vào hệ thống điện, trong đó Việt Nam có mức độ sẵn sàng từ khá thấp đến trung bình khi xét đến tỷ trọng cao từ nguồn năng lượng tái tạo mà Việt Nam đã phải tích hợp (USAID, 2020[16]). Việt Nam có ít kinh nghiệm vận hành tích hợp điện gió và điện mặt trời, trong khi đó cơ sở hạ tầng truyền tải chưa theo kịp với sự phát triển của quá trình sản xuất điện. Mặc dù đã đạt được những tiến bộ đáng khích lệ trong việc tăng cường quy hoạch và vận hành hệ thống, Việt Nam vẫn cần phát triển một số lĩnh vực khác nhau để chuẩn bị đầy đủ cho việc tích hợp tỷ trọng cao nguồn NLTT biến thiên (Bảng 2.6). Việc tăng cường nhanh chóng trên các khía cạnh, nhất là về các quy tắc điều độ, lưu trữ và các dịch vụ phụ trợ sẽ là cấp thiết.

Bảng 2.6. Chuẩn bị cho quá trình tích hợp NLTT biến thiên ở Việt Nam

Tiêu chuẩn	Tình hình Việt Nam	Sẵn sàng cho việc tích hợp NLTT biến thiên
Các giao thức thị trường để tiếp cận tính linh hoạt của hệ thống	Việt Nam đã xây dựng một thị trường bán buôn điện thí điểm với mục tiêu sẽ đi vào hoạt động trong năm 2021. Giai đoạn tiếp theo sẽ là thị trường bán lẻ cạnh tranh.	Trung bình, thiết lập thị trường bán buôn điện và thị trường bán lẻ điện là những cột mốc quan trọng. Quá trình này có thể được hỗ trợ bằng một khuôn khổ cho thị trường sản xuất tiếp theo.
Các quy tắc điều độ rõ ràng dành cho NLTT biến thiên	NLTT biến thiên được ưu tiên điều độ khi có sẵn. Trong tình huống cung vượt cầu, tỷ lệ cắt giảm công suất sẽ cao.	Thấp, nên sử dụng các công cụ điều độ và cam kết về mặt kinh tế để tích hợp hiệu quả nguồn NLTT biến thiên
Các yêu cầu về cơ chế đấu nối đối với NLTT biến thiên	Các năng lực thông lệ tốt nhất để có thể kiểm soát được nguồn điện từ năng lượng tái tạo không được nêu rõ trong các quy định và hợp đồng đấu nối.	Trung bình, đang xây dựng quy định cơ chế đấu nối tích hợp theo chương trình của DEA với ERAV.
Các thỏa thuận dài hạn về kết nối liên khu vực	Vấn đề mở rộng sang thị trường khu vực hay duy trì một thị trường nội địa duy nhất vẫn đang được thảo luận.	Thấp, kết nối vùng không đủ khả dụng để hỗ trợ tích hợp NLTT biến thiên.
Đủ công suất truyền tải/đầu tư theo kế hoạch	Do phụ tải tiếp tục tăng nên các cơ sở truyền tải điện đang hoạt động gần giới hạn công suất , làm tăng nguy cơ sụt áp hoặc mất điện liên quan đến việc mất đáng kể phụ tải (Deloitte, 2019[17]).	Thấp, theo QHĐ VIII, từ năm 2021 đến 2045, Việt Nam sẽ cần đầu tư khoảng 85 tỷ USD vào cơ sở hạ tầng lưới điện.
Dịch vụ phụ trợ với các sản phẩm hỗ trợ tính linh hoạt	Các nhà máy thủy điện đa mục tiêu sẽ cung cấp các dịch vụ phụ trợ. NLDC quản lý các yêu cầu và dịch vụ phụ trợ, nhưng không có khuôn khổ cho thị trường dịch vụ phụ trợ.	Trung bình, cần có một khuôn khổ rõ ràng cho thị trường phụ trợ.
Dự báo về công suất NLTT biến thiên được tích hợp vào hoạt động vận hành hệ thống	Dự báo về công suất NLTT biến thiên từ các nhà máy phát điện và 2 đơn cung cấp bên thứ ba thực hiện và dự báo trong nội bộ EVN được phát triển với DEA.	Cao

Nguồn: USAID (2020) Chuỗi tích hợp lưới điện: Tác động của năng lượng tái tạo biến thiên đối với hoạt động vận hành hệ thống

Tài liệu tham khảo

ACSV Legal (2021), *Annex 3 (Schedule 9.1 of the draft PDP8) Proposed LNG-to-Power Projects*, https://cdn-se.mynilead.com/2c8bf258f12ee1b2538bb25067eaf6e3/assets/media/acsv-legal-update-draft-pdp8-annex-3_1621998490.pdf (accessed on 20 October 2021). [30]

ADB (2015), *Assessment of Power Sector Reforms in Viet Nam*, https://www.adb.org/sites/default/files/institutional-document/173769/vie-power-sector-reforms.pdf. [11]

AEE Institute and Rocky Mountain Institute (2019), *BROOKLYN QUEENS DEMAND MANAGEMENT PROGRAM-EMPLOYING INNOVATIVE NON-WIRE ALTERNATIVES - Navigating Utility Business Model Reform — Case Studies*, http://www.rmi.org/insight/navigating-utility-business-model-. [19]

Benn, A. et al. (2018), *Managing the Coal Capital Transition: Collaborative Opportunities for Asset Owners, Policymakers, and Environmental Advocates*, Rocky Mountain Institute, https://rmi.org/wp-content/uploads/2018/09/RMI_Managing_the_Coal_Capital_Transition_2018.pdf (accessed on 20 October 2021). [36]

Deloitte (2019), *USAID VIETNAM LOW EMISSION ENERGY PROGRAM (V-LEEP)*, https://pdf.usaid.gov/pdf_docs/PA00WFR7.pdf. [17]

E3G (2021), *COP26 Energy Transition Campaign Country Dialogue Summary Report: Viet Nam*. [7]

Egli, F., B. Steffen and T. Schmidt (2018), "A dynamic analysis of financing conditions for renewable energy technologies", *Nature Energy*, Vol. 3/12, pp. 1084-1092, http://dx.doi.org/10.1038/s41560-018-0277-y. [20]

ERAV (2020), *Decision 120/QD-DTDL 2020 list of power plants participating in the electricity market in 2021 năm*, https://thuvienphapluat.vn/van-ban/Thuong-mai/Quyet-dinh-120-QD-DTDL-2020-danh-sach-nha-may-dien-tham-gia-thi-truong-dien-nam-2021-469150.aspx. [9]

EVN (2021), *Rooftop solar power boom is underway with a total installed capacity reaching nearly 9,300 MWp*, https://en.evn.com.vn/d6/news/Rooftop-solar-power-boom-is-underway-with-a-total-installed-capacity-reaching-nearly-9300-MWp-66-142-2169.aspx. [25]

EVN (2020), *Performance in the first 9 months of 2020 and objectives and tasks for the last 3 months of 2020*, https://en.evn.com.vn/d6/news/90-power-plants-have-participated-in-the-competitive-generation-electricity-market-66-163-1400.aspx. [8]

Freshfields Bruckhaus Deringer (2021), *LNG-to-power – new complexities*, https://www.freshfields.com/4a1b53/globalassets/what-we-do/markets/asia-pacific/vietnam/our-blogs/freshfields-lng-to-power-outlook-paper-june-2020.pdf (accessed on 20 October 2021). [32]

Girouard, C. (2019), *BQDM program demonstrates benefits of non-traditional utility investments | Utility Dive*, https://www.utilitydive.com/news/bqdm-program-demonstrates-benefits-of-non-traditional-utility-investments/550110/. [1]

GIZ/MOIT (2016), *Wind Power Investment Guidelines for Vietnam*, https://www.german-energy-solutions.de/GES/Redaktion/DE/Publikationen/Finanzierungsstudien/2016/investguide_Vietnam_Vol-1_2016.pdf?__blob=publicationFile&v=6. [22]

HSBC (2018), *Fragile Planet - Scoring Climate Risks Around The World - Long Finance*, https://www.longfinance.net/programmes/sustainable-futures/london-accord/reports/fragile-planet-scoring-climate-risks-around-world/. [3]

IEA (2021), *Gas Market Report Q4-2021 including Global Gas Security Review 2021*, https://iea.blob.core.windows.net/assets/261043cc-0cb6-498b-98fa-a1f48715b91f/GasMarketReportQ42021.pdf (accessed on 20 October 2021). [34]

IEA (2020), *Introduction to System Integration of Renewables*, https://www.iea.org/reports/introduction-to-system-integration-of-renewables. [15]

Institute of Energy (2021), *Draft Power Development Plan 2021-2030 with a vision to 2045.* [4]

International Oil Daily (2008), *Vietnam Seeks LNG Terminal By 2013 to Meet Growing Gas Demand*, Energy Intelligence. [28]

IRENA (2020), *IRENA Power Generation Costs 2019*, https://www.irena.org/-/media/Files/IRENA/Agency/Publication/2020/Jun/IRENA_Power_Generation_Costs_2019.pdf (accessed on 20 October 2021). [37]

OECD (2020), *Multi-dimensional Review of Viet Nam: Towards an Integrated, Transparent and Sustainable Economy*, OECD Development Pathways, OECD Publishing, Paris, https://dx.doi.org/10.1787/367b585c-en. [14]

OECD (2019), *OECD Green Growth Policy Review of Indonesia 2019*, OECD Environmental Performance Reviews, OECD Publishing, Paris, https://dx.doi.org/10.1787/1eee39bc-en. [24]

OECD (2018), *OECD Investment Policy Reviews: Viet Nam 2018*, OECD Investment Policy Reviews, OECD Publishing, Paris, https://dx.doi.org/10.1787/9789264282957-en. [27]

OECD (2015), *Policy Guidance for Investment in Clean Energy Infrastructure: Expanding Access to Clean Energy for Green Growth and Development*, OECD Publishing, Paris, https://dx.doi.org/10.1787/9789264212664-en. [23]

PwC (2017), *Power in Indonesia - Investment and Taxation Guide*, http://www.pwc.com/id (accessed on 11 January 2019). [6]

RCEE (2016), *Evaluation of Vietnam Energy Efficiency Program-Phase II.* [5]

Reuters (2010), *SE Asia to start LNG imports in next 3 yrs*, https://www.reuters.com/article/asia-lng-idUSSGE6510AV20100602 (accessed on 20 October 2021). [29]

Robiou du Pont, Y. and J. Balanowski (2018), *MULTI-LEVEL CLIMATE GOVERNANCE IN VIETNAM Bridging national planning and local climate action*, http://www.localclimateaction.orgwww.adelphi.de. [2]

THE SOCIALIST REPUBLIC OF VIET NAM (2020), *UPDATED NATIONALLY DETERMINED CONTRIBUTION (NDC)*, UNFCCC, Ha Noi, https://www4.unfccc.int/sites/ndcstaging/PublishedDocuments/Viet%20Nam%20First/Viet%20Nam_NDC_2020_Eng.pdf (accessed on 16 June 2021). [26]

Thu Vu (2021), *Beyond the Noise: Setting the Right Expectations for Vietnam's LNG Project Pipeline Regulators and Market Realities Will Give Investors No Easy Route To Success*, The Institute for Energy Economics and Financial Analysis (IEEFA), https://ieefa.org/wp-content/uploads/2021/01/Setting-the-Right-Expectations-for-Vietnams-LNG-Project-Pipeline_January-2021.pdf (accessed on 20 October 2021). [31]

USAID (2020), *Grid Integration Series: Impact of variable renewable energy on system operations*, https://www.usaid.gov/sites/default/files/documents/1865/USAID_SURE_VRE-Impact-System-Operations.pdf. [16]

VIET (2021), *State management role in power sector*, Vietnam Initiative for Energy Transition, Hanoi, Vietnam. [18]

Vietnam Energy (2020), *Principles and processes for adjusting, supplementing power projects into PDP Vietnam Energy Online*, http://nangluongvietnam.vn/news/en/policy-planning/principles-and-processes-for-adjusting-supplementing-power-projects-into-pdp. [13]

Watson Farley & Willams (2021), *Update on Developing LNG to Power Projects in Vietnam*, https://www.wfw.com/articles/update-on-developing-lng-to-power-projects-in-vietnam/ (accessed on 20 October 2021). [33]

World Bank (2020), *Learning from Power Sector Reform Experiences: The Case of Vietnam*, https://documents.worldbank.org/en/publication/documents-reports/documentdetail/757761583166223011/learning-from-power-sector-reform-experiences-the-case-of-vietnam. [10]

World Bank (2015), *Making The Whole Greater Than The Sum Of The Parts: A Review of Fiscal Decentralization in Viet Nam*. [21]

World Bank Group (2019), *Viet Nam Solar Competitive Bidding Strategy and Framework*, http://www.worldbank.org. [12]

Zhou, X., C. Wilson and B. Caldecott (2021), *The energy transition and changing financing costs*, University of Oxford, Sustainable finance Programme, https://www.smithschool.ox.ac.uk/research/sustainable-finance/publications/The-energy-transition-and-changing-financing-costs.pdf (accessed on 20 October 2021). [35]

Ghi chú

[1] https://ens.dk/sites/ens.dk/files/Globalcooperation/deliverable_1.1_-_forecasting_of_renewable_energy_generation_in_the_vietnamese_power_system_-_final_27042021.pdf.

[2] https://www.renewableenergymagazine.com/panorama/solargis-supports-vietnamese-renewables-with-advanced-forecasting-20210315

3 Khung pháp lý

Chương này xem xét các chính sách và quy định về năng lượng sạch ở Việt Nam, đồng thời phân tích môi trường chính sách cho các chương trình năng lượng sạch đang phát triển cũng như cách thức hình thành quy định đã và đang định hình bối cảnh thị trường đầu tư năng lượng sạch như thế nào. Nội dung chương cũng đề cập tới việc xem xét vai trò của quá trình mở rộng các quy định về tiêu chuẩn thực hành tiết kiệm và dán nhãn năng lượng, nghĩa vụ quản lý năng lượng và các điều kiện quy định đối với các công ty dịch vụ năng lượng. Ngoài ra chương này cũng xem xét tác động của luật định đối với sản xuất điện từ nguồn năng lượng tái tạo và xác định các cơ hội để phù hợp với thông lệ quốc tế tốt nhất.

Trong 2 thập kỷ qua, chính sách năng lượng của Việt Nam đã có những chuyển biến đáng kể trong định hướng ngành nhằm thu hút khu vực tư nhân tham gia nhiều hơn, áp dụng các nguyên tắc dựa trên thị trường, và gần đây là ưu tiên phát triển hiệu quả năng lượng và năng lượng tái tạo ngoài thủy điện. Chính phủ Việt Nam đã đạt được nhiều bước tiến đáng biểu dương trong việc triển khai khung pháp lý nhằm đạt được các mục tiêu chính sách quan trọng này. Chính phủ cần tiếp tục tăng cường thực hiện những cải cách này theo một quy trình minh bạch, có tham vấn để đảm bảo khung pháp lý phát triển giải quyết được những thách thức mới xuất hiện cũng như các rào cản còn tồn tại trong thị trường. Cần đặc biệt tập trung xây dựng khung hỗ trợ để thu hút các nguồn vốn đầu tư đa dạng nhằm thực hiện các mục tiêu triển khai trong QHĐ VIII và VNEEP III.

Đánh giá và khuyến nghị

Thành công gần đây trong thu hút đầu tư vào năng lượng tái tạo làm nảy sinh những ưu tiên cấp thiết mới về quy định

Cơ chế hỗ trợ biểu điện (FIT) của Việt Nam, đặc biệt đối với điện mặt trời (ĐMT) quy mô hòa lưới và ĐMT mái nhà, đã khuyến khích nhanh chóng triển khai công suất lắp đặt trong giai đoạn 2019-2020. Đến cuối năm 2020, công suất năng lượng tái tạo biến thiên (NLTT biến thiên) đạt 17,6 GW (đối với điện gió và cả ĐMT quy mô hòa lưới và ĐMT mái nhà nối lưới), chiếm 23,6% tổng công suất phát điện. Sở dĩ hoạt động triển khai nhanh chóng như vậy được ưu tiên là vì mức thiếu hụt nguồn cung điện ngày càng cao do nhu cầu tăng mạnh cùng với tình trạng chậm trễ trong triển khai đấu thầu nhà máy nhiệt điện theo kế hoạch. Tuy nhiên, các tác động kinh tế của COVID-19 đã làm giảm nhu cầu điện, gây ra hiện tượng cung vượt cầu, đặc biệt là ở các khu vực phía Nam, nơi tập trung triển khai ĐMT. Điều này dẫn đến tình trạng tắc nghẽn hệ thống truyền tải, với tình trạng trở nên nghiêm trọng hơn trong những thời điểm nhu cầu thấp. Trong những điều kiện vận hành như vậy, yêu cầu cắt giảm chiến lược các nguồn phát điện, bao gồm cả các đơn vị phát điện độc lập từ năng lượng tái tạo là không thể tránh khỏi. Tỷ trọng NLTT biến thiên cao đã khiến việc vận hành hệ thống điện trở nên phức tạp hơn và cho thấy một viễn cảnh về năng lượng Việt Nam với tỷ trọng RE cao hơn nữa. Việc tích hợp mức độ cao NLTT biến thiên không chỉ là thách thức về vận hành mà còn là thách thức về quy định. Môi trường pháp lý của Việt Nam sẽ cần chuyển biến nhanh chóng để đảm bảo các cơ cấu ưu đãi và quy định pháp lý tạo thuận lợi đủ sẵn sàng để phục vụ đấu thầu các dịch vụ cân bằng, cũng như các nguồn lực linh hoạt của bên cung và cầu cần thiết để tạo điều kiện cho quá trình chuyển dịch liên tục sang năng lượng sạch.

Sự thay đổi phương thức đấu thầu năng lượng tái tạo khiến thị trường trở nên khó dự báo

Thông báo số 402/TB-VPCP của Thủ tướng Chính phủ ban hành vào tháng 11 năm 2019 đã ấn định lộ trình chuyển đổi đấu thầu điện mặt trời dựa trên FIT sang cơ chế đấu thầu cạnh tranh. Các động lực cho quyết định này bao gồm nhu cầu quản lý triển khai cẩn trọng hơn, phù hợp với công suất lưới điện hiện có và mong muốn khai thác tiềm năng giảm chi phí của đấu thầu cạnh tranh. Chương trình biểu giá điện hỗ trợ (FIT) dành cho điện mặt trời (Quyết định số 13/2020/QĐ-TTg) đã hết hiệu lực vào ngày 31 tháng 12 năm 2020 và hiện không có kế hoạch áp dụng một chương trình hỗ trợ chuyển tiếp cho các dự án ĐMT quy mô hòa lưới. Điều này tạo ra một khoảng trống pháp lý và tính bất trắc đáng kể do cơ chế đấu thầu vẫn đang trong giai đoạn thiết kế ban đầu và chưa có thông tin chi tiết cho những đơn vị tham gia thị trường. Cơ chế FIT cho điện gió trên bờ và ngoài khơi (Quyết định số 39/2018/QĐ-TTg) sẽ hết hiệu lực vào ngày 1 tháng 11 năm 2021 và cũng tương tự, không có thông tin chi tiết xác nhận về lộ trình đấu thầu sau ngày này. Những thay đổi đột ngột về cơ chế hỗ trợ năng lượng tái tạo (RE) có thể gây những tác động bất lợi đối với hoạt động công nghiệp, phát triển chuỗi cung ứng địa phương, niềm tin của nhà đầu tư và nhận thức rủi ro cũng như ảnh hưởng việc làm tại địa phương. Tất cả những điều này cuối cùng có thể làm tăng chi phí phát triển các dự án năng lượng tái tạo ở Việt Nam do dự kiến tới sau 2030 mới có kế hoạch triển khai thêm đáng kể các dự án lớn.

Cơ chế phân bổ rủi ro trong các thỏa thuận mua bán điện mẫu gây hạn chế vốn đầu tư quốc tế.

Các quy định về FIT đã áp dụng bắt buộc các thỏa thuận mua bán điện (PPA) mẫu với những điều khoản cố định về hoạt động bán điện giữa đơn vị phát điện độc lập và Tổng Công ty Truyền tải điện Quốc gia, Tập đoàn Điện lực Việt Nam (EVN) với tư cách là bên mua điện duy nhất. PPA có những khía cạnh rất hấp dẫn đối với các nhà đầu tư, bao gồm việc điều chỉnh các khoản thanh toán bằng VND theo tỷ giá hối đoái USD. Tuy nhiên, các khía cạnh khác không đáp ứng được yêu cầu về khả năng được cấp vốn, đặc biệt là đối với bên cho vay ở các thị trường OECD, bao gồm các điều khoản về bồi thường khi chấm dứt hợp đồng, quyền tiếp quản, và việc thiếu biện pháp bảo vệ khi bị cắt giảm công suất và thiếu cơ chế trọng tài quốc tế. Do đó, dòng vốn quốc tế từ các nước OECD vào lĩnh vực năng lượng sạch của Việt Nam cho đến nay vẫn bị hạn chế trong hoàn cảnh nguồn vốn trong nước và nguồn vốn chấp nhận rủi ro từ PPA này đang chiếm ưu thế. Yêu cầu đầu tư lớn để thực hiện QHĐ VIII, sự gia tăng tỷ lệ tham gia vào lĩnh vực của các ngân hàng trong nước và quá trình chuyển dịch sang đấu thầu cạnh tranh dẫn đến nhu cầu ngày càng tăng về việc xem xét lại phân bổ rủi ro trong PPA. Các rào cản vẫn tồn tại đối với dòng vốn quốc tế có thể hạn chế cạnh tranh về giá trong đấu thầu và tiềm năng giảm chi phí, trong khi nhu cầu tài chính để thực hiện QHĐ VIII vượt quá khả năng của các ngân hàng trong nước. Điều này đặc biệt ảnh hưởng tới các dự án điện gió ngoài khơi, vốn dựa vào lợi thế kinh tế nhờ quy mô lớn để có khả năng cạnh tranh về giá, và cần cơ chế phân bổ rủi ro được thiết kế kỹ lưỡng trong PPA để nhận được nguồn tài chính dự án không truy đòi từ các tổ chức vay quốc tế hợp tác với các đơn vị cho vay trong nước.

Quy định về thúc đẩy hiệu quả năng lượng đã được cải thiện nhanh chóng nhưng các quy trình giám sát, thực thi và đánh giá tác động vẫn cần được cải thiện

Việt Nam đã áp dụng các biện pháp quan trọng để triển khai khung pháp lý và quản lý nhằm thúc đẩy đầu tư vào hiệu quả năng lượng trong giai đoạn I & II của VNEEP, bao gồm việc thông qua luật về sử dụng năng lượng hiệu quả, áp dụng mức tiêu thụ năng lượng tối thiểu (MEPS) cho đồ dùng và dán nhãn năng lượng, mức tiêu thụ năng lượng cụ thể bắt buộc theo phân ngành, nghĩa vụ kiểm toán năng lượng và báo cáo, và quy định về công trình hiệu quả năng lượng. VNEEP giai đoạn III là cơ hội để đánh giá tổng thể và phát huy thêm từ những thành tựu này. Cần tập trung vào việc nâng cao năng lực giám sát và thực thi ở cấp tỉnh, đánh giá hiệu quả và tăng cường các quy định khi cần thiết để bắt kịp với điều kiện thị trường. Ví dụ, cần ghi nhận việc đánh giá năm 2019 của CLASP chỉ ra rằng 76% các mẫu điều hòa không khí trên thị trường đã đáp ứng điều kiện của hai xếp hạng sao cao nhất, cho thấy thị trường đã sẵn sàng cho một cuộc tái cân đối thang đánh giá năng lượng.

Các quy định chuyên biệt nhằm hướng dẫn phương thức hợp đồng hiệu quả năng lượng sẽ nâng cao niềm tin của thị trường

Cho đến nay, việc áp dụng các mô hình kinh doanh theo hợp đồng hiệu quả năng lượng (EPC) tại Việt Nam vẫn còn hạn chế. Việc phát triển thị trường EPC vẫn là động lực chính thúc đẩy cải thiện hiệu quả năng lượng ở các thị trường phát triển trên toàn cầu. Mặc dù không có rào cản pháp lý nào hạn chế các phương thức hợp đồng EPC giữa hai doanh nghiệp tư nhân, song việc thiếu nhận thức và còn xa lạ với EPC gây ra những rào cản lớn và kéo dài chu kỳ phát triển kinh doanh. Việc có một khung pháp lý chuyên biệt với hướng dẫn rõ ràng về cách xử lý kế toán và thuế, cơ chế giám sát và xác minh của bên thứ ba cũng như các thủ tục giải quyết tranh chấp chuyên biệt sẽ là bước đi quan trọng để gây dựng lòng tin. Các rào cản pháp lý liên quan đến phân bổ ngân sách và mua sắm công sẽ hạn chế khả năng đấu thầu dựa trên EPC của các cơ quan và doanh nghiệp nhà nước. Những quy định này cần được xem xét lại để cho phép ký hợp đồng EPC nhiều năm theo các phương thức đảm bảo hoặc chia sẻ lợi nhuận từ hiệu quả tiết kiệm. Khu vực công có thể đóng vai trò quan trọng là 'người đi đầu áp dụng' để chứng minh mô hình EPC, giúp các công ty dịch vụ năng lượng (ESCO) xây dựng khả năng tài chính và năng lực kỹ thuật mạnh mẽ hơn.

Hộp 3.1. Các khuyến nghị chính sách chính về khung pháp lý năng lượng sạch

- Sẽ cần có một loạt các giải pháp mang tính kỹ thuật và dựa trên thị trường để mang lại tính linh hoạt cần thiết trong hệ thống điện nhằm tích hợp nguồn năng lượng tái tạo biến thiên ở những mức độ cao hơn. Cần phát triển một khung pháp lý cho phép đấu thầu các dịch vụ phụ trợ thông qua các cơ chế dựa trên thị trường, không giới hạn công nghệ. Cơ chế đấu thầu các dịch vụ phụ trợ có tính bao trùm, có tính toán cho tương lai sẽ đảm bảo những nhu cầu đang không ngừng thay đổi của hệ thống được đáp ứng với chi phí thấp nhất bằng cách cho phép tất cả các giải pháp có thể có về phát điện, lưới điện, nhu cầu được cạnh tranh trên một sân chơi bình đẳng. Việt Nam cũng có thể cân nhắc đưa những ưu đãi dành cho tính linh hoạt vào các PPA dài hạn, và thậm chí việc phát triển trong tương lai những thị trường dành riêng cho các dịch vụ cung cấp tính linh hoạt.
- Cần giải quyết những vướng mắc chưa rõ ràng về quy định liên quan đến cơ chế đấu thầu năng lượng tái tạo trong thời kỳ của QHĐ VIII nhằm tạo niềm tin trong trung và dài hạn về các kênh cung ứng cho nhà đầu tư và những người mới tham gia thị trường. Điều này đặc biệt quan trọng đối với hoạt động đấu thầu công suất điện gió ngoài khơi, vốn tồn tại những bất trắc lớn về quy định và đang trong giai đoạn bắt đầu hình thành chuỗi cung ứng.
- Cần tiến hành xem xét lại các điều khoản của thỏa thuận mua bán điện đối với các đơn vị phát điện tái tạo độc lập (RE-IPP) ngay sau khi xây dựng xong cơ chế đấu thầu để đảm bảo giảm thiểu rủi ro một cách hợp lý và phân bổ tối ưu các rủi ro còn lại giữa nhà thầu và các bên liên quan khác trong ngành. Quá trình xem xét lại cần phải minh bạch và có sự tham vấn để xây dựng niềm tin trong khu vực tư nhân. Cần tiến hành phân tích chi phí-lợi ích cho các phương án giảm thiểu rủi ro theo hợp đồng làm cơ sở thiết kế đấu thầu và tối đa hóa tiềm năng cắt giảm biểu giá đạt hiệu quả về chi phí.
- Ưu tiên triển khai các khung pháp lý hiệu quả cho việc tìm nguồn cung ứng của doanh nghiệp để theo kịp xu hướng toàn cầu về phi carbon hóa chuỗi cung ứng và đưa ra lộ trình mới cho thị trường điện từ nguồn năng lượng tái tạo.
- Các tiêu chuẩn hiệu suất năng lượng tối thiểu và quy định dán nhãn ở Việt Nam cần được tăng cường và mở rộng để loại bỏ các sản phẩm kém hiệu quả ra khỏi thị trường và cải thiện và đảm bảo nhu cầu đối với các sản phẩm có hiệu quả cao hơn. Việt Nam có thể dựa trên kinh nghiệm trước đây trong quá trình áp dụng MEPS cho sản phẩm và làm việc với đối tác như các sáng kiến United for Efficiency và ASEAN Shine để tăng tính nghiêm ngặt và quy mô áp dụng các tiêu chuẩn hiện có.
- Chính phủ cần giải quyết những bất cập pháp lý trong thị trường dịch vụ năng lượng vốn đang kìm hãm sự mở rộng các cơ hội, đảm bảo các điều kiện minh bạch cho việc thực hiện phương thức hợp đồng hiệu quả năng lượng (EPC). Các quy định và hướng dẫn cần bao gồm các thủ tục kế toán, các ưu đãi, tính đến các trở ngại về mua sắm công và lập kế hoạch ngân sách công, các điều khoản cho vay EPC và các thủ tục giải quyết tranh chấp.

Các chính sách và quy định về hiệu quả năng lượng

Đã có những tiến bộ đáng kể trong việc phát triển khung pháp lý về thúc đẩy hiệu quả năng lượng trong công nghiệp, nhưng cần tăng cường giám sát và thực thi

Quá trình thực hiện VNEEP giai đoạn I & II đã đạt được một số cột mốc pháp lý và quy định quan trọng trong việc thúc đẩy hiệu quả năng lượng trong lĩnh vực công nghiệp. Những bước tiến quan trọng nhất gồm có việc thông qua Luật Sử dụng năng lượng tiết kiệm và hiệu quả, trong đó bắt buộc Cơ sở sử dụng năng lượng trọng điểm (DEU) phải chỉ định một Người quản lý năng lượng đủ năng lực để thực hiện kiểm toán năng lượng 3 năm một lần và tổ chức các mạng lưới quản lý sử dụng năng lượng, trong đó có việc lập các kế hoạch cắt giảm năng lượng hàng năm. Quá trình thực hiện Nghị định số 21/2011/NĐ-CP sau đó đã định nghĩa DEU là các cơ sở công nghiệp và nông nghiệp có tổng mức tiêu thụ năng lượng trên 1000 TOE mỗi năm và tất cả các tòa nhà phi công nghiệp (bao gồm cả nhà ở, nhà thương mại, cơ sở bệnh viện và giáo dục) tiêu thụ 500 TOE hoặc cao hơn. Danh sách DEU bắt buộc đầu tiên được công bố vào năm 2018 theo Quyết định số 1221 của Bộ Công Thương và đề ra yêu cầu Bộ Công Thương phải công bố danh sách cập nhật hàng năm. Danh sách mới nhất dựa trên mức tiêu thụ năm 2019 (Quyết định số 1577/2020/QĐ-TTg) và có 3.006 DEU (2.441 cơ sở công nghiệp, 15 cơ sở nông nghiệp, 84 đơn vị vận tải và 466 tòa nhà). Việc triển khai và thực thi các nghĩa vụ kiểm toán năng lượng và quản lý năng lượng có thể phức tạp do việc phải xử lý quyền sở hữu chung, thiết bị cho thuê, nhà có nhiều đối tượng sử dụng và việc phân chia ưu đãi giữa người thuê - chủ nhà. Việc xác định DEU ở cấp tòa nhà hoặc cơ sở thay vì ở cấp doanh nghiệp có thể làm trầm trọng thêm vấn đề này. Thông tư số 9/2012/TT-BCT quy định chi tiết về phương pháp lập và báo cáo kế hoạch quản lý năng lượng nhưng không hướng dẫn chi tiết những vấn đề này.

Các điều khoản thi hành cũng được đưa ra cùng với Nghị định số 134/2013/NĐ-CP cho phép một số cơ quan nhà nước có thẩm quyền cảnh cáo và xử phạt tài chính những trường hợp vi phạm các nghĩa vụ này. Hiện tại, chưa có thông báo cưỡng chế hay chế tài nào được ban hành và chế độ giám sát và cưỡng chế các nghĩa vụ này vẫn chưa được thực hiện đầy đủ. Theo nghiên cứu đánh giá VNEEP II do Cơ quan Phát triển Quốc tế Đan Mạch phối hợp với Bộ Công Thương thực hiện, các DEU nói chung không tuân theo các yêu cầu xây dựng kế hoạch quản lý năng lượng hoặc báo cáo hàng năm cho Sở Công Thương (Sở CT). VNEEP III đã ưu tiên đặc biệt vào việc tập trung thực thi tuân thủ, với mục tiêu cụ thể là 100% DEU áp dụng hệ thống quản lý năng lượng vào năm 2025. Việc tích hợp quy trình quản lý năng lượng vào các quy trình đầu tư và hoạt động kinh doanh cốt lõi của những cơ sở sử dụng năng lượng lớn là một động lực chính phát triển thị trường sử dụng năng lượng hiệu quả từ phía nhu cầu. Chính phủ Việt Nam đã đạt được những tiến bộ quan trọng đáng biểu dương trong việc kịp thời thiết lập khuôn khổ pháp lý để thúc đẩy quá trình tiếp nhận và tuân thủ, đồng thời đưa ra một nền tảng có thể áp dụng vào VNEEP III nhằm củng cố những thành tựu đã có thông qua tăng cường tập trung vào cải thiện môi trường tuân thủ. Các nghĩa vụ báo cáo đi kèm với Luật Sử dụng năng lượng tiết kiệm và hiệu quả cũng tạo ra những luồng thông tin có giá trị từ doanh nghiệp đến chính phủ về các cơ hội hiệu quả năng lượng, phổ biến công nghệ, tiến độ dựa trên các mục tiêu phân ngành, v.v. Dữ liệu này cần được khai thác nhằm đánh giá, xếp loại tác động và hỗ trợ quá trình điều chỉnh sâu hơn môi trường pháp lý.

Kể từ khi Luật Sử dụng năng lượng tiết kiệm và hiệu quả được thông qua, các mục tiêu bắt buộc về mức tiêu thụ năng lượng đặc biệt (SEC) đối với một số ngành công nghiệp sử dụng nhiều năng lượng cũng đã được đưa ra. Các mục tiêu bắt buộc được bắt đầu áp dụng từ năm 2014 tiếp theo chương trình thỏa thuận tự nguyện thí điểm được phát triển trong khuôn khổ Dự án Tiết kiệm năng lượng và Sản xuất sạch (CPEE) do Quỹ Môi trường Toàn cầu (GEF) tài trợ thông qua Ngân hàng Thế giới (2011-2016). Những mục tiêu này hiện đã được đưa vào các ngành hóa chất, nhựa, thép, giấy, đường và chế biến thủy sản[1], buộc những ngành này phải xây dựng và đầu tư thực hiện kế hoạch cắt giảm năng lượng, đáp ứng các mục tiêu SEC vào năm 2025 hoặc đối mặt với khả năng bị cưỡng chế tuân thủ. Ý kiến đóng góp của các ngành đã được thu thập trong quá trình đối chuẩn và đặt mục tiêu, nhưng dù hoạt động tham vấn ngành này có kỹ lưỡng đến mức nào thì việc đặt ra các mục tiêu bắt buộc vẫn có thể gây ra những hiệu ứng không mong muốn nếu các quyết định đầu tư đề ra là không hiệu quả hoặc khả năng tiếp cận vốn đầu tư bị hạn chế. Những rủi ro này có thể trở nên rõ nét nếu việc đầu tư cho nâng cấp cải thiện sâu hiệu quả năng lượng bị hạn chế do biểu giá năng lượng thấp hoặc được trợ cấp; và Việt Nam hiện có những biểu giá năng lượng công nghiệp thấp nhất khu vực (Hình 3.1).

Tiếp cận tài chính được nhấn mạnh là một rào cản chính trong Dự án CPEE khi các công ty sẵn sàng thực hiện các biện pháp có chi phí thấp (bảo trì nhỏ, cải tiến quy trình sản xuất và cải tạo), nhưng lại gặp khó khăn trong việc ưu tiên các hành động gây thâm dụng vốn (ví dụ thay thế thiết bị) so với các nhu cầu vận hành và đầu tư khác (ví dụ: mở rộng công suất). Tình trạng này càng phổ biến hơn ở các công ty có tỷ suất lợi nhuận thấp nhất và/hoặc trong các phân khúc thị trường cạnh tranh cao nhất (World Bank, 2018[1]). Điều này có thể trở nên trầm trọng hơn do tác động của dịch COVID-19; một cuộc khảo sát các công ty trong một số lĩnh vực, trong đó có ngành chế tạo, báo cáo doanh thu năm 2020 giảm trung bình 36% so với năm trước do tình trạng chậm thanh toán, hủy đơn hàng và nhu cầu giảm. (Tan and Tran, 2020[2]).

Hình 3.1. So sánh biểu giá điện công nghiệp tại một số quốc gia trong khu vực năm 2018

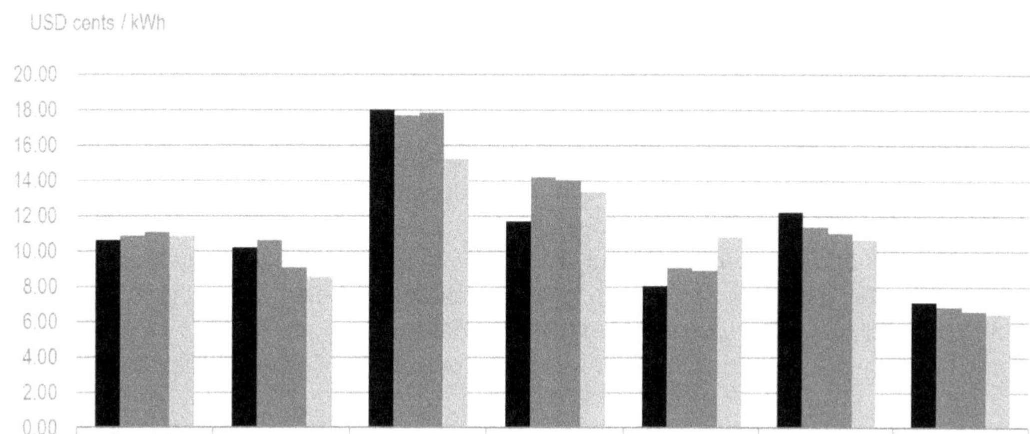

	People's Republic of China	Malaysia	Philippines	Singapore	Republic of Korea	Thailand	Viet Nam
Small	10.59	10.20	17.96	11.68	8.03	12.20	7.13
Medium	10.85	10.59	17.66	14.17	9.08	11.37	6.83
Large	11.06	9.06	17.81	14.05	8.91	11.01	6.61
Very Large	10.83	8.52	15.19	13.36	10.81	10.67	6.45

Ghi chú: Quy mô ngành được xác định với các ngưỡng tiêu thụ hàng tháng và ngưỡng tải tối đa: Nhỏ 5.000 kWh, Vừa 65.000 kWh & 180 kW tải, Lớn 270.000 kWh & 600 kW tải, Rất lớn 1.050.000 kWh & 2.250 kW tải
Nguồn: (ADB, 2018[3])

StatLink https://stat.link/hjr4kw

Bộ Công Thương sẽ cần phải theo dõi chặt chẽ tiến độ thực hiện các mục tiêu này, duy trì kênh đối thoại với các bên tham gia trong ngành, hỗ trợ thêm dưới dạng hỗ trợ kỹ thuật, thuế hoặc các ưu đãi tài chính khác và tạo điều kiện tiếp cận tài chính trong suốt giai đoạn mục tiêu. Các đợt tăng biểu giá thường xuyên theo nhịp lạm phát và đà tăng chi phí sản xuất điện cũng sẽ có vai trò rất quan trọng. Cho đến nay, việc tăng biểu giá chỉ diễn ra lẻ tẻ, không bắt kịp sự gia tăng chi phí (Lee and Gerner, 2020[4]). Môi trường hỗ trợ và tạo thuận lợi rộng rãi hơn dành cho các ngành tham gia vào Chương trình 1000 doanh nghiệp hàng đầu của Trung Quốc là động lực chính thúc đẩy sự phổ biến những công nghệ tốt nhất hiện có và cải thiện cường độ năng lượng trong thời gian thực hiện của chương trình khi cường độ sử dụng năng lượng của GDP giảm gần 4% mỗi năm. Chính phủ Trung Quốc thực hiện miễn thuế đối với các dự án và thiết bị tiết kiệm năng lượng đã được phê duyệt cấp ưu đãi tài chính trực tiếp cho doanh nghiệp với từ 26 USD đến 33 USD mỗi tấn than tương đương tiết kiệm được (Rock et al., 2013[5]). Dự án Thúc đẩy tiết kiệm năng lượng trong các ngành Công nghiệp Việt Nam do Quỹ Khí hậu Xanh và Ngân hàng Thế giới đồng tài trợ dự kiến sẽ bắt đầu hoạt động đầy đủ tại Việt Nam vào Quý 2 năm 2021, thiết lập quỹ chia sẻ rủi ro để hỗ trợ tiếp cận các khoản vay thương mại hiệu quả năng lượng (EE) cho công nghiệp cùng với các nguồn hỗ trợ kỹ thuật được mở rộng.

Ngày càng có nhiều các cơ sở đạt chứng nhận hệ thống quản lý năng lượng theo tiêu chuẩn quốc tế

Thúc đẩy việc áp dụng các tiêu chuẩn được quốc tế công nhận như Quản lý năng lượng ISO50001, Quản lý chất lượng ISO9001 và Quản lý môi trường ISO14001 là một mảng đóng vai trò quan trọng trong việc đảm bảo tích hợp đúng đắn các thực hành quản lý năng lượng và môi trường vào quy trình vận hành của các công ty. Hoạt động này không chỉ có ý nghĩa cải thiện cường độ năng lượng và năng lực cạnh tranh công nghiệp của Việt Nam mà sẽ ngày càng có tầm quan trọng đối với thương mại quốc tế và thu hút đầu tư trực tiếp nước ngoài khi các tập đoàn đa quốc gia ngày càng xem xét kỹ lưỡng vấn đề tác động môi trường trong các chuỗi cung ứng toàn cầu của họ (thảo luận tại chương 4). Việt Nam đang đạt được nhiều tiến bộ trong lĩnh vực này với số cơ sở được cấp chứng chỉ ISO50001 tăng từ 5 trong năm 2012 lên 84 vào năm 2019 (ISO, 2019[6]). Sự đón nhận này đã được hỗ trợ qua VNEEP các giai đoạn I & II với hoạt động nâng cao nhận thức, đào tạo và các quy định tạo thuận lợi như các nghĩa vụ của Cơ sở sử dụng năng lượng trọng điểm mô tả ở trên. Khoảng 150 doanh nghiệp đã nhận được hỗ trợ trực tiếp trong VNEEP giai đoạn I & II để triển khai hệ thống quản lý sử dụng năng lượng, trong đó 20 doanh nghiệp đã đạt được chứng nhận ISO50001. Bên cạnh đó, chương trình cũng kết hợp đào tạo và cấp chứng chỉ cho 2.200 cán bộ quản lý năng lượng và xây dựng tài liệu đào tạo chuẩn hóa về quản lý năng lượng. Chính phủ có thể xem xét cung cấp thêm các khuyến khích đón nhận ISO50001, ví dụ, thông qua việc miễn trừ hoặc nới lỏng các yêu cầu kiểm toán năng lượng theo Luật Sử dụng năng lượng hiệu quả và tiết kiệm. Cách tiếp cận tương tự cũng đã được thực hiện ở các nước EU theo Chỉ thị về Hiệu quả năng lượng.

Hình 3.2. Chứng nhận hệ thống quản lý năng lượng ISO50001 tại một số quốc gia

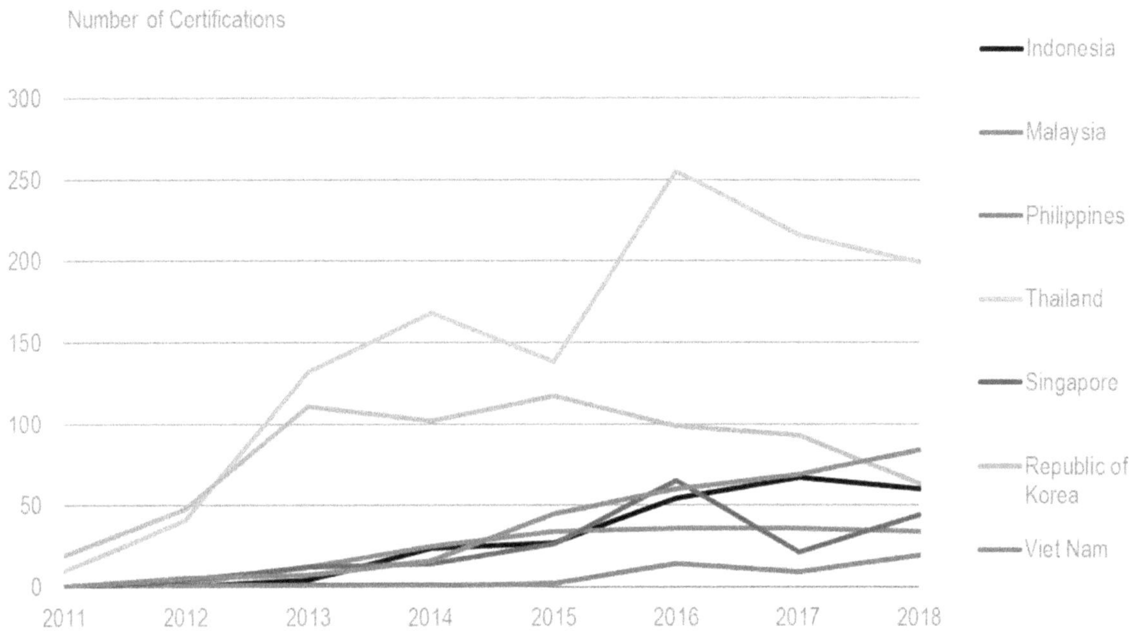

Ghi chú: ISO50001 là chứng nhận tiêu chuẩn được quốc tế công nhận về chất lượng hệ thống quản lý năng lượng
Nguồn: (ISO, 2019[6])

StatLink https://stat.link/rg5te8

Tiêu chuẩn Hiệu suất năng lượng tối thiểu & Dán nhãn có thể được thắt chặt hơn, phù hợp với điều kiện thị trường

Quy định về dán nhãn năng lượng được ban hành tại Thông tư số 08/2006/TT-BCN quy định giai đoạn áp dụng tự nguyện nhằm xây dựng các quy trình dán nhãn, thiết kế nhãn và các tiêu chuẩn kỹ thuật làm cơ sở cho các mức hiệu quả. Tiêu chuẩn kỹ thuật được đưa ra cho năm nhóm thiết bị, Nhóm 1: thiết bị chiếu sáng, thiết bị gia dụng và điều hòa không khí; Nhóm 2: thiết bị thương mại và văn phòng; Nhóm 3: động cơ ba pha công nghiệp, máy biến áp và thiết bị làm lạnh; Nhóm 4: ô tô dưới bảy chỗ ngồi; và Nhóm 5: máy nước nóng năng lượng mặt trời và thiết bị chiếu sáng công cộng. Tùy thuộc vào loại công nghệ, nhãn xác nhận và nhãn so sánh được kết hợp áp dụng. Trong thời gian này, các cơ sở thử nghiệm đã được thiết lập (QUATEST 1, 2 & 3) và các chiến dịch tiếp thị được thực hiện để nâng cao nhận thức của người tiêu dùng. Quyết định số 51/2011/QĐ-TTg sau đó đã quy định chuyển đổi sang ghi nhãn bắt buộc đối với một số thiết bị, cũng như giới thiệu các mức tiêu thụ năng lượng tối thiểu (MEPS) và lộ trình thực hiện. Quyết định số 04/2017/QĐ-TTg sau đó đã bổ sung quy định này với thêm 5 sản phẩm phải dán nhãn năng lượng bắt buộc: đèn LED, máy tính xách tay, bình nóng lạnh có dự trữ, ô tô 8-9 chỗ và xe máy.

Bảng 3.1. Mốc thời gian áp dụng dán nhãn bắt buộc và các tiêu chuẩn hiệu suất năng lượng tối thiểu

Loại thiết bị	Thực hiện dán nhãn bắt buộc	MEPS được giới thiệu
Thiết bị gia dụng và chiếu sáng	Ngày 01/01/2013 - một số loại thiết bị chiếu sáng và gia dụng Ngày 01/01/2020 - bóng đèn LED, ấm đun nước	Bóng đèn sợi đốt trên 60 W bị cấm từ ngày 01/01/2013 Thiết bị gia dụng ngày 01/01/2014
Thiết bị công nghiệp	Ngày 01/01/2013	Ngày 01/01/2015
Thiết bị thương mại & văn phòng	Ngày 01/01/2014 - tủ đông thương mại Ngày 01/01/2020 - máy tính xách tay	Ngày 01/01/2015
Vận tải	Ngày 25/4/2017 - ô tô đến 7 chỗ Ngày 01/01/2018 ô tô 8-9 chỗ Ngày 01/01/2020 - xe máy	không có

Nguồn: Quyết định 51/2011/QĐ-TTg & Quyết định 04/2017/QĐ-TTg

Vào năm 2015, ngay sau khi quy định dán nhãn bắt buộc được áp dụng, Bộ Công Thương đã phê duyệt nhãn năng lượng cho hơn 8.000 sản phẩm khác nhau và đến năm 2019, con số này đã tăng lên 15.000 với các sản phẩm được dán nhãn chiếm 90% tổng lượng mua sắm thiết bị gia dụng (Tap Chi Tai Chinh Online, 2019[7]). Một cuộc khảo sát thị trường năm 2014 cho thấy tỷ lệ đón nhận và tuân thủ ấn tượng đối với các quy định về dán nhãn chỉ sáu tháng áp dụng yêu cầu dán nhãn bắt buộc; 68% máy điều hòa không khí (AC) và máy giặt được dán nhãn chính xác và tất cả nhãn xác nhận cho đèn huỳnh quang compact đều phù hợp với quy định. Tuy nhiên, cuộc khảo sát đã chỉ ra rằng hoạt động phân phối máy giặt và quạt có sẵn trên thị trường bị lệch nhiều về mức xếp hạng cao nhất là 5 sao, không tạo ra nhiều khác biệt trên thị trường và do đó hạn chế động lực cung cấp sản phẩm hiệu quả cao hơn của các nhà sản xuất và bán lẻ (Australian Government, 2014[8]). Một cuộc khảo sát về thị trường máy điều hòa không khí năm 2019 cho thấy 76% tổng số AC trên thị trường đạt xếp hạng 4 hoặc 5 sao, cho thấy mức cải thiện đáng kể so với mức 33% trong kết quả khảo sát năm 2014 trước đó. (CLASP, 2019[9]). Điều này cho thấy Việt Nam có cơ hội điều chỉnh lại thang đánh giá hệ thống xếp hạng sao và sửa đổi MEPS đã áp dụng từ năm 2015 để thúc đẩy quá trình chuyển đổi liên tục của thị trường sang giai đoạn VNEEP III. Việt Nam cũng cần xác định lịch trình rà soát thị trường định kỳ và xếp hạng lại các tiêu chuẩn MEPS/ghi nhãn để cung cấp hướng dẫn mới về các công nghệ tiết kiệm năng lượng tiên tiến nhất cho người tiêu dùng.

Hình 3.3. Thị phần thiết bị mới theo xếp hạng hiệu suất năng lượng 2014

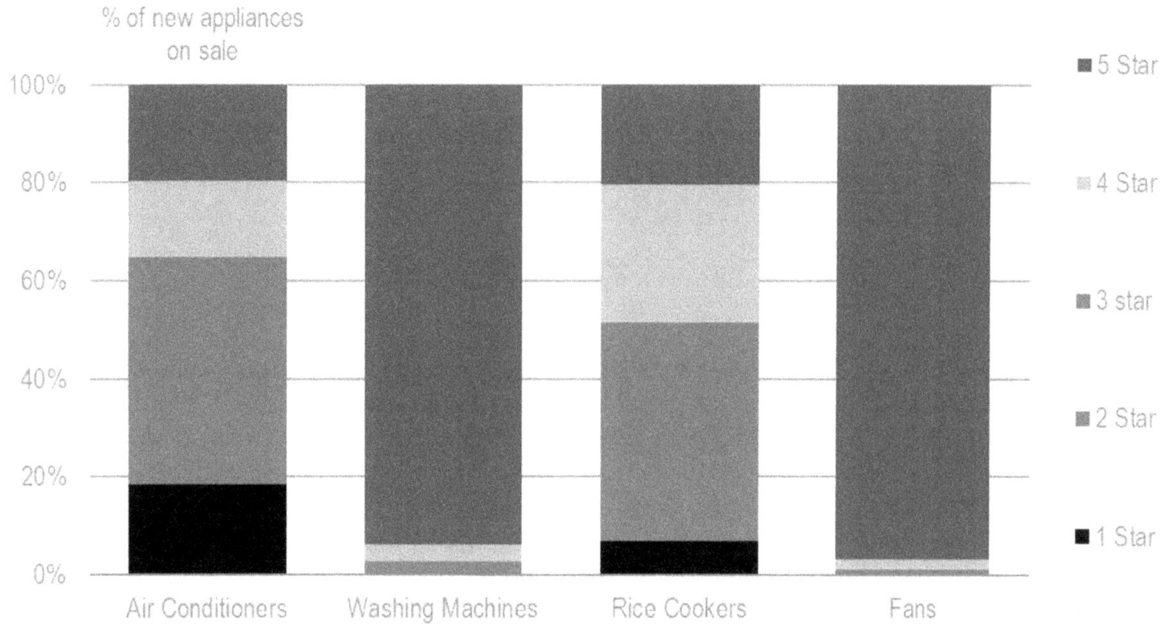

Ghi chú: Xếp hạng sao tương ứng với quy định dán nhãn năng lượng thiết bị gia dụng của Việt Nam với 5 sao là mức tiết kiệm năng lượng cao nhất

Nguồn: (Australian Government, 2014[8])

StatLink https://stat.link/9utn1r

Đã có các công ty dịch vụ năng lượng hoạt động tại Việt Nam nhưng cần có một khuôn khổ pháp lý hướng dẫn các phương thức hợp đồng hiệu quả năng lượng để giúp xây dựng niềm tin của thị trường

Các công ty dịch vụ năng lượng (ESCO) cung cấp chuyên môn kỹ thuật, dịch vụ thực hiện dự án và tùy thuộc vào điều kiện thị trường, có thể tài trợ vốn đầu tư ban đầu hoặc bảo đảm hiệu quả cho các dự án tiết kiệm năng lượng. Các mô hình kinh doanh ESCO đã đóng vai trò quan trọng trong việc tạo điều kiện thuận lợi mở rộng quy mô đầu tư cho hiệu quả năng lượng tại nhiều thị trường các nước OECD. Mô hình kinh doanh của những công ty này giúp giảm thiểu rào cản kỹ thuật và tài chính cho chủ dự án thông qua các phương thức hợp đồng hiệu quả năng lượng (EPC) khác nhau, cho phép thanh toán chi phí ban đầu dự án theo thời gian cùng với một phần mức tiết kiệm năng lượng đạt được hoặc bằng cách đảm bảo mức hiệu quả tiết kiệm tối thiểu. Ước tính có hơn 200 ESCO đang hoạt động tại Việt Nam, nhưng việc sử dụng phương thức EPC là rất hiếm gặp với phần lớn công ty chỉ cung cấp dịch vụ tư vấn hoặc dịch vụ cung ứng và lắp đặt truyền thống (Viet Nam News, 2020[10]).

Mặc dù không có rào cản pháp lý nào hạn chế các phương thức hợp đồng EPC giữa hai doanh nghiệp tư nhân, song việc thiếu nhận thức và còn xa lạ với EPC gây ra những rào cản lớn và kéo dài chu kỳ phát triển kinh doanh. Việc có một khung pháp lý chuyên biệt với hướng dẫn rõ ràng về cách xử lý kế toán và thuế, cơ chế giám sát và xác minh của bên thứ ba cũng như các thủ tục giải quyết tranh chấp chuyên biệt sẽ là bước đi quan trọng để gây dựng lòng tin. Các rào cản pháp lý liên quan đến phân bổ ngân sách và mua sắm công sẽ hạn chế khả năng đấu thầu dựa trên EPC của các cơ quan và doanh nghiệp nhà nước. Những quy định này cần được xem xét lại để cho phép ký hợp đồng EPC nhiều năm theo các phương thức đảm bảo hoặc chia sẻ lợi nhuận từ hiệu quả tiết kiệm. Khu vực công có thể đóng vai trò quan trọng là 'người đi đầu áp dụng' để chứng minh mô hình EPC, giúp doanh nghiệp ESCO xây dựng khả năng tài chính và năng lực kỹ thuật mạnh mẽ hơn. Các ESCO của Việt Nam thường là những doanh nghiệp nhỏ, thiếu khả năng tài chính để cung cấp tài sản thế chấp theo yêu cầu của các bên cho vay là doanh nghiệp và do đó bị hạn chế khả năng tiếp cận tài chính. Khung pháp lý này cũng quan trọng đối với các đơn vị chủ dự án, chẳng hạn như các khách hàng công nghiệp có khả năng sinh lời thấp và tỷ lệ đòn bẩy nợ cao và do đó ưu tiên khả năng đầu tư còn lại cho những khoản đầu tư được coi là hoạt động cốt lõi. Việt Nam có thể kết hợp những bài học từ thành công của Trung Quốc trong việc phát triển thị trường ESCO như được nêu trong nghiên cứu điển hình dưới đây (Hộp 3.2).

Hộp 3.2. Nghiên cứu điển hình: Các quy định pháp lý áp dụng tại Trung Quốc nhằm thúc đẩy sự phát triển của ESCO

Trong 2 thập kỷ vừa qua, thị trường Công ty dịch vụ năng lượng (ESCO) ở Trung Quốc có tốc độ tăng trưởng đáng kể và trở thành thị trường hàng đầu trên toàn cầu, chiếm 59% doanh thu toàn cầu của các ESCO trong năm 2017. Từ hơn 80 ESCO hoạt động trên cả nước vào năm 2005, con số này đã tăng theo cấp số nhân lên hơn 6.500 vào năm 2019 với các ESCO hiện cung cấp hơn 750.000 việc làm (Zhu, 2020[11]). Sự phát triển thị trường của Trung Quốc đi theo con đường phát triển đặt trọng tâm vào khu vực tư nhân với 90% doanh thu ESCO thuộc khu vực tư nhân, đặc biệt tập trung lĩnh vực công nghiệp. Xu hướng thị trường này cũng tương tự như ở Hàn Quốc, hoặc ở mức độ thấp hơn là Nhật Bản khi so sánh với Hoa Kỳ, EU và Canada, nơi các chương trình công cộng chiếm phần lớn hoạt động của thị trường. Tuy nhiên, cần lưu ý rằng với mức độ hỗ trợ mà nhà nước dành cho lĩnh vực công nghiệp tại Trung Quốc, khó có thể phân định được ranh giới giữa doanh nghiệp nhà nước và doanh nghiệp tư nhân.

Hình 3.4. Doanh thu thị trường ESCO khu vực tư nhân so với khu vực công 2016-2017

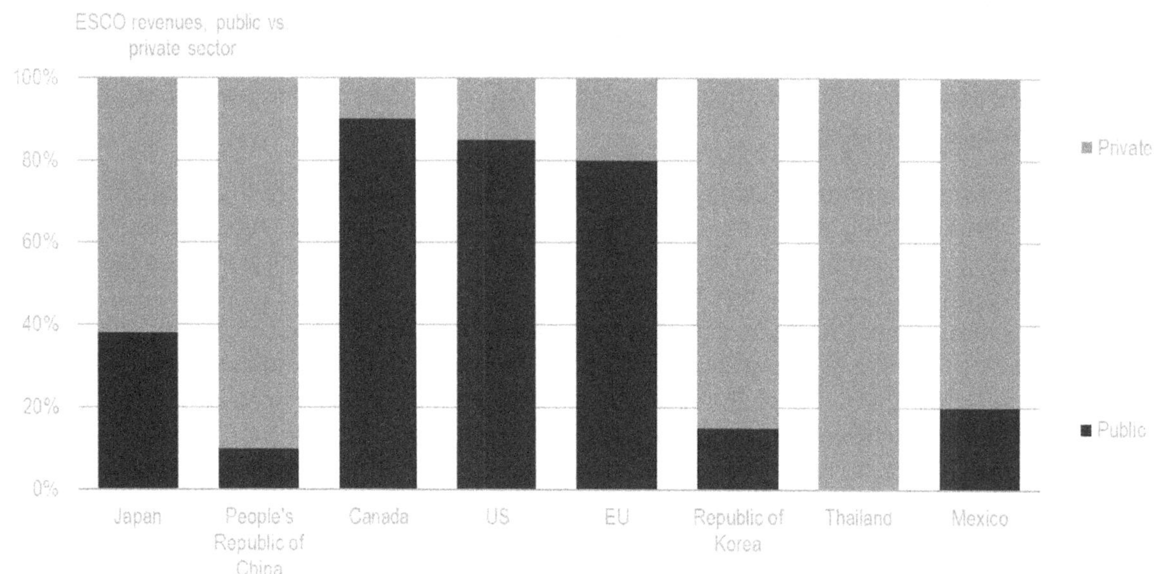

Nguồn: (IEA, 2018[12])

StatLink https://stat.link/3d6f7j

Những tham vọng và mục tiêu dài hạn mà Trung Quốc đặt ra cho lĩnh vực công nghiệp trong khuôn khổ các chương trình Top 1.000 và Top 10.000 triển khai từ năm 2005 đã kích hoạt thành công thị trường cho các dịch vụ năng lượng. Sau đó, chính sách xây dựng thị trường này được hỗ trợ bằng một loạt các quy định thúc đẩy tăng trưởng của ESCO và phương thức hợp đồng hiệu quả năng lượng (EPC). Có thể phân loại những hỗ trợ này theo các chủ đề như trong Hình 3.5:

Hình 3.5. Các thành phần của môi trường pháp lý tạo thuận lợi cho sự phát triển ESCO

Phạm vi các hành động và hướng dẫn quy định nhằm mục tiêu phát triển EPC ở Trung Quốc được liệt kê trong Bảng 3.2. Một khía cạnh quan trọng trong sự phát triển ESCO là khả năng tiếp cận tài chính, được Trung Quốc thực hiện bằng cách cung cấp vốn dành riêng cho các ngân hàng để cho vay lại, đồng thời tập trung vào việc điều chỉnh các quy trình bảo lãnh phát hành để tháo gỡ các rào cản đặc thù của ESCO. Quy định cho phép ESCO sử dụng doanh thu trong tương lai của các dự án hợp đồng EPC để thế chấp là rất quan trọng và ít thấy tại các thị trường khác. Việc hỗ trợ ESCO xây dựng uy tín tín dụng theo cách trên đã giúp các công ty này phát triển khả năng tài chính và hoạt động kinh doanh. Năm 2010, doanh nghiệp siêu nhỏ hoặc nhỏ chiếm tới 78% số ESCO tại Trung Quốc, đến năm 2019 chỉ còn 40% (Zhu, 2020[11]).

Bảng 3.2. Các quy định hỗ trợ ESCO tại Trung Quốc

Ưu đãi về tài chính	Các dự án ESCO được nhận các khoản ưu đãi tối thiểu 300 RMB (47 USD) cho mỗi tấn CO2e cắt giảm được
Ưu đãi thuế	Doanh thu từ EPC của ESCO được miễn VAT Thu nhập từ EPC được miễn thuế thu nhập doanh nghiệp trong ba năm và 50% trong ba năm tiếp theo
Quy tắc kế toán	Các cơ quan chính phủ được phép sử dụng ngân sách năng lượng để chi trả cho các EPC có thời hạn nhiều năm và được hạch toán vào mục chi tiêu năng lượng Tài sản cố định chuyển giao cho người dùng khi kết thúc EPC được coi là tài sản tài trợ và được miễn thuế VAT Các khoản thanh toán cho ESCO theo EPC được hạch toán dưới dạng một loại chi phí
Cơ chế tài chính xanh	Tài sản cố định do các ESCO đầu tư theo dự án EPC có thể được sử dụng làm bảo đảm cho các khoản vay Các ngân hàng được khuyến khích coi doanh thu trong tương lai từ EPC là tài sản đảm bảo cho các khoản vay
Chứng nhận và Tiêu chuẩn	Chứng nhận ESCO tự nguyện dựa trên năng lực kỹ thuật, năng lực kinh tế và hồ sơ tín dụng Thiết lập hệ thống danh sách đen với các ESCO, người sử dụng năng lượng và các tổ chức bên thứ ba có tình trạng mất khả năng thanh toán Thiết lập Sổ đăng ký EPC trực tuyến và khuyến khích các ESCO đăng ký EPC trên sổ đăng ký Giới thiệu và cập nhật một loạt các tiêu chuẩn kỹ thuật bao gồm các quy tắc EPC, quy định về kiểm toán năng lượng, giám sát và xác minh tiết kiệm, và hệ thống quản lý năng lượng

Phương pháp phát triển thị trường ESCO do khu vực tư nhân dẫn dắt đã gặt hái được nhiều thành công ở Trung Quốc nhờ có khung pháp lý được xây dựng chi tiết, tạo thành quan hệ rõ ràng giữa các bên tham gia hợp đồng và khuyến khích hoạt động thị trường. Chính phủ Việt Nam cũng đã có những bước đầu tiên quan trọng để kiến tạo thị trường này thông qua các chỉ tiêu ngành và nghĩa vụ kiểm toán năng lượng, tuy nhiên môi trường pháp lý hỗ trợ để thúc đẩy phát triển thị trường cho các ESCO vẫn còn tương đối yếu. Không có quy định thiết lập ưu đãi về tài chính hoặc ưu đãi thuế dành riêng cho ESCO, quy định làm rõ việc xử lý kế toán EPC, các khoản vay EPC hoặc chứng nhận. Việt Nam đã đặt ra ưu tiên phát triển hơn nữa môi trường pháp lý trong VNEEP III và có thể áp dụng bài học từ Trung Quốc để tiếp tục đạt được tiến bộ trong lĩnh vực này.

Quy định về hiệu quả năng lượng trong lĩnh vực xây dựng

Việt Nam đang trải qua quá trình đô thị hóa nhanh chóng với sự nổi lên của tầng lớp trung lưu. Số người sống ở thành phố dự kiến tăng từ 34,7 triệu vào năm 2018 lên 65,7 triệu vào năm 2050, tương đương với việc hơn một nửa dân số chuyển đến khu vực đô thị, gia tăng nhu cầu diện tích sàn thêm 12 triệu mét vuông mỗi năm (IFC, 2019[13]). Vào tháng 9 năm 2013, Bộ Xây dựng đã thông qua bộ Quy chuẩn Kỹ thuật Việt Nam về Các công trình xây dựng sử dụng năng lượng hiệu quả (VEEBC) QCVN 09:2013/BXD, quy định các tiêu chuẩn kỹ thuật bắt buộc tuân thủ khi thiết kế, xây dựng mới hoặc cải tạo các công trình dân dụng (tòa nhà văn phòng, khách sạn, bệnh viện, trường học, tòa nhà thương mại, dịch vụ, chung cư), có tổng diện tích sàn từ 2.500 m2 trở lên. VEEBC được cập nhật vào năm 2017 (QCVN 09:2017/BXD), tuy nhiên, mức độ tuân thủ được cho là vẫn còn thấp. VNEEP III đặt ra mục tiêu cụ thể là xác minh 100% các tòa nhà được xây mới hoặc tân trang lại tuân thủ tiêu chuẩn năm 2017. Nghị định số 15/2021/NĐ-CP đã quy định các thủ tục quan trọng mới cho việc thiết kế, thẩm định và kiểm tra các dự án xây dựng, cung cấp một khung pháp lý giá trị cho việc cải thiện môi trường tuân thủ.

Hình 3.6. Chứng nhận công trình xanh hàng năm giai đoạn 2010-2020

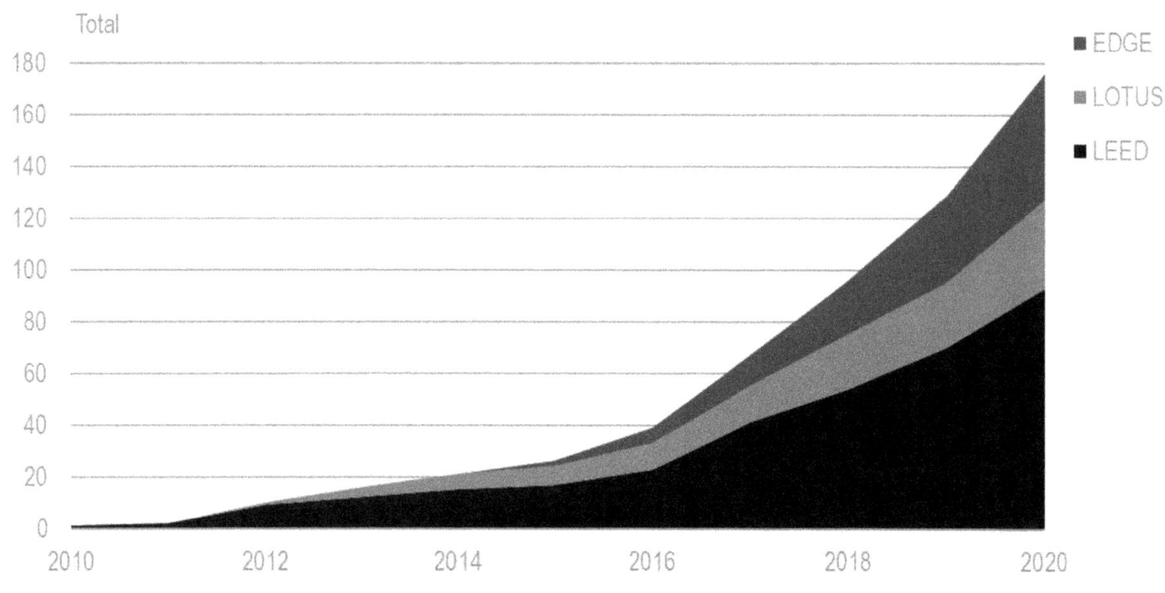

Ghi chú: LOTUS là hệ thống chứng chỉ công trình xanh quốc gia của Việt Nam do Hội đồng Công trình Xanh Việt Nam phát triển. LEED là hệ thống chứng chỉ công trình xanh do Hội đồng Công trình Xanh Hoa Kỳ phát triển, EDGE là hệ thống chứng chỉ công trình xanh do IFC phát triển

Nguồn: Viet Nam Green Building Council & IFC

StatLink https://stat.link/z1coly

Quá trình tiếp thu và ứng dụng công trình xanh tại Việt Nam đang trên đà tiến triển tích cực, nhưng các con số vẫn ở mức thấp. Năm 2020, có 23 công trình mới đạt được chứng nhận LEED (tiêu chuẩn chứng nhận công trình xanh của Hội đồng Công trình Xanh Hoa Kỳ) và 9 công trình được chứng nhận LOTUS (chứng nhận công trình xanh nội địa của Việt Nam do Hội đồng Công trình Xanh Việt Nam phát triển). Để tạo thêm động lực cho thị trường công trình xanh, chính phủ nên xem xét thiết lập các chương trình khuyến khích thích hợp, chẳng hạn như miễn thuế hoặc hỗ trợ lãi suất vay thế chấp xanh ưu đãi. Bộ Xây dựng dự kiến sẽ ban hành khung pháp lý mới về công trình xanh vào năm 2021, phân quyền cho chính quyền cấp tỉnh thiết lập các chính sách khuyến khích cấp địa phương.

Thiết kế thị trường điện và các quy định, chính sách về năng lượng tái tạo

Những thành công gần đây trong thu hút đầu tư vào năng lượng tái tạo làm nảy sinh những ưu tiên cấp thiết mới về việc điều chỉnh các khung pháp lý nhằm tạo điều kiện thuận lợi cho tích hợp lưới điện

Cơ chế biểu giá điện hỗ trợ (FIT) của Việt Nam, đặc biệt đối với quang điện mặt trời (ĐMT) quy mô hòa lưới và ĐMT mái nhà, đã khuyến khích nhanh chóng triển khai công suất trong giai đoạn 2019-2020. Đến cuối năm 2020, công suất năng lượng tái tạo biến thiên (NLTT biến thiên) đạt 17,6 GW (đối với điện gió, cả ĐMT quy mô hòa lưới và ĐMT mái nhà nối lưới), chiếm 23,6% tổng công suất phát điện (EVN, 2021[14]). Sở dĩ ưu tiên triển khai nhanh chóng như vậy là do mức thiếu hụt nguồn cung điện ngày càng cao xuất phát từ tình trạng nhu cầu tăng mạnh cùng với chậm trễ trong triển khai đấu thầu các nhà máy nhiệt điện theo kế hoạch. Tuy nhiên, các tác động kinh tế của đại dịch COVID-19 đã làm nhu cầu điện giảm nhanh chóng, gây ra hiện tượng cung vượt cầu, đặc biệt là ở các khu vực phía Nam, nơi tập trung hầu hết các dự án ĐMT. Hiện tượng này dẫn đến tắc nghẽn hệ thống truyền tải, và tình trạng trở nên đặc biệt nghiêm trọng trong những thời điểm nhu cầu thấp. Trong điều kiện vận hành như vậy, yêu cầu cắt giảm chiến lược các nguồn phát điện, bao gồm cả các đơn vị phát điện tái tạo độc lập (RE-IPP) là không thể tránh khỏi. Trong dịp Tết năm 2021 (Tết Âm lịch Việt Nam), đã có tới 5,5 GW công suất điện năng tái tạo bị cắt giảm trong khi tình trạng cắt giảm đối với các RE-IPP lên tới mức 30 - 40% ở các địa phương bị ảnh hưởng nặng nề nhất. NLDC báo cáo rằng nguồn sử dụng NLTT biến thiên có thể chiếm tới 40% tổng số nguồn phát trong thời gian vận hành bình thường của lưới điện. Tính trong cả năm, tỷ trọng trung bình của NLTT biến thiên trên toàn hệ thống là 4,85%, có khả năng tăng trên 10% vào cuối năm 2021 (EVN, 2021[15]). Điều này sẽ đưa tỷ trọng tích hợp NLTT biến thiên của Việt Nam lên cao hơn tỷ lệ của các thị trường năng lượng tái tạo hàng đầu như Nhật Bản, Úc, Hoa Kỳ và Trung Quốc trong năm 2018 (Hình 3.7. Tỷ trọng và các giai đoạn tích hợp năng lượng tái tạo biến thiên tại một số quốc gia năm 2018Hình 3.7).

Hình 3.7. Tỷ trọng và các giai đoạn tích hợp năng lượng tái tạo biến thiên tại một số quốc gia năm 2018

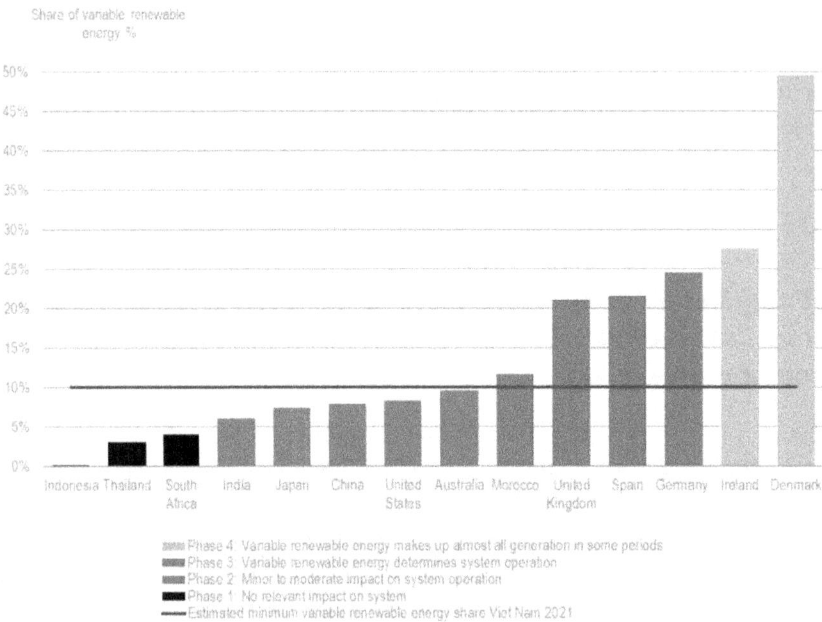

Nguồn: (IEA, 2020[16])

StatLink https://stat.link/vh5qr1

Tỷ trọng NLTT biến thiên cao đã khiến vận hành hệ thống điện trở nên phức tạp hơn và mang lại một viễn cảnh tương lai với tỷ trọng năng lượng tái tạo cao hơn nữa tại Việt Nam. Việc tích hợp mức độ cao NLTT biến thiên không chỉ gây khó khăn trong quá trình vận hành mà còn là thách thức về quản lý. Môi trường pháp lý về năng lượng của Việt Nam sẽ cần thay đổi nhanh chóng để đảm bảo các cơ cấu ưu đãi cũng như các quy định pháp lý tạo thuận lợi đủ sẵn sàng để phục vụ đấu thầu các dịch vụ cân bằng, cũng như các nguồn lực linh hoạt cần thiết của bên cung và bên cầu để tạo điều kiện cho quá trình chuyển dịch liên tục sang năng lượng sạch. Những biện pháp này cũng sẽ đòi hỏi phải được đặt vào quá trình cải cách thị trường tổng thể, phát triển thị trường điện cạnh tranh và kế hoạch đầu tư nâng cấp lưới điện.

Thị trường điện đầy cạnh tranh của Việt Nam đang phát triển nhưng vẫn áp dụng mô hình người mua duy nhất cho các đơn vị phát điện tái tạo độc lập

Luật Điện lực Việt Nam, được thông qua vào tháng 11 năm 2004, đặt cơ sở pháp lý cho tái cải cách ngành điện bao gồm việc thiết lập thị trường điện cạnh tranh, tái cơ cấu Tập đoàn Điện lực Việt Nam (EVN) và cải cách cơ cấu quản trị (xem chương 2). Quyết định số 63/2013/QĐ-TTg của Thủ tướng Chính phủ (sửa đổi các quyết định đã thông qua năm 2006 và 2013) đã phê duyệt lộ trình cải cách (Điều kiện và Cơ cấu tổ chức ngành điện để hình thành và phát triển các cấp độ thị trường điện lực Việt Nam) vạch ra con đường từ thị trường phát điện cạnh tranh đến thị trường bán buôn điện cạnh tranh, và cuối cùng là thị trường bán buôn và bán lẻ cạnh tranh hoàn toàn sau năm 2023.

Hình 3.8. Các giai đoạn trong kế hoạch phát triển thị trường điện Việt Nam

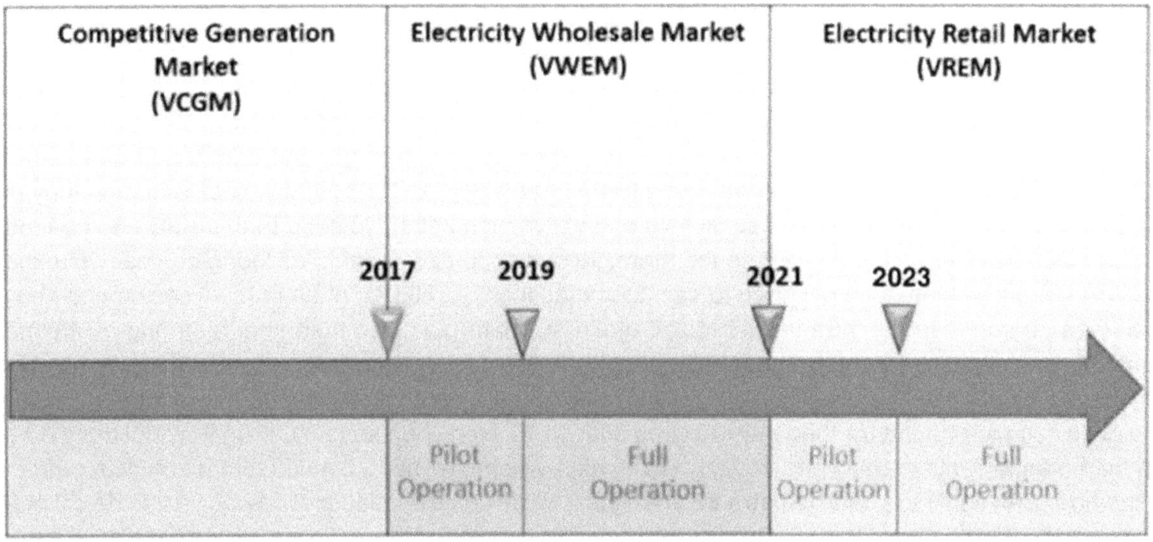

Nguồn: Quyết định số 63/-2013/QĐ-TTg

Thị trường bán buôn điện (VWEM) bắt đầu hoạt động từ năm 2019 với thiết kế tổng thể theo Quyết định số 8266/2015/QĐ-BCT của Bộ Công Thương và từ đó các quy tắc tham gia được tiếp tục xây dựng. VWEM đã có sự chuyển dịch từ mô hình người mua duy nhất sang mô hình cho phép các tập đoàn điện lực (và một số đơn vị tiêu thụ lớn hơn) tham gia vào thị trường giao ngay cũng như phòng ngừa rủi ro thị trường bằng hợp đồng song phương trực tiếp với các đơn vị phát điện. Điều này trái ngược với mô hình người mua duy nhất trong thời kỳ thị trường phát điện cạnh tranh, khi Công ty Mua bán điện (EPTC) - Tập đoàn Điện lực Việt Nam mua toàn bộ điện và cung cấp cho các tổng công ty điện lực với mức giá cung cấp số lượng lớn có điều tiết. Các nguồn phát điện thủy điện và từ năng lượng không tái tạo trên 30 MW hiện được yêu cầu tham gia vào thị trường bán buôn trong khi các nguồn phát điện từ năng lượng tái tạo được nhận FIT vẫn tuân theo một cơ cấu người mua duy nhất, bán điện cho EPTC mà không chịu ảnh hưởng của giá thị trường.

Khi được phát triển hoàn thiện, thị trường bán buôn có thể đóng một vai trò quan trọng trong việc giải phóng và khuyến khích tính linh hoạt của hệ thống. Những mức giá phản ánh điều kiện thực tế của hệ thống có thể khuyến khích nguồn phát tăng hoặc giảm sản lượng khi cần thiết, miễn là các đơn vị này nhận được đầy đủ các tín hiệu giá. Điều này không chỉ đúng với những nguồn phát điện truyền tải truyền thống mà còn đúng với các nguồn phát điện tái tạo, với khả năng đáp ứng linh hoạt (ví dụ, bằng cách lựa chọn tự cắt giảm) khi có cơ chế khuyến khích. Tín hiệu giá phải có rõ ràng cả về thời gian (ví dụ: thời lượng 30 hoặc 15 phút phù hợp với khung thời gian điều độ) và không gian (tức là phản ánh điều kiện địa phương trong các vùng hoặc các nút lưới). Điều này có nghĩa là không chỉ xem xét cẩn thận thiết kế của thị trường bán buôn điện mà còn đảm bảo rằng các thỏa thuận mua bán điện dài hạn (PPA) thân thiện với thị trường - nghĩa là cung cấp tín hiệu giá ngắn hạn cho các nguồn phát điện theo thỏa thuận dài hạn. Hợp đồng chênh lệch (CfD) hoặc các cơ chế đãi ngộ hiện đại khác có thể đảm bảo lợi nhuận lâu dài đồng thời khuyến khích các phương pháp vận hành thân thiện với hệ thống. Khi các RE-IPP chiếm tỷ trọng công suất lắp đặt ngày càng lớn, việc tích hợp các nguồn này vào thị trường điện sẽ ngày càng quan trọng trong việc đảm bảo đủ tính linh hoạt để thị trường vận hành hiệu quả. Sự phát triển của thị trường bán buôn cũng cần được thiết kế để tạo ra một môi trường cho phép tích hợp kỹ thuật và thương mại hóa công trình lưu trữ bằng cách xây dựng các tín hiệu giá phản ánh nhu cầu của hệ thống.

Cần cải thiện các dịch vụ phụ trợ để duy trì chất lượng và độ tin cậy nguồn điện

Các hệ thống điện có sự thâm nhập NLTT biến thiên đáng kể luôn yêu cầu những dịch vụ phụ trợ bổ sung để duy trì chất lượng và độ tin cậy của nguồn điện. Các dịch vụ phụ trợ có thể được chia thành nhiều loại dịch vụ khác nhau: quy định đồng bộ để khắc phục sự mất cân bằng điện ngắn hạn, dự trữ dự phòng sẵn sàng trong trường hợp sự cố bất ngờ, và dự trữ khởi động đến hỗ trợ khôi phục hệ thống trong trường hợp mất điện. Các dịch vụ phụ trợ do các nhà máy điện cung cấp được đấu thầu thông qua các điều khoản PPA theo mức giá điều chỉnh bởi Thông tư 25/2018/VBHT/BCT. Đến nay, các công trình thủy điện của quốc gia hầu như chỉ cung cấp các dịch vụ phụ trợ và hiện không có công trình dự trữ nào hoạt động trên lưới điện truyền tải. Các RE-IPP có thể tham gia cung cấp dịch vụ phụ trợ thông qua các điều khoản của PPA mẫu, tuy nhiên, theo ghi nhận từ các cuộc thảo luận với NLDC, nhận thức về các cơ chế khuyến khích hiện có còn thấp và chưa thu hút được nhiều sự tham gia. Việc triển khai hệ thống dự trữ năng lượng để cung cấp dịch vụ phụ trợ hoàn toàn phụ thuộc vào các chương trình với mục đích đền bù chi phí các dịch vụ này cho chủ dự án (không giống như các nhà máy phát điện, vốn có thể bán điện). Việc mở rộng cung cấp dịch vụ phụ trợ theo quy mô công suất NLTT biến thiên sẽ cần những thay đổi trong cơ chế đấu thầu hiện tại và tiềm năng cho các thị trường dịch vụ phụ trợ riêng biệt khi thị trường điện phát triển sẽ cao hơn. Cần tiến hành đánh giá dựa trên bằng chứng để có được hiểu biết đầy đủ về vấn đề chi phí/lợi ích của việc mở rộng các dịch vụ phụ trợ trên toàn bộ các loại dịch vụ, công nghệ (công trình lưu trữ chuyên dụng và phát điện theo cả mô hình phân tán và tập trung) và các mô hình sở hữu nhằm thiết kế chiến lược đấu thầu rõ ràng, phù hợp với mức độ phát triển thị trường điện và triển khai NLTT biến thiên. Cơ chế đấu thầu các dịch vụ phụ trợ có tính bao trùm, có tính toán cho tương lai sẽ đảm bảo những nhu cầu không ngừng thay đổi của hệ thống được đáp ứng với chi phí thấp nhất, bằng cách cho phép tất cả các giải pháp khả thi về phát điện, lưới điện và nhu cầu được cạnh tranh trên một sân chơi bình đẳng.

Việc tăng cường tính linh hoạt của hệ thống đã đạt được một số bước tiến khởi đầu quan trọng; quy định về lưới điện quốc gia đặt ra các quy tắc đấu nối cho hệ thống phân phối (Thông tư số 25/2016/TT-BCT) và hệ thống truyền tải (Thông tư số 39/2015/TT-BCT) đã được sửa đổi vào năm 2019 với Thông tư số 30/2019/TT-BCT nhằm cung cấp các điều khoản để cải thiện cơ chế kiểm soát tần số. Một bản sửa đổi quan trọng hơn nữa của quy định về lưới điện cũng đang được xây dựng nhằm áp dụng một bộ quy định thống nhất phù hợp nhất với thông lệ quốc tế tốt. Về hạng mục này, ERAV đang làm việc với Cơ quan Năng lượng Đan Mạch theo Chương trình Đối tác Năng lượng, bắt đầu vào cuối năm 2020 với thời gian thực hiện là 5 năm.

Năm 2012, Lộ trình Lưới điện Thông minh (Smart Grid) được giới thiệu tại Quyết định số 1670/QĐ-TTg với mục tiêu triển khai các biện pháp tự động hóa vận hành lưới điện và gia tăng độ tin cậy. Tới nay, hầu hết tất cả các trạm biến áp và nguồn phát trên 30 MW đều được kết nối với hệ thống phần mềm Kiểm soát, Giám sát và Thu thập dữ liệu, cho phép điều khiển thiết bị từ xa. Việt Nam cũng đã có những động thái phát triển các nguồn lực điều chỉnh phụ tải điện với việc phê duyệt Lộ trình và Kế hoạch thực hiện chương trình Điều chỉnh Phụ tải vào năm 2019 theo Quyết định số 175/QĐ-BCT. Kế hoạch này tiếp nối một chương trình thí điểm trước đó do Tổng công ty Điện lực Thành phố Hồ Chí Minh thực hiện vào năm 2015, đạt được mức sẵn sàng nguồn tài nguyên linh hoạt từ bên cầu trung bình là 600 kW với 12 người dùng cuối tham gia. Chương trình điều chỉnh phụ tải ban đầu được thực hiện trên cơ sở tự nguyện, phi lợi nhuận, thu hút sự tham gia của các doanh nghiệp có mức tiêu thụ điện trên 1 triệu kWh/năm và có khả năng giảm phụ tải từ 10 - 20% trong vòng 30 phút kể từ khi nhận được yêu cầu điều chỉnh phụ tải. Tuy nhiên, nếu không có các biện pháp khuyến khích thích hợp thông qua các khoản thanh toán hoặc lợi ích từ biểu giá thì mức độ tham gia sẽ vẫn giữ ở mức thấp. ERAV được giao nhiệm vụ xây dựng cơ chế khuyến khích phù hợp cùng với sự phối hợp của Bộ Tài chính nhưng được biết nhiệm vụ này vẫn chỉ đang ở giai đoạn đầu.

Hoạt động đấu thầu năng lượng tái tạo được điều chỉnh thông qua một loạt các quyết định cấp Bộ

Các cơ chế hỗ trợ và khung pháp lý về đấu thầu đối với các đơn vị phát điện tái tạo độc lập (RE-IPP) đã được thiết lập bằng một số quyết định và thông tư dành cho những loại công nghệ nhất định do Bộ Công Thương ban hành và sửa đổi từ năm 2008 (Bảng 3.3). Các quy định này đã đưa ra hỗ trợ về giá dưới dạng biểu giá điện hỗ trợ (FIT) hoặc biểu giá chi phí tránh được cho một số công nghệ nhất định (áp dụng cho các nhà máy điện sinh khối và nhà máy thủy điện quy mô nhỏ). Các quy định này cũng áp dụng các thỏa thuận mua bán điện (PPA) mẫu trong đó đặt ra những điều khoản bắt buộc giữa RE-IPP và EVN với tư cách là bên mua điện duy nhất. Điều này tương đương với việc áp dụng một khung quy định đấu thầu thay thế, tách biệt khỏi Luật Đối tác Công tư, chi phối hoạt động đấu thầu các nhà máy nhiệt điện công suất lớn theo thỏa thuận Xây dựng-Kinh doanh-Chuyển giao (BOT). Các cơ chế hỗ trợ năng lượng tái tạo này đã đạt được những mức độ thành công khác nhau trong những năm qua. Mức độ triển khai những cơ chế này được nhận định là vẫn còn tương đối thấp cho đến khi Quyết định số 11/2017/QĐ-TTg được ban hành, quy định biểu giá cung cấp năng lượng mặt trời, và công suất điện mặt trời bắt đầu được triển khai nhanh chóng từ năm 2019 đến cuối năm 2020 (xem thảo luận chi tiết về việc thiết kế biểu giá điện hỗ trợ tại Chương 5).

Bảng 3.3. Lịch trình và các quy định chính về hỗ trợ năng lượng tái tạo

Công nghệ	Quy định	Hướng dẫn thực hiện	Hết hạn
Thủy điện nhỏ (<30 MW)	Quyết định số 18/2008/QĐ-TTg	Thông tư số 32/2014/TT-BCT	không có
Gió (trên bờ và ngoài khơi)	Quyết định số 37/2011/QĐ-TTg Quyết định số 39/2018/QĐ-TTg	Thông tư số 32/2012/TT-BCT Thông tư số 02/2019/TT-BCT	không có (bị thay thế) Ngày 01/11/2021
Chất thải rắn đô thị & khí bãi chôn lấp	Quyết định số 31/2014/QĐ-TTg	Thông tư số 32/2015/TT-BCT	không có
Nhà máy điện và đồng phát sử dụng sinh khối	Quyết định số 24/2014/QĐ-TTg Quyết định số 8/2020/QĐ-TTg	Thông tư số 44/2015/TT-BCT	không có
Quang điện mặt trời (mái nhà, trên mặt đất, nổi)	Quyết định số 11/2017/QĐ-TTg Quyết định số 13/2020/QĐ-TTg	Thông tư số 16/2017/TT-BCT Thông tư số 18/2020/TT-BCT	Ngày 30 Thaṅg Sau 2019 Ngày 31/12/ 2020

Các thỏa thuận mua bán điện mẫu tụt hậu so với tiêu chuẩn quốc tế về khả năng được cho vay

Để bắt đầu xây dựng, đơn vị phát triển phải ký thỏa thuận mua bán điện với Tập đoàn Điện lực Việt Nam (EVN) theo các điều khoản tiêu chuẩn quy định trong các thông tư tương ứng do Bộ Công Thương ban hành. PPA là một thỏa thuận thỏa thuận quan trọng đối với tất cả các thỏa thuận khác với các bên cho vay và các đơn vị đầu tư vốn cổ phần bởi phần lớn hồ sơ rủi ro của dự án đều phụ thuộc vào sự chắc chắn hoặc các yếu tố khác của doanh thu từ bên mua điện. Các điều khoản tiêu chuẩn của PPA đơn giản hóa quá trình phát triển dự án bằng cách loại bỏ yêu cầu đàm phán mở rộng giữa các RE-IPP tiềm năng và EVN với tư cách là bên mua điện. Tuy nhiên, để giúp đầu tư hấp dẫn hơn và đảm bảo các dự án có khả năng huy động vốn vay, cơ chế phân bổ rủi ro trong PPA phải được cân đối hợp lý.

Hình 3.9. Cấu trúc sơ lược về các thỏa thuận trong một dự án năng lượng tái tạo

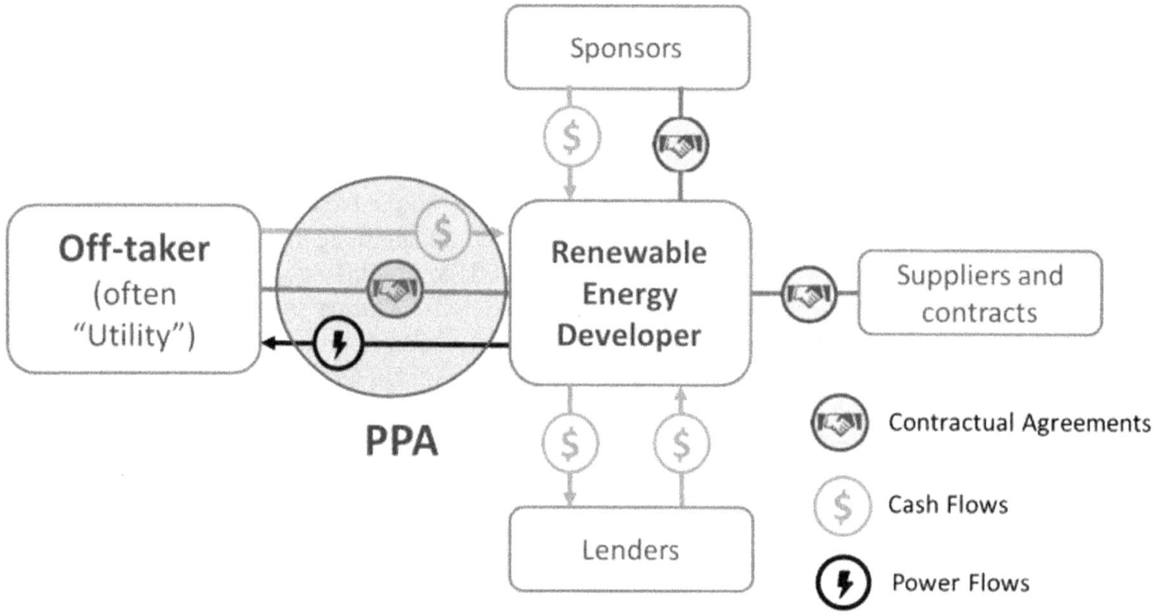

Ghi chú: PPA = thỏa thuận mua bán điện
Nguồn: (IRENA, 2018[17])

Các PPA mẫu ở Việt Nam thường không đáp ứng được các yêu cầu tối thiểu của các bên cho vay quốc tế về khả năng được cấp vốn, do đó đã hạn chế quy mô dòng vốn quốc tế từ các nước OECD vào lĩnh vực này.

- *Cắt giảm*: PPA không đặt ra nghĩa vụ "nhận hoặc trả tiền" rõ ràng đối với EVN và do đó không mang lại nguồn doanh thu đảm bảo trong trường hợp có các sự kiện cắt giảm. EVN chỉ có nghĩa vụ mua sản lượng điện khi điện đã được phân phối lên lưới. PPA miễn trừ nghĩa vụ cho EVN khi lưới điện đang được sửa chữa, kiểm tra, thử nghiệm hoặc gặp sự cố. Điều này rõ ràng khiến các dự án gặp rủi ro trong trường hợp cắt giảm do tắc nghẽn lưới điện.
- *Bất khả kháng:* PPA không phân biệt các sự kiện bất khả kháng về chính trị và tự nhiên
- *Trọng tài:* Luật điều chỉnh PPA là pháp luật Việt Nam và không có quy định về trọng tài quốc tế trừ khi được sự đồng ý của cả hai bên ký kết thỏa thuận mua bán điện.
- *Thay đổi Luật:* Không có biện pháp bảo vệ đối với các tác động tài chính gây ra bởi những thay đổi về luật và/hoặc chính sách thuế sau khi PPA đã được ký kết.
- *Bồi thường chấm dứt thỏa thuận:* Khoản bồi thường chấm dứt thỏa thuận được cố định bằng doanh thu của 1 năm. Điều này được giữ lại trong PPA điện mặt trời mới nhất nhưng đã được củng cố trong PPA điện gió mới nhất bằng cách tính cho tất cả các khoản lỗ trực tiếp trong thời hạn thỏa thuận còn lại.

Lãi suất thấp tại các thị trường OECD đã thúc đẩy chi phí nợ thấp so với lãi suất nợ nội tệ trong nước (4-7% so với 9-12% danh nghĩa[2]), tạo điều kiện tăng cao hơn dòng vốn quốc tế, có khả năng làm giảm chi phí sử dụng vốn hiện hành trong lĩnh vực năng lượng tái tạo. Chi phí sử dụng vốn có ảnh hưởng lớn đến chi phí sản xuất điện quy dẫn (LCOE) từ các nguồn tái tạo do những công nghệ này có cường độ vốn cao hơn so với các nhà máy nhiệt điện. Ước tính, cứ giảm 10% chi phí sử dụng vốn thì tiềm năng giảm LCOE đạt khoảng 6%, do đó chi phí vốn có ảnh hưởng lớn lên LCOE hơn so với đặc điểm tài nguyên.

(Ondraczek, Komendantova and Patt, 2015[18]). Tham vấn của OECD với các đơn vị phát triển và ngân hàng quốc tế đã chỉ ra rằng để tạo điều kiện thuận lợi cho các dòng vốn này, phải sửa đổi các điều khoản của PPA để đưa ra nhiều biện pháp bảo vệ nhà đầu tư hơn, đặc biệt đối với các rủi ro chấm dứt hợp đồng và cắt giảm công suất.

Việc sử dụng các cơ cấu huy động vốn miễn truy đòi hoặc hạn chế truy đòi sẽ ngày càng trở nên quan trọng trong lĩnh vực năng lượng sạch của Việt Nam khi quy mô dự án riêng lẻ và tổng yêu cầu đầu tư tăng lên trong thời kỳ QHĐ VIII. Đây là những cơ cấu vốn dự án cho phép các nhà tài trợ dự án huy động vốn vay nợ ngoài khả năng tài chính. Điều này làm giảm tác động của dự án lên khả năng thanh toán và chi phí sử dụng vốn vay của đơn vị phát triển (World Bank, 2020[19]). Các điều khoản PPA hiện tại không cung cấp đủ sự chắc chắn về doanh thu để cho phép áp dụng các cơ cấu tài chính này, trong khi các phương án giảm thiểu bên ngoài không có sẵn hoặc bị không khả thi về chi phí (xem chương 6).

Sự thay đổi phương thức đấu thầu năng lượng tái tạo khiến thị trường trở nên khó dự đoán

Thông báo số 402 của Thủ tướng Chính phủ ban hành vào tháng 11 năm 2019 đã ấn định lộ trình chuyển đổi cơ chế đấu thầu dựa trên FIT sang cơ chế đấu thầu cạnh tranh. Các động lực thúc đẩy quyết định này bao gồm nhu cầu quản lý quy trình triển khai cẩn trọng hơn, phù hợp với công suất lưới điện hiện có và mong muốn khai thác tiềm năng giảm chi phí của đấu thầu cạnh tranh. Biểu giá điện hỗ trợ (FIT) dành cho ĐMT (Quyết định số 13/2020/QĐ-TTg) đã hết hiệu lực vào ngày 31/12/2020 và hiện không có kế hoạch áp dụng một chương trình hỗ trợ chuyển tiếp cho các dự án ĐMT quy mô hòa lưới. Điều này tạo ra một khoảng trống pháp lý và tính bất trắc đáng kể do hệ thống đấu thầu hiện vẫn đang trong giai đoạn thiết kế ban đầu và có rất ít thông tin chi tiết cho những người tham gia thị trường dù thời hạn dự kiến là vào đầu năm 2022. FIT cho điện gió trên bờ và ngoài khơi (Quyết định số 39/2018/QĐ-TTg) sẽ hết hiệu lực vào ngày 01/011/2021 và hiện đang không có kế hoạch cho cơ chế chuyển đổi có cấu trúc nào đối với các dự án đã được phê duyệt đang chờ triển khai, vốn dự kiến sẽ được thương lượng riêng theo từng trường hợp. Việc chuyển đổi sang cơ chế dựa trên đấu thầu sẽ tạo cơ hội cắt giảm biểu giá, nhưng chỉ khi đảm bảo đủ cạnh tranh để so sánh giá và có đủ điều kiện để giảm rủi ro dự án một cách hiệu quả và giảm chi phí vốn. Những thay đổi bất ngờ hoặc không chắc chắn về chính sách và cơ chế hỗ trợ năng lượng tái tạo có thể gây những tác động dạng như "tiếp tục rồi dừng đột ngột" trong hoạt động công nghiệp, phát triển chuỗi cung ứng địa phương, niềm tin của nhà đầu tư và việc làm tại địa phương. Tất cả những điều này cuối cùng có thể gây rối loạn chi phí phát triển các dự án năng lượng tái tạo trong giai đoạn nước rút trước khi chương trình đấu thầu đi vào hoạt động. Những vấn đề trên là đặc biệt quan trọng đối với ngành công nghiệp điện gió ngoài khơi (không gần bờ), với đặc trưng là mất nhiều thời gian để phát triển chuỗi cung ứng phức tạp. Một lộ trình rõ ràng cho chiến lược đấu thầu dự kiến đối với điện gió ngoài khơi sẽ góp phần quan trọng nhằm cải thiện mức độ chắc chắn cho các nhà đầu tư và cho phép thực hiện kế hoạch về công suất gió ngoài khơi đúng thời hạn, hiệu quả nhất về chi phí.

Các quy định hiện hành không cung cấp một khung pháp lý cụ thể cho việc lựa chọn cạnh tranh các RE-IPP và sẽ cần có các quyết sách pháp luật điều chỉnh hoạt động tổ chức lựa chọn nhà đầu tư theo hình thức đấu thầu cũng như tính thuận lợi của các điều khoản hiện hành cho việc triển khai thiết kế đấu thầu hiệu quả (World Bank, 2019[20]). Qua tham vấn, có thể hiểu rằng khung đấu thầu cạnh tranh dựa vào trạm biến áp được Bộ Công Thương ủng hộ vì có thể đồng bộ hóa việc triển khai công suất hiệu quả hơn trong điều kiện công suất lưới điện hiện có, do đó giảm rủi ro cắt giảm công suất hoặc chi phí tích hợp bổ sung. Một hệ thống như vậy có nghĩa là các trạm biến áp ở khắp các tỉnh với khả năng kết nối sẵn có sẽ được Bộ Công Thương và chính quyền địa phương cùng EVN NPTC hợp tác xác định. Có thể hiểu rằng chính quyền địa phương và Sở Công Thương (DOIT) địa phương sẽ đóng vai trò chủ trì trong quản lý quá trình đấu thầu. Những chi tiết trên chỉ là dự kiến và chưa có tài liệu dự thảo nào được đưa ra để tham vấn ý kiến. Sẽ cần có quyết định của Thủ tướng Chính phủ nhằm xác nhận chính xác các phương thức, trong đó có quy trình lập kế hoạch, vai trò và trách nhiệm, tiêu chí đánh giá và cả chính khung pháp lý đấu thầu. Được biết, Bộ Công Thương hiện không cân nhắc sửa đổi các điều khoản PPA mẫu để phục vụ khởi động chương trình đấu thầu. Để đánh giá được các tác động mà điều này có thể gây ra đối với mức độ tham gia, chi phí vốn và cuối cùng là tiềm năng cắt giảm biểu giá, cần tới vai trò quan trọng của hoạt động tham vấn kỹ lưỡng với các bên liên quan. Các điều khoản PPA sẽ tiếp tục là vấn đề đối với nhiều đơn vị phát triển và cho vay quốc tế, bao gồm các cơ quan tín dụng xuất khẩu có khả năng đóng một vai trò quan trọng, cung cấp các công cụ tài chính và/hoặc giảm rủi ro với chi phí hợp lý.

Điện mặt trời phân tán bùng nổ bất chấp các vấn đề trong quản lý cơ chế bù trừ điện năng

Bộ Công Thương đã khởi động Chương trình thúc đẩy phát triển điện mặt trời mái nhà tại Việt Nam giai đoạn 2019-2025 với Quyết định số 2023/QĐ-BCT, đặt mục tiêu đạt 1 GW công suất thông qua 100.000 hệ thống điện mặt trời mái nhà vào cuối năm 2025. FIT dành cho điện mặt trời mái nhà, cùng với quy định về cơ chế bù trừ điện năng và các PPA mẫu đã được đưa ra vào năm 2017 và sửa đổi vào năm 2020 nhằm hỗ trợ hoàn thành mục tiêu này (xem thảo luận về thiết kế biểu giá điện hỗ trợ tại Chương 5). Cơ chế bù trừ điện năng được mong đợi sẽ điều chỉnh các khoản thanh toán từ EVN cho chủ dự án dựa trên công tơ điện hai chiều. Trong một chu kỳ giao dịch, nếu lượng điện tạo ra từ hệ thống lắp đặt trên mái nhà lớn hơn lượng điện tiêu thụ, lượng điện dư sẽ được chuyển sang chu kỳ giao dịch tiếp theo. Vào cuối năm hoặc khi chấm dứt thỏa thuận, lượng điện phát dư sẽ được bán cho EVN theo giá FIT. Cơ chế thanh toán bù trừ điện năng đã tạo ra những khó khăn về mặt hành chính liên quan đến việc xử lý thuế và các thủ tục kế toán của EVN, do đó việc thanh toán cho phần lớn các công trình bị chậm trễ trong khi chờ ban hành hướng dẫn chi tiết hơn từ Bộ Công Thương và Bộ Tài chính. Để giải quyết tình trạng chậm thanh toán, ngày 11/3/2019, Bộ Công Thương đã ban hành Thông tư số 05, hướng dẫn loại bỏ cơ chế bù trừ điện năng và thay thế bằng một cơ chế đơn giản hơn bao gồm hai khoản thanh toán riêng biệt giữa EVN và chủ sở hữu hệ thống dành cho điện năng phát lên lưới và điện năng tiêu thụ. Việc xúc tiến đầu tư vào điện mặt trời phân tán đã đạt được thành công đáng kể và đến cuối năm 2020, 101.996 dự án với tổng công suất 8.274 GW đã được đấu nối trước khi hết thời hạn hưởng cơ chế FIT vào ngày 31/12/2020. Bộ Công Thương hiện đang trong quá trình thiết kế một kế hoạch hỗ trợ nối tiếp cho năng lượng mặt mái nhà, và những dấu hiệu ban đầu cho thấy Bộ đang cân nhắc một thiết kế FIT phân cấp dựa trên công suất (xem chương 5).

Đã ưu tiên các tiêu chuẩn danh mục đầu tư năng lượng tái tạo nhưng vẫn chưa thực hiện

Chiến lược phát triển năng lượng tái tạo của Việt Nam đã ưu tiên một số cơ chế, chính sách thúc đẩy năng lượng tái tạo, bao gồm việc xây dựng Tiêu chuẩn tỷ lệ năng lượng tái tạo (RPS) yêu cầu các công ty phát điện công suất lớn (công suất lớn hơn 1.000 MW, không bao gồm các nhà máy BOT) và các tập đoàn điện lực (các công ty phân phối và bán lẻ của Việt Nam) phải sản xuất hoặc tìm nguồn cung ứng điện với tỷ trọng năng lượng tái tạo ngày càng cao; không thấp hơn 3%, 10% và 20% vào các năm 2020, 2030 và 2050. Đến nay, những điều khoản này vẫn chưa được thực hiện. Tuy nhiên, khi quá trình cải cách thị trường điện tiếp tục tiến triển, RPS có thể là một cơ chế có giá trị để thúc đẩy các công ty bán lẻ tìm kiếm nguồn cung năng lượng tái tạo. Chính phủ Việt Nam cũng sẽ thiết kế cơ chế Chứng nhận Năng lượng Tái tạo để hỗ trợ việc thực hiện một chương trình thí điểm tìm nguồn cung ứng của doanh nghiệp (PPA trực tiếp) theo kế hoạch sẽ khởi động vào năm 2022. Cơ chế chứng nhận này cũng có thể tạo điều kiện thuận lợi cho việc thực hiện các nhiệm vụ của RPS.

Tài liệu tham khảo

ADB (2018), *ADB Tariff Appraisal Study: Balancing Sustainability and Efficiency with Inclusive Access.* [3]

Australian Government, M. (2014), *Energy Efficiency Appliance Labelling in Vietnam – Summary of Findings*, https://www.environment.gov.au/system/files/energy/files/energy-efficiency-appliance-labelling-in-vietnam-summary-of-findings.pdf (accessed on 19 May 2021). [8]

CLASP (2019), *Vietnam Room Air Conditioner Market Assessment and Policy Options Analysis.* [9]

Egli, F., B. Steffen and T. Schmidt (2018), "A dynamic analysis of financing conditions for renewable energy technologies", *Nature Energy*, Vol. 3/12, pp. 1084-1092, http://dx.doi.org/10.1038/s41560-018-0277-y. [21]

EVN (2021), *EVN Presentation to OECD Review Team.* [14]

EVN (2021), *EVN: Proposing solutions to operate the power system at high renewable energy load*, https://en.evn.com.vn/d6/news/EVN-Proposing-solutions-to-operate-the-power-system-at-high-renewable-energy-load-66-163-2288.aspx (accessed on 24 May 2021). [15]

IEA (2020), *Variable renewable energy share and phase for selected jurisdictions, 2018*, https://www.iea.org/data-and-statistics/charts/variable-renewable-energy-share-and-phase-for-selected-jurisdictions-2018 (accessed on 24 May 2021). [16]

IEA (2018), *Energy Service Companies (ESCOs)*, https://www.iea.org/reports/energy-service-companies-escos-2 (accessed on 31 May 2021). [12]

IFC (2019), *Greener Buildings Make Better Homes in Vietnam*, https://www.ifc.org/wps/wcm/connect/news_ext_content/ifc_external_corporate_site/news+and+events/news/greener-buildings-make-better-homes-in-vietnam (accessed on 20 May 2021). [13]

IRENA (2018), *Power Purchase Agreements for Variable Renewable Energy*, https://www.irena.org/-/media/Files/IRENA/Agency/Events/2018/Aug/Renewable-Energy-PPAs.pdf?la=en&hash=C365D5D08EBFF26A1F7A29A13D721C5B3C4390D9 (accessed on 18 May 2021). [17]

ISO (2019), *ISO 2019 Survey.* [6]

Lee, A. and F. Gerner (2020), "Learning from Power Sector Reform Experiences The Case of Vietnam", No. 9169, World Bank Group. [4]

Ondraczek, J., N. Komendantova and A. Patt (2015), "WACC the dog: The effect of financing costs on the levelized cost of solar PV power", *Renewable Energy*, Vol. 75, pp. 888-898, http://dx.doi.org/10.1016/j.renene.2014.10.053. [18]

Rock, M. et al. (2013), "Technological Learning, Energy Efficiency, and CO2 Emissions in China's Energy Intensive Industries", *Policy Research Working Paper*, No. 6492, World Bank Group. [5]

Tan, S. and T. Tran (2020), *Impacts of COVID-19 on Firms in Viet Nam, Results from the Business Pulse Survey*, World Bank Group, https://openknowledge.worldbank.org/bitstream/handle/10986/34902/Impacts-of-COVID-19-on-Firms-in-Vietnam-Results-from-the-Second-Round-of-COVID-19-Business-Pulse-Survey.pdf?sequence=1&isAllowed=y (accessed on 19 May 2021). [2]

Tap Chi Tai Chinh Online (2019), *Energy Labeling - Energy Efficiency Solution*, https://tapchitaichinh.vn/nghien-cuu-trao-doi/dan-nhan-nang-luong-giai-phap-tiet-kiem-nang-luong-hieu-qua-306629.html (accessed on 19 May 2021). [7]

Viet Nam News (2020), *Workshop discusses challenges faced by energy service companies market*, https://vietnamnews.vn/economy/803776/workshop-discusses-challenges-faced-by-energy-service-companies-market.html (accessed on 20 May 2021). [10]

World Bank (2020), "Project Finance - Key Concepts", https://ppp.worldbank.org/public-private-partnership/financing/project-finance-concepts (accessed on 21 May 2021). [19]

World Bank (2019), *Viet Nam Solar Competitive Bidding Strategy and Framework*, http://documents1.worldbank.org/curated/en/949491579274083006/pdf/Vietnam-Solar-Competitive-Bidding-Strategy-and-Framework.pdf (accessed on 21 May 2021). [20]

World Bank (2018), *Clean Production & Energy Efficiency Implementation Completion & Results Report*, http://documents1.worldbank.org/curated/en/781731523025593046/pdf/Implementation-Completion-and-Results-Report-ICR-Document-04032018.pdf (accessed on 19 May 2021). [1]

Zhu, X. (2020), "China's Remarkable Success in Developing ESCOs: Current Status, Policy Drivers, and Prospects", in *Incorporating Energy Service Companies in Nationally Determined Contributions - The potential of ESCOs for meeting the climate goals in the Paris Agreement*. [11]

Ghi chú

[1] (i) Văn bản 26/2020/VBHN-BCT (Thông tư 38/2016/TT-BCT) về nhựa; (ii) Văn bản số. 28/2020/VBHN-BCT (Thông tư 24/2017/TT-BCT) đối với giấy; (iii) Văn bản số 27/2020/VBHN-BCT (Thông tư 20/2016/TT-BCT) đối với thép; (iv) Thông tư số 39/2019/TT-BCT đối với đường; (v) Văn bản số 25/2020/VBHN-BCT (Thông tư 52/2018/TT-BCT) ngành chế biến thủy sản; (iv) Thông tư 19/2016/TT-BCT đối với bia và đồ uống; (vii) Thông tư 02/2014/TT-BCT đối với hóa chất.

[2] Số liệu dựa trên các cuộc phỏng vấn của OECD với các ngân hàng và đơn vị phát triển trong và ngoài nước.

4 Chính sách đầu tư và cạnh tranh

Chương này xem xét các cơ chế đầu tư và cạnh tranh của Việt Nam trong bối cảnh phát triển năng lượng sạch, đồng thời tìm hiểu những nỗ lực của quốc gia trong việc tạo sân chơi công bằng giữa các doanh nghiệp nhà nước ngành điện và các đơn vị sản xuất điện độc lập, cũng như tạo ra một quy trình đấu thầu năng lượng tái tạo công bằng, hiệu quả và minh bạch. Ở chương này, tác giả đã đánh giá cơ chế đầu tư trực tiếp nước ngoài của Việt Nam và các lĩnh vực khác để cải thiện khuôn khổ đầu tư năng lượng sạch, bao gồm cả cách thức tạo điều kiện thuận lợi trong tiếp cận quỹ đất.

Quá trình triển khai mở rộng nguồn năng lượng tái tạo tại Việt Nam đã thúc đẩy làn sóng đầu tư tư nhân theo hình thức nhà máy điện độc lập (IPP), từ đó nâng tỷ lệ sở hữu tư nhân về công suất lắp đặt từ 20% năm 2020 lên 30% vào năm 2018. Trong bối cảnh thị trường năng lượng tái tạo ngày một trưởng thành, Việt Nam sẽ cần tiếp tục hỗ trợ cạnh tranh và tiếp cận bình đẳng giữa các đơn vị phát triển tư nhân với các doanh nghiệp nhà nước, đặc biệt là với Điện lực Việt Nam (EVN), đơn vị giữ vị trí thống lĩnh toàn ngành điện. Hoàn thiện khung đấu thầu cạnh tranh các dự án năng lượng tái tạo trong thời gian tới, vận hành chính thức thị trường bán buôn điện cạnh tranh, tiếp tục cổ phần hóa các tổng công ty phát điện thuộc EVN và tăng cường tính độc lập của Trung tâm Điều độ Hệ thống điện Quốc gia (NLDC) sẽ là những dấu mốc quan trọng tạo nên một sân chơi bình đẳng giữa EVN và các đơn vị phát điện tái tạo độc lập (RE-IPP). Trong thập kỷ vừa qua, Việt Nam đã và đang thu hút thành công nguồn vốn đầu tư nước ngoài (FDI) và quá trình chuyển dịch năng lượng sạch sẽ đóng vai trò quan trọng trong việc tiếp tục hướng phát triển này nhằm hiện thực hóa tham vọng của chính phủ đưa đất nước trở thành một trung tâm sản xuất hàng đầu khu vực.

Đánh giá và khuyến nghị

Đang có những bước tiến tích cực trong việc xây dựng thị trường điện cạnh tranh

Việt Nam cần được biểu dương vì đã triển khai lộ trình cải cách thị trường điện. Kể từ những năm 1990, chính phủ đã nỗ lực thực hiện cải cách ngành điện để đảm bảo nguồn điện hiệu quả và giá cả phải chăng cũng như an ninh nguồn cấp điện trong dài hạn. Luật Điện lực năm 2004 là đánh dấu bước tiến quan trọng của quá trình đổi mới, EVN đã tiến hành tái cơ cấu thành các đơn vị riêng biệt nhằm tăng cường tính độc lập trong vận hành và thoái vốn khỏi các hoạt động phát điện không mang tính chiến lược. Cuối năm 2020, công suất từ các nguồn do EVN sở hữu trong tổng công suất lắp đặt đã giảm xuống 48% so với mức 58% năm 2018 (VIET, 2021[1]). Tuy nhiên, việc duy trì mức độ tham gia của các DNNN trong phân ngành phát điện và vai trò chi phối của EVN trong tất cả các khâu của thị trường điện vẫn còn gây khó khăn cho việc thực hiện chương trình phát triển thị trường điện đầy tham vọng được ưu tiên trong Luật Điện lực năm 2004 và Nghị quyết 55 định hướng Chiến lược Phát triển Năng lượng Quốc gia đến năm 2050. Trong khi phần lớn các dự án điện tái tạo đã và đang được khu vực tư nhân phát triển, để tạo ra một sân chơi bình đẳng, vẫn cần có một quy trình đấu thầu công bằng và minh bạch. Việc thiết lập thị trường bán buôn sẽ là dấu mốc quan trọng tiếp theo, và khi tỷ trọng năng lượng tái tạo biến thiên được đưa vào dần nâng cao, thị trường này có thể đóng một vai trò trọng yếu trong việc tăng hiệu quả và giảm chi phí thông qua cạnh tranh nếu tín hiệu giá ổn định và hiệu quả.

Cần nâng cấp đáng kể hệ thống truyền tải nhằm tích hợp năng lượng tái tạo biến thiên

Đến năm 2045, lượng điện sản xuất từ năng lượng tái tạo biến thiên có thể chiếm hơn 44% tổng công suất lắp đặt tại Việt Nam (Institute of Energy, 2021[2]). Để đáp ứng sự tăng trưởng nhu cầu trong dài hạn và các mục tiêu khai thác công suất nguồn phát mới, đặc biệt là nguồn phát sử dụng năng lượng tái tạo biến thiên, sẽ đòi hỏi khối lượng đầu tư lớn vào hệ thống truyền tải. Theo dự thảo QHĐ VIII, từ năm 2021 đến năm 2045, Việt Nam sẽ cần 85 tỷ USD đầu tư cho hạ tầng lưới điện, trung bình từ 3,3 đến 3,4 tỷ USD mỗi năm. Điều quan trọng là những hạ tầng truyền tải này phải được xây dựng kịp thời trong khi chi phí vẫn phải nằm trong giới hạn hợp lý. EVN vẫn đóng vai trò cực kỳ quan trọng trong việc lập kế hoạch và phát triển hệ thống truyền tải, nhưng Việt Nam nên cân nhắc vai trò tiềm năng của các nhà đầu tư tư nhân trong việc hỗ trợ các khoản đầu tư vào những lưới truyền tải mới. Điều 4 Luật Điện lực quy định nhà nước độc quyền trong các hoạt động truyền tải, bao gồm đầu tư, quản lý và vận hành. Việc thiếu khung pháp lý về sự tham gia của các đơn vị tư nhân trong phân ngành truyền tải sẽ tạo nên tính không rõ ràng về mức độ khả thi của những hoạt động đầu tư này trong tương lai. Việc xem xét lại Luật Điện lực tiếp tục được thảo luận trong chu kỳ Chiến lược Phát triển Kinh tế - Xã hội (SEDS) hiện tại. Để nâng cấp hệ thống truyền tải nhằm theo kịp nhu cầu hiện nay, cần ưu tiên cho phép tư nhân tham gia và xây dựng một khung pháp lý cho phép tiến hành các thỏa thuận nhượng quyền đủ khả năng được cấp vốn.

Hợp đồng theo luật Đầu tư với phương thức đối tác công tư (PPP) ít được sử dụng cho các dự án năng lượng sạch

Mặc dù lưới điện và nhà máy điện nằm trong số 05 (năm) lĩnh vực được phép đầu tư theo luật mới về Đối tác công tư (Luật số 64/2020/QH14 - "Luật PPP"), tuy nhiên đấu thầu theo luật PPP chưa được áp dụng rộng rãi trong các dự án năng lượng sạch gần đây. Xu hướng phát triển các nhà máy điện năng lượng tái tạo gần đây là nhờ vào sự thúc đẩy của Chính phủ thông qua biểu giá điện hỗ trợ (FIT) theo cơ chế riêng, đi kèm với các điều khoản thỏa thuận mua bán điện mẫu (PPA) theo Luật Đầu tư. Khi Việt Nam dần chuyển dịch khỏi cơ chế FIT, luật PPP có thể cung cấp khung pháp lý hiệu quả cho các dự án năng lượng tái tạo lớn hơn, với mức độ linh hoạt cao hơn để có thể đàm phán các điều khoản hợp đồng. Tuy nhiên, luật PPP vẫn chưa rõ ràng về mức độ sẵn sàng của các cam kết bảo lãnh của chính phủ (GGU) vốn thường rất quan trọng để đảm bảo khoản nợ không truy đòi của dự án. Việc giảm bớt mức độ bảo vệ đối với rủi ro chuyển đổi tiền tệ và yêu cầu đối với luật pháp Việt Nam như luật điều chỉnh cũng cho thấy nhiều vấn đề đối với nhiều nhà tài trợ và bên cho vay. Điều này nên được coi là một nguồn rủi ro triển khai của các kế hoạch đầy tham vọng theo dự thảo QHĐ VIII, đặc biệt là đối với các dự án điện khí LNG phức tạp và thâm dụng vốn hiện đang được đẩy nhanh theo quy hoạch hiện nay. Về chương trình hiệu quả năng lượng, quy định giá trị dự án tối thiểu là 200 tỷ đồng (8,5 triệu USD) có thể tạo ra những rào cản cho các thỏa thuận PPP, do tính chất nhỏ và phân tán của các dự án hiệu quả năng lượng (thường dưới 1 triệu USD). Cần có các mô hình kết hợp dự án quan trọng để đạt được quy mô cần thiết đáp ứng các ngưỡng này.

Cam kết năng lượng sạch sẽ củng cố vị thế thị trường FDI hấp dẫn của Việt Nam

Với vị thế sẵn có là điểm đến hấp dẫn đối với đầu tư trực tiếp nước ngoài, nhờ kiểm soát hiệu quả đại dịch COVID-19, Việt Nam có khả năng hưởng lợi từ sự gián đoạn do đại dịch của các chuỗi cung ứng quan trọng trên toàn cầu, cũng như các tranh chấp thương mại đang diễn ra. Điều này phù hợp với tham vọng trở thành trung tâm công nghiệp hàng đầu trong các nền kinh tế ASEAN của Việt Nam, với tỷ trọng công nghiệp đạt 40% GDP vào năm 2030, tỷ trọng công nghiệp chế biến, chế tạo đạt 30% GDP (Nghị quyết số 23-NQ/TW). Khi các công ty đa quốc gia phải chịu áp lực giảm lượng khí thải carbon tổng thể ngày càng lớn và chuỗi cung ứng ngày càng được giám sát chặt chẽ, việc cung cấp nguồn điện sạch, an toàn và giá cả phải chăng cho các hoạt động của chuỗi cung ứng sẽ ngày càng trở nên quan trọng. Cam kết của Việt Nam về hiệu quả năng lượng và năng lượng các-bon thấp sẽ khiến thị trường ngày càng trở nên hấp dẫn hơn đối với các nhà đầu tư nước ngoài. Cung ứng doanh nghiệp về điện từ năng lượng tái tạo là một lộ trình giúp lực lượng sản xuất của Việt Nam nhanh chóng áp dụng chiến lược phi cacbon hóa và đạt hiệu quả về chi phí. Điều này cũng hấp dẫn đối với các công ty đa quốc gia vì đây là cơ hội để các công ty chứng minh khả năng bổ sung trước các bên liên quan, theo nghĩa là quy mô công suất năng lượng tái tạo bổ sung đang được phát triển ở Việt Nam thông qua các PPA của họ. Hơn nữa, với cơ cấu giá phù hợp, thỏa thuận PPA dài hạn của doanh nghiệp có thể tránh khỏi việc gia tăng chi phí điện. Chính phủ Việt Nam đáng được ghi nhận khi sẵn sàng đổi mới trong lĩnh vực này với chương trình thí điểm trực tiếp PPA với nhiều điều hứa hẹn sắp tới.

Cần tăng cường giải quyết tranh chấp để nâng cao niềm tin của nhà đầu tư

Theo các thỏa thuận mua bán điện mẫu, việc giải quyết tranh chấp diễn ra thông qua hòa giải trước Cục Điện lực và Năng lượng tái tạo (EREA), và nếu chưa được giải quyết thoả đáng thì có thể chuyển lên Cục Điều tiết Điện lực Việt Nam (ERAV), với kết quả có thể được khiếu nại tại tòa án của Việt Nam. Trên thực tế, một số tranh chấp PPA đã được thông qua trọng tài trong nước, đáng chú ý là có Trung tâm Trọng tài Quốc tế Việt Nam, tùy theo thỏa thuận của hai bên. Khi hệ thống điện của Việt Nam tiếp tục phát triển, chẳng hạn như việc chuyển dịch từ cơ chế biểu giá điện hỗ trợ sang đấu thầu cạnh tranh trong điều kiện tỷ lệ IPP ngày càng cao, vai trò giải quyết tranh chấp của ERAV ngày càng trở nên quan trọng. Do đó, cần tăng cường tính độc lập của ERAV để các phán quyết của ERAV có thể được các bên tham gia thị trường nhìn nhận là công bằng, khách quan và không có sự can thiệp chính trị. Theo khung pháp lý đấu thầu cạnh tranh mới, Việt Nam nên quy định quyền khiếu kiện lên trọng tài như một thông lệ tiêu chuẩn, khác với khung pháp lý hiện tại đòi hỏi sự đồng ý của EVN trong từng trường hợp cụ thể.

Phối hợp giải quyết vấn đề về quyền sử dụng đất vẫn là một thách thức trong phát triển dự án

Khả năng tiếp cận đất đai là một chủ đề quan trọng đối với các dự án hạ tầng truyền tải cũng như dự án điện từ năng lượng tái tạo. Đất đai vẫn thuộc quyền sở hữu của nhà nước và các cá nhân, tổ chức có thể mua quyền sử dụng đất thông qua Giấy chứng nhận quyền sử dụng đất (GCNQSDĐ). Người nước ngoài có thể được nhận GCNQSDĐ đối với các dự án năng lượng tái tạo, tuy nhiên, quá trình cấp chứng nhận vẫn còn nhiều khó khăn, đặc biệt đối với các đơn vị phát triển chưa quen thuộc với thị trường. Cần phải cải thiện tính minh bạch và tính phối hợp giữa các quy trình phê duyệt cũng như giữa các bên liên quan của chính phủ và các tỉnh để đạt được hiệu quả chi phí và phát triển nhanh chóng các dự án năng lượng tái tạo, hạn chế rủi ro không minh bạch. Các cơ chế đấu thầu năng lượng tái tạo trong tương lai mang lại cơ hội ứng dụng những quy trình thu hồi và giải phóng mặt bằng đơn giản hóa. Đặc biệt, Ủy ban nhân dân tỉnh có thể đóng vai trò quan trọng hơn trong việc xác định địa điểm các dự năng lượng án tái tạo và chịu trách nhiệm thu hồi, giải phóng mặt bằng. Ngoài ra, nhằm tạo điều kiện thuận lợi cho việc lập kế hoạch, quy hoạch tổng thể sử dụng đất cấp tỉnh và quốc gia cần cân nhắc nhu cầu đất để phát triển các dự án tái tạo và hạ tầng truyền tải.

Hộp 4.1. Các khuyến nghị chính sách chính về chủ trương đầu tư và cạnh tranh

- Đảm bảo thị trường bán buôn điện khuyến khích các hoạt động vận hành thân thiện với hệ thống bằng cách cung cấp tín hiệu giá chính xác và rõ ràng cho tất cả các bên tham gia thị trường một cách phù hợp. Việc được nhận tín hiệu giá chính xác có thể khuyến khích hiệu quả hoạt động và phân bổ vốn cao hơn.
- Tăng cường tính độc lập của ERAV để tất cả các bên tham gia thị trường có thể nhìn nhận các quyết định mà ERAV đưa ra là công bằng, khách quan và không có sự can thiệp chính trị. Cân nhắc quy định quyền khiếu kiện lên trọng tài như một thông lệ tiêu chuẩn trong các hợp đồng mua bán điện từ năng lượng tái tạo.
- Nâng cao tính độc lập của NLDC trong thời gian sắp tới và cân nhắc lộ trình tách Tổng công ty Truyền tải điện Quốc gia Việt Nam (EVN NPT), và việc tách bạch các hoạt động mang tính phân bổ và cạnh tranh như sản xuất và bán lẻ điện tại các tổng công ty điện lực của EVN.
- Xem xét sửa đổi khung pháp lý thúc đẩy đầu tư tư nhân vào hạ tầng truyền tải nhằm kịp thời thực hiện các đợt nâng cấp theo kế hoạch và đạt hiệu quả về chi phí. Bên cạnh đó, cũng cần ưu tiên xây dựng khung pháp lý cho đấu thầu cạnh tranh và các thỏa thuận nhượng quyền đủ khả năng được cấp vốn, chẳng hạn như thông qua luật PPP mới.
- Thiết lập các hướng dẫn về đấu thầu cạnh tranh và minh bạch đối với các dự án năng lượng tái tạo nhằm tạo ra một sân chơi bình đẳng giữa khu vực tư nhân và các doanh nghiệp nhà nước (DNNN), cả trong nước và khu vực. Đảm bảo rằng các rủi ro phát triển dự án liên quan đến việc cấp GCNQSDĐ được cân nhắc trong quá trình thiết kế khung pháp lý đấu thầu.

Tạo sân chơi bình đẳng giữa các nhà đầu tư nhà nước và tư nhân trong lĩnh vực hạ tầng năng lượng sạch

Trong bối cảnh hạn chế về tài chính công và nhu cầu năng lượng ngày càng tăng, đầu tư tư nhân được công nhận là một thành phần quan trọng để đảm bảo nguồn cung điện dài hạn dễ tiếp cận và giá cả phải chăng cho người tiêu dùng. Việt Nam đã tìm cách chuyển từ phương pháp quản lý độc quyền theo kế hoạch tập trung sang phát triển ngành điện với nhiều thành phần tham gia. Tại thời điểm này, thị trường có thể được coi là mang tính cạnh tranh từng phần và EVN vẫn giữ vị trí thống lĩnh. Cơ quan quản lý đã được thành lập và cơ chế đấu thầu sắp tới sẽ mở đường cho hoạt động đấu thầu cạnh tranh và minh bạch hơn. Việt Nam đang thực hiện các kế hoạch nhằm nâng cao hiệu quả và cạnh tranh bằng cách tư nhân hóa cổ phần của các DNNN, đặc biệt là quyền sở hữu các nhà máy phát điện của công ty điện lực nhà nước (EVN) thông qua quá trình cổ phần hóa, cũng như bằng cách tăng cường quản trị doanh nghiệp.

Cần nỗ lực nhiều hơn nữa để san bằng sân chơi giữa các IPP và EVN

Thị trường điện ở Việt Nam vẫn đa phần thuộc sở hữu của nhà nước với việc EVN và các công ty con duy trì độc quyền phân phối, bán buôn và bán lẻ truyền tải điện (xem chương 2). Cho đến năm 2018, 58% sản lượng điện vẫn thuộc về EVN, và 13% thuộc sở hữu của PetroVietnam và Vinacomin (VIET, 2021[1]). Bối cảnh thị trường hiện đã thay đổi với nguồn đầu tư tư nhân kể từ năm 2019 thông qua các dự án năng lượng tái tạo (Hình 4.1). Hoạt động chủ yếu diễn ra dưới hình thức đầu tư mới (Greenfield Investment) vào điện gió và điện mặt trời công suất lớn theo thỏa thuận với đơn vị sản xuất điện độc lập (IPP). Từ năm 2018 đến năm 2020, tỷ trọng công suất do các IPP sở hữu đã tăng từ 21% lên 31% tổng công suất lắp đặt (VIET, 2021[1]). Do cấu trúc tích hợp của thị trường, việc phát triển và vận hành các dự án năng lượng tái tạo vẫn phụ thuộc nhiều vào EVN. Đối với các dự án điện mặt trời, gió, sinh khối, chất thải và thủy điện nhỏ, các IPP phụ thuộc vào các thỏa thuận mua bán điện (PPA) không thương lượng từ EVN, bên mua điện duy nhất tại Việt Nam (thảo luận trong Chương 3). Theo luật hiện hành, không có khung pháp lý nào cho việc người sử dụng công nghiệp và thương mại được phép giao dịch mua bán trực tiếp với các IPP cung cấp điện năng lượng tái tạo.

Hình 4.1. Tình hình sở hữu công suất lắp đặt tại Việt Nam 2018 và 2020

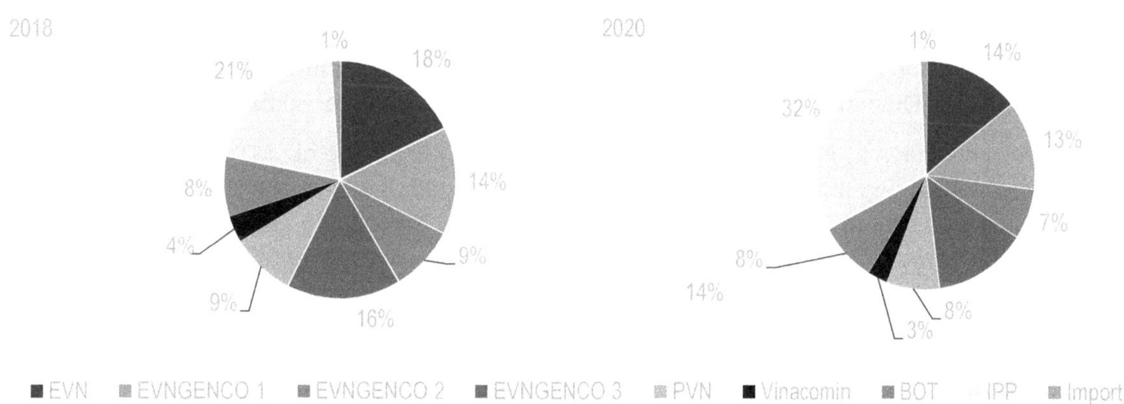

Ghi chú: không bao gồm điện mặt trời mái nhà
Nguồn: VIET (2020) Vai trò quản lý nhà nước trong ngành điện

StatLink https://stat.link/5q36oc

Cho tới nay, phần lớn các dự án năng lượng tái tạo là do khu vực tư nhân phát triển. Tuy nhiên, dù quy mô còn khiêm tốn, điện năng lượng tái tạo cũng góp mặt trong các chiến lược của DNNN, củng cố nhu cầu về một quy trình đấu thầu công bằng và minh bạch. Hệ thống hiện tại có thể được coi là đang ưu tiên các DNNN hoạt động trong lĩnh vực năng lượng, do có mối quan hệ về cơ cấu với Bộ Công Thương (Bộ CT), sẽ dễ dàng điều hướng quá trình phát triển dự án hơn, kết hợp với lợi thế cạnh tranh của các DNNN tại Việt Nam, chẳng hạn như thuận lợi trong tiếp cận đất đai và khả năng vay vốn từ các ngân hàng thương mại nhà nước với nhiều điều kiện ưu đãi hơn.

Cho đến nay, các mục tiêu năng lượng tái tạo do DNNN triển khai vẫn còn khiêm tốn. Ví dụ, PetroVietnam, một doanh nghiệp dầu khí nhà nước có kế hoạch triển khai 100MW công suất từ nguồn năng lượng tái tạo vào năm 2025 và 900 MW vào năm 2035 (Renewables Now, 2020[3]). Các tổng công ty phát điện của EVN (GENCO) đã sở hữu công suất điện mặt trời lên tới 215 MW và theo quan sát, và vẫn dự kiến tăng công suất trong các chiến lược trong tương lai (VIET, 2021[1]) (EVN, 2019[4]). Tại một hội nghị nhà đầu tư vào tháng 01/2021, trước khi phát hành công khai lần đầu (IPO), GENCO 2 đã thông báo việc mới hoàn thành 50 MWp các dự án điện mặt trời, hiện đang xây dựng 55 MW điện gió, và có kế hoạch phát triển 08 (tám) dự án điện mới với tổng công suất 2.593 MW, bao gồm 06 (sáu) nhà máy điện mặt trời và 02 (hai) nhà máy nhiệt điện (Viet Nam News, 2021[5]). Khi EVN tiếp tục cổ phần hóa một phần các tổng công ty phát điện, tỷ lệ đầu tư vào năng lượng tái tạo có thể sẽ là điểm nổi bật trong chiến lược thu hút nhà đầu tư. Tuy nhiên, mức độ tham gia sâu của EVN vào lĩnh vực năng lượng tái tạo sẽ gây khó khăn cho hoạt động cạnh tranh. Ở giai đoạn cải cách thị trường điện hiện tại, các tổng công ty phát điện của EVN đang có lợi thế rõ ràng so với đối thủ do có mối liên hệ về cơ cấu với các công ty con của EVN cũng như liên hệ với Bộ Công thương.

Đồng thời, khi thị trường bán buôn phát triển, điều quan trọng là tạo sân chơi công bằng để đảm bảo rằng giá cả phản ánh được điều kiện thực tế của hệ thống và không bị bóp méo.Thị trường bán buôn hiệu quả có thể giúp đem lại hiệu suất và tính linh hoạt cao hơn cho hệ thống vì việc nắm được các tín hiệu giá sẽ thúc đẩy phân bổ vốn và vận hành công trình hiệu quả đáp ứng nhu cầu của hệ thống. Sự tham gia thị trường của các nhà máy thuộc sở hữu của DNNN được hưởng lợi từ viện trợ trực tiếp hoặc gián tiếp của nhà nước có thể gây tổn hại đến khả năng cạnh tranh của tư nhân, gây thiệt hại cho người tiêu dùng và tài chính công. Các rào cản đối với hoạt động hiệu quả của thị trường cũng có thể xuất hiện khi chính sách cạnh tranh và các quy định về quản trị DNNN vẫn còn lỗ hổng cho các hành vi chống cạnh tranh như định giá phá giá nội địa hoặc các hành vi lạm dụng quyền lực thị trường khác. Việt Nam đã đạt được những tiến bộ đáng kể trong việc phân tách EVN và cải cách DNNN, việc duy trì mức độ tham gia của các DNNN (mặc dù giảm dần theo thời gian) vào thị trường điện và vai trò chi phối của EVN trên tất cả các khâu của thị trường vẫn còn là vấn đề đối với việc đạt được tham vọng của chương trình phát triển thị trường điện được ưu tiên trong Luật Điện lực và đã được đề ra trong các chiến lược ngành khác như nghị quyết 55.

Hiện tại các đơn vị phát điện từ năng lượng tái tạo được hưởng lợi từ cơ chế giá FIT không bị ảnh hưởng bởi giá thị trường vì họ không tham gia vào thị trường điện. Điều này phổ biến trên toàn cầu vì cần có sự ổn định về doanh thu và biểu giá ưu đãi để kích thích tiến độ phát triển công nghệ. Tuy nhiên, khi các đơn vị phát điện từ năng lượng tái tạo được tích hợp vào thị trường vào cuối thời hạn 20 năm của FIT, thiết kế thị trường sẽ cần được điều chỉnh phù hợp để đảm bảo tín hiệu giá vẫn có lợi cho việc tiếp tục vận hành công trình và có khả năng khuyến khích đầu tư. Khi quá trình cải cách nhằm phát triển thị trường vẫn đang tiến triển, cần áp dụng lập kế hoạch có xét đến thay đổi trong tương lai cho sự kiện tất yếu này, chẳng hạn như thông qua việc từng bước đưa các công trình mới tiếp xúc với giá thị trường. Bằng chứng từ các thị trường châu Âu đã chỉ ra rằng tỷ trọng cao quy mô công suất điện từ năng lượng tái tạo biến thiên có thể dẫn đến giảm triển vọng doanh thu, đặc biệt là trong những giờ phát điện cao điểm (Rövekamp et al., 2021[6]).

Cần xây dựng một quy trình đấu thầu minh bạch, rõ ràng và có lộ trình cụ thể

Công cụ chính để đấu thầu dự án là Quy hoạch Phát triển Điện lực (QHĐ), trong đó liệt kê một loạt các dự án sẽ được phát triển trong kỳ quy hoạch. Một cột mốc quan trọng trong quá trình phát triển các dự án năng lượng tái tạo là việc đưa dự án vào quy hoạch phát triển điện lực của tỉnh. Đối với dự án dưới 30 MW, việc đánh giá dự án được thực hiện bởi cơ quan điều hành của chính quyền cấp tỉnh là UBND tỉnh và cơ quan cấp tỉnh trực thuộc UBND tỉnh của Bộ Công Thương là Sở Công Thương. Bước phê duyệt cuối cùng cho các dự án dưới 30 MW cũng như đánh giá và phê duyệt các dự án trên 30 MW, đều do cấp trung ương thực hiện. Khung pháp lý cho hoạt động đấu thầu này và đặc biệt là thủ tục phê duyệt dự án đã được ghi nhận là thiếu hướng dẫn rõ ràng, với việc thủ tục được áp dụng khác nhau giữa các tỉnh.

Quy trình hiện tại cũng để ngỏ cánh cửa cho các hành vi đầu cơ, theo đó các nhà đầu tư, cả trong và ngoài nước, không có chuyên môn kỹ thuật hoặc nguồn lực tài chính đủ mạnh tìm cách nhận nhiều dự án, với mục đích bán cổ phần của họ trong mỗi dự án cho các đơn vị phát triển năng lượng tái tạo phù hợp hơn. Việc thiết lập một thủ tục minh bạch sẽ là bước tiến quan trọng để đảm bảo cạnh tranh bình đẳng và lựa chọn được các nhà đầu tư thích hợp nhất, cũng như tinh giản một số quy trình phát triển dự án. Do đó, điều này có thể giảm rủi ro trong phát triển dự án, giúp giảm phí bảo hiểm rủi ro dự kiến trong lợi nhuận vốn chủ sở hữu và chi phí nợ (VIR, 2020[7]).

Việt Nam đã cam kết áp dụng một chương trình đấu thầu cạnh tranh có cấu trúc cho dự án năng lượng tái tạo trong tương lai gần, tuy nhiên cần xây dựng các hướng dẫn pháp lý bổ sung về cách thức hoạt động của chương trình này theo các cơ chế pháp lý tổng thể. Không như các hợp đồng PPP có yêu cầu về thủ tục đấu thầu theo luật PPP mới, các quy định hiện hành không đưa ra khung pháp lý rõ ràng để lựa chọn cạnh tranh các IPP nguồn phát mới, bao gồm các dự án điện từ năng lượng tái tạo và khí thiên nhiên hóa lỏng (LNG). Cơ chế đấu thầu cạnh tranh giữa nhiều loại công nghệ là quan trọng nhằm cung cấp tính minh bạch và lộ trình cụ thể cho các nhà đầu tư nhằm giảm chi phí. Hướng dẫn sẽ cần làm rõ liệu việc phê duyệt nhà đầu tư có tuân theo quy định của Luật Đầu tư 2021 và các quy định hiện hành về đấu thầu hay không. Việc xây dựng cơ chế đấu thầu cạnh tranh cho điện mặt trời do Ngân hàng Thế giới hỗ trợ với sự tham gia đóng góp của các bộ ngành chủ quản, khu vực tư nhân và các đối tác phát triển (World Bank Group, 2019[8]). Chiến lược và khuôn khổ do Ngân hàng Thế giới đưa ra đề xuất lựa chọn đấu thầu cạnh tranh giữa các nhà đầu tư dựa trên địa điểm dự án được lựa chọn trước, theo trạm biến áp hoặc công viên điện mặt trời. Việc đấu thầu sẽ được tiến hành ở cấp địa phương được tổ chức bởi UBND tỉnh, đơn vị này sẽ đánh giá khả năng tài chính, khả năng huy động nợ và kinh nghiệm của IPP trong việc xây dựng và vận hành các nhà máy điện mặt trời (PV), điện gió trên đất liền hoặc ngoài khơi quy mô lớn, cũng như một số dạng nghiên cứu tiền khả thi của dự án (xem thảo luận sâu hơn tại chương 5).

Tăng cường cạnh tranh cần được ưu tiên trong quá trình cổ phần hóa

Trong quá trình cải cách thị trường điện, EVN đã tiến hành tái cơ cấu thành các đơn vị riêng biệt để tăng cường tính độc lập với mục tiêu dài hạn là thoái vốn khỏi các hoạt động phát điện, ngoại trừ các công trình thủy điện chiến lược đa mục tiêu. Song song với các khía cạnh khác của quá trình cải cách thị trường, tiến độ triển khai các kế hoạch tư nhân hóa nhà máy phát điện (cổ phần hóa) vẫn chậm hơn dự kiến. EVN đã tái cơ cấu hoạt động phát điện với mục tiêu cổ phần hóa hoàn toàn các công ty quản lý nhà máy điện ngoài thủy điện chiến lược vào năm 2014. Quá trình này bị chững lại sau khi EVN gặp khủng hoảng tài chính trong giai đoạn 2009-2010, và cần chính phủ bổ sung một nguồn vốn cổ phần đáng kể (Lee and Gerner, 2020[9]). Kế hoạch "cổ phần hóa" một phần các nhà máy phát điện của EVN, bắt đầu từ năm 2018, đã được Thủ tướng Chính phủ phê duyệt (Quyết định số 852/QĐ-TTg), trong đó EVN giữ lại ít nhất 51% cổ phần tại các GENCO trong giai đoạn đầu. Quá trình này đã được ghi nhận là đầy thách thức và kết quả đợt IPO đầu tiên của GENCO 3 còn rất xa so với mục tiêu, chỉ bán được 0,36% cổ phần của GENCO 3, thấp hơn nhiều so với mục tiêu 12,8% và chỉ huy động được khoảng 8 triệu USD so với mức 290 triệu USD như mong muốn (OECD, 2018[10]). Sau vòng thứ hai, tổng số 2,8% cổ phần công ty đã được bán.

EVN đang tiếp tục thực hiện cổ phần hóa GENCO 2 và GENCO 1, tuy nhiên, đợt IPO của GENCO 2 vào năm 2021 chỉ nhận được phản ứng hờ hững tương tự từ các nhà đầu tư (VIR, 2021[11]).

Mặc dù chiến lược tư nhân hóa một phần các tổng công ty phát điện hiện tại của EVN tạo ra cơ hội huy động vốn mới cho lĩnh vực năng lượng này, nhưng không hẳn đã tăng cường được sự cạnh tranh trên thị trường. Bằng cách nắm cổ phần đa số, EVN vẫn giữ quyền kiểm soát hoạt động và đầu tư, thực tế vẫn duy trì hoặc có thể củng cố vị thế của mình trên thị trường và hạn chế tầm ảnh hưởng của các cổ đông tư nhân. Một phần nguyên nhân của kết quả thấp trong các đợt IPO có thể do cổ phiếu được định giá cao và sự biến động của thị trường chứng khoán Việt Nam, nhưng cũng do lo ngại về tình trạng tỷ lệ nợ cao của các nhà máy phát điện và những yếu kém trong quản trị doanh nghiệp (Viet Nam News, 2018[12]). Các nhà đầu tư phải góp phần gánh vác lượng công suất phát điện đáng kể với nhiều hồ sơ rủi ro khác nhau vì ngoài các công trình chiến lược, toàn bộ hoạt động phát điện của EVN đều được tổ chức quản lý tại ba GENCO này. Việc phân chia hoạt động phát điện thành một số công ty lớn như trên giúp EVN có thể tập hợp các nhà máy phát điện ở những khu vực bị hạn chế về truyền tải khi thị trường không đủ cạnh tranh, cũng như nhóm những nhà máy kém hiệu quả với những nhà máy có hiệu quả tốt hơn. Tuy nhiên, điều này có thể gây bất lợi cho các nhà đầu tư bên ngoài vì những nhà máy này sẽ làm tăng rủi ro cho danh mục đầu tư tổng thể. Trong bối cảnh thị trường điện đang trong quá trình chuyển dịch, nhằm đạt được tiến bộ về cải cách thị trường, đặc biệt là thị trường bán buôn sắp tới, có thể cho phép các nhà đầu tư linh hoạt hơn trong việc phân nhóm nhà máy điện, chẳng hạn phân nhóm trên cơ sở công ty con của các GENCO, hoặc bán riêng từng nhà máy, giúp nhà đầu tư có khả năng quản lý rủi ro tốt hơn (Asian Development Bank, 2000[13]).

Trong đợt IPO, mối quan tâm cũng được đặt ra xung quanh vấn đề quản trị doanh nghiệp. Quyền của cổ đông thiểu số ở một số lĩnh vực còn yếu. Tuy nhiên về mặt này, Việt Nam đã có những động thái quan trọng trong vài năm gần đây, trong đó Luật Doanh nghiệp có hiệu lực từ năm 2021, quy định giảm ngưỡng tỷ lệ nắm giữ cổ phần của cổ đông thiểu số có quyền truy cập thông tin quan trọng của công ty từ 10% xuống 5% và bỏ qua thời hạn sáu tháng trước đây trước khi cổ đông phổ thông có thể thực thi quyền của mình. Luật này cũng cho phép các cổ đông nắm giữ cổ phần ưu đãi cổ tức, vốn không có quyền biểu quyết theo luật Việt Nam, được tham dự và biểu quyết trong các cuộc họp cổ đông mà các nghị quyết được đề xuất ảnh hưởng tiêu cực đến quyền và nghĩa vụ của họ. (OECD, 2018[14])

Tăng cường tính độc lập của các bên tham gia thị trường điện sẽ đảm bảo cạnh tranh hiệu quả và tạo niềm tin trên thị trường

Một phân tích của Ngân hàng Thế giới về quá trình tư nhân hóa ở các nước đang phát triển ghi nhận rằng hiệu quả của việc chuyển từ sở hữu nhà nước sang sở hữu tư nhân có mối liên hệ mật thiết với sức mạnh của khuôn khổ pháp lý và sự cạnh tranh trên thị trường, mang lại lợi ích kinh tế và cải thiện hiệu suất của công ty. Trong lĩnh vực điện, quá trình tư nhân hóa chỉ có thể nâng cao công suất phát điện và sản lượng khi đi đôi với việc thành lập cơ quan quản lý độc lập. Ngược lại, trong môi trường ít cạnh tranh, những nỗ lực nâng cao hiệu quả hoạt động của DNNN sẽ không mấy thành công nếu thiếu tư nhân hóa (Estrin and Pelletier, 2018[15]).

Việc thành lập Cục Điều tiết Điện lực Việt Nam (ERAV), cơ quan phụ trách thanh tra và giải quyết tranh chấp trong hoạt động điện lực là một bước tiến quan trọng trong quá trình cải cách ngành điện. Tuy nhiên, như đã thảo luận tại chương 2, ERAV về cơ bản vẫn là đơn vị trực thuộc Bộ Công Thương và khi thị trường phát triển, vai trò giám sát của ERAV sẽ cần được tăng cường và có thể cần được mở rộng. ERAV có thẩm quyền giải quyết tranh chấp theo mẫu PPA. Điều này có thể khiến các nhà đầu tư lo ngại về việc có khả năng không được đối xử công bằng trong các tình huống xảy ra xung đột với EVN, do những hạn chế về thẩm quyền và tính độc lập của ERAV.

Trung tâm Điều độ Hệ thống điện quốc gia (NLDC), cũng là Đơn vị vận hành Hệ thống, đóng vai trò thiết yếu trong việc đảm bảo cạnh tranh hiệu quả và thu hút đầu tư từ khu vực tư nhân. NLDC quyết định hoạt động vận hành ngắn hạn của các nhà máy phát điện và là đầu mối liên hệ về hệ thống truyền tải điện.

Theo kế hoạch, NLDC sẽ được tách khỏi EVN trong giai đoạn từ 2025 đến 2030, nhưng cho đến thời điểm đó, Trung tâm vẫn phụ thuộc về cơ cấu vào EVN, vốn đang nắm giữ một phần đáng kể công suất phát điện. Sự thiếu độc lập giữa hoạt động sản xuất điện và vận hành hệ thống làm dấy lên những lo ngại về tính khách quan trong việc ưu tiên điều độ. Lo ngại này càng trở nên có cơ sở khi tình trạng cung vượt quá cầu và tắc nghẽn lưới truyền tải cùng với việc thiếu sự cam kết theo hình thức nhận-hoặc-trả tiền từ bên mua điện đang hình thành rủi ro đáng kể cho các đơn vị phát triển năng lượng tái tạo. Tính độc lập của NLDC cũng như một cơ chế điều độ giải quyết tắc nghẽn rõ ràng và minh bạch sẽ là những bước tiến quan trọng để tạo được sự tin tưởng vững chắc hơn cho các đơn vị phát điện, cần được ưu tiên trong thời gian tới.

Tại thời điểm này, quyền sở hữu và hoạt động vận hành, bảo trì lưới điện truyền tải vẫn thuộc về EVN, do Tổng công ty Truyền tải điện Quốc gia (EVN NPT) thực hiện. Vai trò cấp các thỏa thuận đấu nối vào lưới điện của EVN NPT có thể là yếu tố tạo ra xung đột lợi ích cả trong cảm quan lẫn thực tế, ảnh hưởng đến khả năng tiếp cận bình đẳng hệ thống truyền tải của các IPP và DNNN trong quá trình cạnh tranh. Cách quản lý đấu nối lưới điện cũng không mấy minh bạch và có thể cải thiện được, ví dụ bằng cách áp dụng thứ tự đấu nối "đến trước - phục vụ trước" do ERAV giám sát. Ngoài ra, cần có những cải cách toàn diện hơn về cơ cấu tổ chức của EVN để chuẩn bị cho quá trình tự do hóa thị trường bán lẻ dự kiến theo lộ trình cải cách thị trường giai đoạn 2021-2023. Hiện các Tổng công ty Điện lực (PC) thuộc EVN đang thực hiện đồng thời chức năng bán lẻ, phân phối và quản lý dữ liệu công tơ. Để cải cách thị trường bán lẻ hiệu quả, các chức năng này cần phải được tách biệt, thông qua quá trình tách bạch về chi phí, quản lý ban đầu và có khả năng tách biệt hoàn toàn về mặt pháp lý ở giai đoạn sau. Đây là yêu cầu quan trọng để đảm bảo sự đối xử công bằng giữa các bên cạnh tranh là đơn vị bán lẻ và đơn vị phát điện, đồng thời bảo vệ những dữ liệu tuyệt mật có thể mang lại lợi thế cạnh tranh không bình đẳng (Ricardo Energy & Environment, 2019[16]).

Thúc đẩy đối xử bình đẳng giữa các nhà đầu tư trong và ngoài nước vào lĩnh vực năng lượng sạch

Cơ chế đầu tư nước ngoài ở Việt Nam nhìn chung khá thông thoáng, với chỉ số hạn chế FDI rất thấp là 0,01, với 0 là mức độ cởi mở cao nhất, đứng đầu các nước trong khu vực về mặt này (Hình 4.2). Việc phê chuẩn Hiệp định Thương mại tự do EU-Việt Nam (EVFTA) năm 2020 và Hiệp định Đối tác Toàn diện và Tiến bộ xuyên Thái Bình Dương (CPTPP) năm 2019 càng thể hiện rõ hơn cam kết của chính phủ trong việc tạo cơ hội cho các nhà đầu tư nước ngoài. Năng lượng sạch là cơ hội để hỗ trợ thực hiện tham vọng phát triển công nghiệp của Việt Nam khi thu hút được nguồn FDI từ những công ty đa quốc gia đang ngày càng có ý thức cao hơn về môi trường. Đối với năng lượng sạch, một số rào cản hành chính nhất định vẫn còn tồn tại, đặc biệt là xung quanh các quy trình phát triển dự án, nhận thức về phân bổ rủi ro và cơ chế giải quyết tranh chấp.

Hình 4.2. Tự do hóa FDI của Việt Nam so với các nước trong khu vực

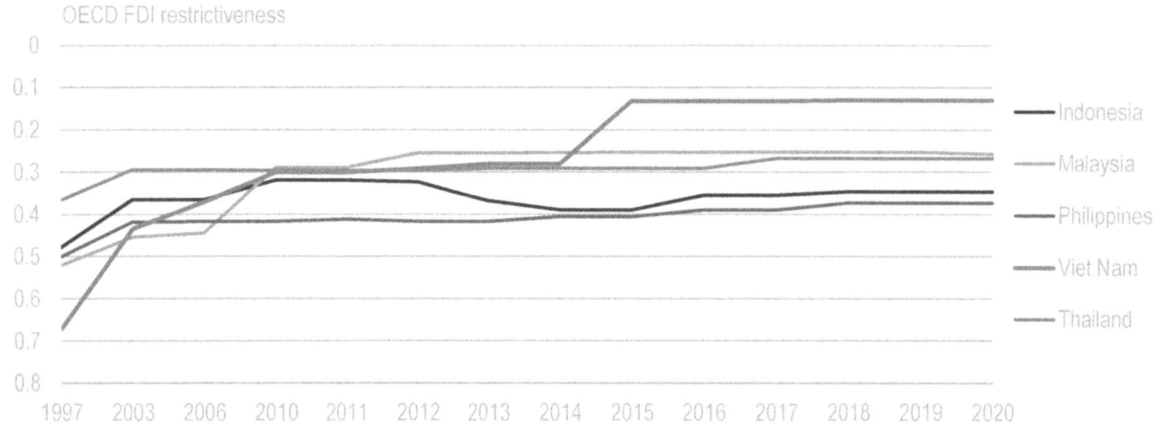

Ghi chú: 0 = mở, 1 = đóng
Nguồn: OECD (2020) Hạn chế FDI (cơ sở dữ liệu)

StatLink https://stat.link/k7e1sd

Việt Nam có môi trường hấp dẫn và cởi mở đối với FDI

Nhà đầu tư nước ngoài, là công ty có vốn góp nước ngoài từ 50% vốn điều lệ trở lên, được đối xử gần như bình đẳng, trừ những nhà đầu tư thuộc lĩnh vực có tên trong "danh mục chưa được tiếp cận" hoặc "danh mục tiếp cận có điều kiện". Hoạt động đầu tư nước ngoài và trong nước vào lĩnh vực năng lượng sạch chịu sự điều chỉnh của Luật Đầu tư (số 67/2014/QH13) quy định các hoạt động đầu tư kinh doanh trong nước và Luật Doanh nghiệp (số 59/2020/QH14) quy định loại hình doanh nghiệp được phép kinh doanh trong nước và cách thức hoạt động. Năng lượng là một trong số các lĩnh vực được phép kinh doanh và đơn vị phát triển năng lượng tái tạo nước ngoài chỉ cần thực hiện một bước bổ sung chính thức duy nhất là xin cấp giấy chứng nhận đăng ký đầu tư (IRC) ở cấp trung ương hoặc cấp tỉnh (Apricum, 2020[17]). Tùy thuộc vào quy mô của dự án, Bộ Kế hoạch và Đầu tư (MPI) hoặc cơ quan cấp tỉnh của Bộ là Sở Công Thương (DPI) sẽ giám sát quá trình này. Tất cả các doanh nghiệp mới, cả trong và ngoài nước, đều phải đăng ký Giấy chứng nhận đăng ký doanh nghiệp.

Theo Luật Đầu tư, các nhà đầu tư không bắt buộc phải tìm nguồn cung ứng tại địa phương. Các hiệp định, chẳng hạn như Hiệp định các biện pháp đầu tư liên quan đến thương mại (TRIMs) của WTO và Hiệp định Thương mại và Đầu tư Việt Nam - EU năm 2020 đã khẳng định điều này. Các quy định pháp luật khác cũng đặt ra yêu cầu nhất định của địa phương đối với việc ký hợp đồng thầu phụ khi đầu tư cho điện tái tạo hoặc hiệu quả năng lượng, hoặc có thể yêu cầu thực hiện các hoạt động xây dựng năng lực để đảm bảo năng lực kỹ thuật cho các nguồn lực tại địa phương. Cụ thể, Luật Đấu thầu và Nghị định số 59/2015/NĐ-CP hướng dẫn Luật Xây dựng quy định nhà thầu nước ngoài phải thuê nhà thầu phụ Việt Nam để thi công xây dựng tại Việt Nam. Các quy định hiện hành không bắt buộc nhà đầu tư nước ngoài phải thuê nhân viên là người địa phương, nhưng đối với một số vị trí nhất định, người lao động Việt Nam được ưu tiên hơn theo Bộ luật Lao động 2012. Theo Luật PPP mới, nhà đầu tư cam kết sử dụng nhà thầu, hàng hóa, nguyên vật liệu trong nước được hưởng ưu đãi trong quá trình xét thầu.

Năng lượng sạch là thiết yếu để thực hiện tham vọng trở thành trung tâm công nghiệp hàng đầu

Khu vực công nghiệp là động lực tăng trưởng của nền kinh tế Việt Nam, và thành phần nòng cốt trong chiến lược kinh tế của đất nước là thu hút FDI, đặc biệt là tập trung vào lĩnh vực chế tạo với tham vọng trở thành trung tâm công nghiệp hàng đầu trong các nền kinh tế ASEAN. Theo Chính sách Công nghiệp quốc gia (Nghị quyết số 23-NQ/TW), Việt Nam dự định đến năm 2030, tỉ trọng công nghiệp chiếm 40% GDP, trong đó công nghiệp chế biến, chế tạo chiếm 30% GDP. Hiện nay, khi những tranh chấp thương mại và sự gián đoạn do COVID-19 trong những chuỗi cung ứng lớn toàn cầu đang diễn ra, với khả năng kiểm soát hiệu quả đại dịch, ngành công nghiệp sản xuất của Việt Nam đang có kiện thuận lợi để đón nhận nhiều vốn FDI hơn. Tuy nhiên, cần tiếp tục cải thiện hiệu quả quản lý môi trường trong công nghiệp để đảm bảo quốc gia có thể tận dụng những xu hướng này. Chính sách môi trường của các công ty đa quốc gia đang tiếp tục thắt chặt trên toàn thế giới và hoạt động giám sát tác động môi trường của các chuỗi cung ứng quốc tế sẽ ngày càng chặt chẽ. Do vậy, Việt Nam cần ưu tiên áp dụng các biện pháp sản xuất sử dụng năng lượng hiệu quả và tăng cường khả năng tiếp cận nguồn điện từ năng lượng tái tạo để duy trì được sức hấp dẫn đối với FDI. Sự hình thành Liên minh mua năng lượng tái tạo (REBA) Việt Nam đã nêu bật mối quan tâm ngày càng lớn của doanh nghiệp trong nước và quốc tế về vấn đề này (USAID, 2019[18]).

Việt Nam đã nhận thức được tầm quan trọng của những cơ hội và thách thức này, như thể hiện tại chương trình thí điểm thỏa thuận mua bán điện trực tiếp (DPPA) giữa các đơn vị phát triển hoặc công ty phát điện từ năng lượng tái tạo với khách hàng sử dụng điện thương mại và công nghiệp (Dự thảo Quyết định DPPA), đã trình Bộ Công Thương vào năm 2020. Với Dự thảo Quyết định số 544, Bộ Công Thương đang đề xuất một cơ chế DPPA tổng hợp cho các dự án điện từ năng lượng tái tạo thí điểm sẽ được thực hiện từ năm 2020 đến tháng 6/2022. Thí điểm DPPA được đề xuất giới hạn trong phạm vi khách hàng sử dụng điện cho sản xuất công nghiệp và nguồn điện của các đơn vị phát điện gió và điện mặt trời nối lưới có công suất trên 30 MW, được phê duyệt theo QHĐ VII sửa đổi.

Thủ tục phức tạp và phân bổ rủi ro không rõ ràng có thể hạn chế FDI vào các dự án năng lượng tái tạo

Mặc dù mức độ hạn chế FDI còn thấp, giai đoạn đầu triển khai năng lượng tái tạo của Việt Nam chủ yếu do các tập đoàn trong nước hàng đầu như BIM Group, Trung Nam Group và Xuan Cau Group và các đơn vị phát triển lớn của ASEAN như AC Energy của Philippines và Super Energy, B Grimm của Thái Lan. FDI từ các nước OECD vẫn thấp do những nguyên nhân như quy trình phát triển dự án phức tạp, nhận thức rủi ro, và sự thiếu tin tưởng vào các cơ chế giải quyết tranh chấp.

Quy trình cấp phép và chứng nhận cho các dự án năng lượng tái tạo rất dàn trải, đòi hỏi một số thủ tục hành chính và tài liệu pháp lý liên quan đến chứng nhận đầu tư và giấy chứng nhận doanh nghiệp, bổ sung quy hoạch cấp tỉnh và quốc gia, thỏa thuận đấu nối lưới điện với EVN, giải phóng mặt bằng, và đánh giá tác động môi trường. Quá trình này tương đối phức tạp, đòi hỏi có sự tham gia của nhiều bên liên quan cả ở cả cấp trung ương và cấp tỉnh. Trong khi các nhà đầu tư quốc tế vẫn hiểu rằng mỗi thị trường ở châu Á đều có đặc điểm riêng, thị trường Việt Nam lại phức tạp hơn khi các tỉnh có thể áp dụng thủ tục hành chính khác nhau. Thực trạng này thường đòi hỏi hỗ trợ pháp lý và kỹ thuật với hiểu biết về đặc thù mỗi tỉnh để chuẩn bị hồ sơ, cũng như tiến hành các quy trình tại cơ quan chức năng có liên quan của tỉnh, làm gia tăng chi phí. Đặc điểm yêu cầu đầu tư lớn về thời gian và nguồn lực trong quá trình phát triển các dự án năng lượng tái tạo có thể là một yếu tố cản trở, vì các nhà đầu tư sẽ cân nhắc kỹ lưỡng tỷ lệ rủi ro-lợi nhuận. Do hiện tại không có quy trình đấu thầu cạnh tranh, điều này cũng để ngỏ cơ hội cho các hoạt động chưa thực sự hiệu quả, chẳng hạn như các nhà đầu tư địa phương, dù không đủ năng lực trong lĩnh vực phát triển năng lượng tái tạo nhưng có hiểu biết tốt hơn về hệ thống quản lý, phát triển các dự án với ý định bán cổ phần cho các nhà đầu tư nước ngoài để thu lợi.

Như đã thảo luận trong chương 3, các điều khoản PPA khiến nhà đầu tư phải chịu những rủi ro nhất định. PPA mẫu cho điện từ năng lượng tái tạo không đưa ra nghĩa vụ nhận-hoặc-trả tiền hoặc mức bao tiêu tối thiểu. Điều này tạo ra sự không chắc chắn của thỏa thuận trong điều kiện các đơn vị phát triển phải đối mặt với rủi ro cắt giảm công suất cao do hạn chế về công suất truyền tải. Các nhà đầu tư nước ngoài cũng chịu rủi ro về khả năng quy đổi tiền tệ do FIT có mức giá cố định theo giá trị đô la Mỹ nhưng được thanh khoản bằng Việt Nam đồng. Cuối cùng, các điều khoản bồi thường khi chấm dứt thỏa thuận mua bán điện sớm mà không do lỗi của đơn vị phát triển là không rõ ràng. Việc thiếu khả năng dự đoán mức bồi thường tạo ra sự không chắc chắn về dòng tiền trong tương lai cũng như khả năng trả nợ, đặc biệt trong tình hình phát triển hiện tại của thị trường năng lượng tái tạo.

Các cơ chế giải quyết tranh chấp có thể không đủ để tạo niềm tin vững chắc cho các nhà đầu tư nước ngoài

Theo thoả thuận mẫu PPA, tranh chấp được giải quyết theo pháp luật Việt Nam, do Cục Điện lực và Năng lượng tái tạo (EREA) của Bộ Công Thương hòa giải, và nếu không được giải quyết được sẽ chuyển lên Cục Điều tiết Điện lực Việt Nam. Các bên có thể kháng cáo kết quả tại tòa án của Việt Nam. Điều này có thể gây khó khăn cho các nhà đầu tư, vì EVN và các công ty con có mối liên hệ chặt chẽ với Bộ Công Thương thông qua cả cấu trúc pháp lý và hoạt động quản trị doanh nghiệp. Chính phủ có thẩm quyền quyết định các khoản đầu tư của EVN, bổ nhiệm thành viên hội đồng quản trị và ban lãnh đạo cấp cao của EVN (Lee and Gerner, 2020[9]). Điều này cùng sự phụ thuộc về cơ cấu của EREA và ERAV vào Bộ Công thương dấy lên lo ngại về công bằng khi giải quyết tranh chấp.

Mô hình PPA cho phép sử dụng một cơ quan giải quyết tranh chấp khác nếu cả hai bên đồng ý phân xử trọng tài, nhưng cũng cho EVN có quyền từ chối. Trên thực tế, EVN đã chấp thuận sử dụng trọng tài địa phương tại một số dự án, đặc biệt là thông qua Trung tâm Trọng tài Quốc tế Việt Nam, tuy nhiên những quyết định dạng này chỉ được đưa ra riêng cho từng trường hợp. Nhìn chung, trọng tài quốc tế thường được các nhà đầu tư quốc tế tại Việt Nam ưu tiên sử dụng thay vì tòa án trong nước, và ưu tiên hơn các đơn vị tư nhân như Trung tâm Trọng tài Quốc tế Việt Nam. Theo Công ước New York về Công nhận và Thi hành Phán quyết Trọng tài Nước ngoài 1958, nhà đầu tư nước ngoài có thể đàm phán các điều khoản về sử dụng trọng tài quốc tế vốn được coi là trung lập hơn, chẳng hạn như Trung tâm Trọng tài Quốc tế Singapore. Tuy nhiên theo quan sát, đối với các dự án năng lượng tái tạo theo PPA, EVN có thể không sẵn sàng chấp thuận trọng tài bên ngoài Việt Nam. Trong chiến lược và khung đấu thầu cạnh tranh dự án điện mặt trời sắp tới, Ngân hàng Thế giới cũng khuyến nghị về lựa chọn sử dụng trọng tài quốc tế trong trường hợp thỏa thuận mua bán điện bị chấm dứt sớm (World Bank Group, 2019[8]).

Trong khi luật pháp Việt Nam điều chỉnh cụ thể các dự án điện tái tạo theo mô hình PPA, thì FDI vào các lĩnh vực khác thường thuộc phạm vi các hiệp định đầu tư, vốn là một công cụ chính sách quan trọng để tạo ra môi trường đầu tư hấp dẫn. Các hiệp định này bảo vệ nhà đầu tư sau khi thành lập, cho phép đảm bảo tiếp cận với các cơ chế giải quyết tranh chấp giữa nhà đầu tư và nhà nước - ISDS (có cơ sở từ hệ thống trọng tài thương mại), thực thi đối xử công bằng và bình đẳng, áp dụng các điều khoản chống trưng thu mà không bồi thường, và chống lại sự phân biệt đối xử. Giữa khuôn khổ pháp luật Việt Nam và các điều ước quốc tế, nhà đầu tư trong nước và nước ngoài nhận được mức độ bảo vệ khác nhau, nhưng mức độ bảo vệ khác nhau dành cho nhà đầu tư nước ngoài tùy thuộc vào việc họ đầu tư theo quy định của điều ước quốc tế nào. Theo các điều khoản của PPA, các thông lệ này không áp dụng cho phát triển điện năng lượng tái tạo nhưng có thể áp dụng cho FDI vào các hoạt động khác trong lĩnh vực năng lượng sạch khác, ví dụ như theo các thỏa thuận PPP, theo đó các điều ước quốc tế có thể được sử dụng như một phương tiện để giải quyết tranh chấp.

Tạo điều kiện tiếp cận đất đai để phát triển điện năng lượng tái tạo

Khả năng tiếp cận đất đai là một chủ đề quan trọng đối với các dự án hạ tầng truyền tải cũng như dự án điện năng lượng tái tạo. Tại Việt Nam, đất đai vẫn là tài sản của toàn dân và do chính phủ đại diện quản lý. Chỉ có quyền sử dụng đất được gọi là Giấy chứng nhận quyền sử dụng đất (GCNQSDĐ) mới có thể mua hoặc bán đất. Công dân Việt Nam có thể mua các quyền này vô thời hạn, trong khi người nước ngoài và doanh nghiệp nước ngoài chỉ có thể được mua trong thời hạn 50 năm và được gia hạn một lần. Quy trình này gần giống với hệ thống đất đai ở các nước khác như Vương quốc Anh và bản thân nó không phải là một hạn chế đối với đầu tư. Quá trình phối hợp để thu hồi GCNQSDĐ tương đối phức tạp, đòi hỏi sự tham gia của nhiều bên liên quan, có thể gây chậm trễ đáng kể trong phát triển hạ tầng.

Các vấn đề xung quanh việc xin cấp quyền sử dụng đất đóng vai trò quan trọng trong quá trình phát triển dự án

Đất đai là một nguồn rủi ro quan trọng trong việc phát triển các dự án năng lượng tái tạo ở Việt Nam. Những vùng có địa hình bằng phẳng chiếm không quá 20% diện tích địa lý của đất nước, ít hơn rất nhiều so với các vùng đất thấp nhiệt đới, đồi, và cao nguyên có rừng rậm. Đất sử dụng cho mục đích phát triển dự án năng lượng tái tạo, và đặc biệt là điện mặt trời, phải cạnh tranh với các mục đích khác, ví dụ như nông nghiệp. Theo chu kỳ quy hoạch trước đây, quy hoạch tổng thể sử dụng đất và quy hoạch phát triển điện không đồng bộ, dẫn đến những thách thức về tính sẵn có và quy hoạch những khu vực đất bằng phẳng. Như đã thảo luận trong chương 2, điều này có thể gây ra rủi ro trong chu kỳ lập kế hoạch hiện tại, vì dự thảo QHĐ VIII đã được đệ trình trước khi quy hoạch sử dụng đất tổng thể quốc gia hoàn thiện. Thêm vào đó là những rủi ro chậm đấu nối lưới điện và cắt giảm công suất do tắc nghẽn lưới điện. Điều này có nghĩa là không chỉ đất bằng phẳng có nhu cầu cao, mà đất có vị trí thích hợp cũng được săn đón nhiều hơn.

Để có quyền sử dụng đất, các đơn vị phát triển phải tiến hành đàm phán cấp GCNQSDĐ thông qua Ủy ban nhân dân tỉnh, cơ quan được giao thẩm quyền quản lý đất đai cấp tỉnh theo Luật Đất đai 2013. Hội đồng thẩm định do lãnh đạo tỉnh đứng đầu sẽ quyết định quy hoạch đất đai và xác định mức phí sử dụng đất. Các bước bao gồm thẩm định kế hoạch sử dụng đất và giải phóng mặt bằng của các cơ quan liên quan của tỉnh như cơ quan cấp tỉnh của Bộ TNMT - Sở Tài nguyên và Môi trường (Sở TNMT), đàm phán giữa các bên sở hữu GCNQSDĐ, thỏa thuận phí thuê đất, giải phóng mặt bằng và bồi thường cho chủ sở hữu. Trước khi hoàn tất thỏa thuận với UBND tỉnh, chủ đầu tư phải có báo cáo đánh giá tác động môi trường, giấy chứng nhận đăng ký đầu tư và giấy chứng nhận đăng ký doanh nghiệp của dự án. Đối với các đơn vị phát triển dự án năng lượng tái tạo, điều này tạo ra nhiều-quy trình đa tầng, có thể khác nhau giữa các tỉnh và nhìn chung là một thủ tục kéo dài, tốn kém và phức tạp đối với các IPP. Cho đến khi quy trình đánh giá nhà đầu tư và dự án có tính cạnh tranh hoàn thiện, quy trình này không loại trừ được các hoạt động đầu cơ, theo đó những vị trí đắc địa được các nhà đầu tư không có khả năng phát triển năng lượng tái tạo thu mua nhằm bán lại giấy phép hoặc cổ phần trong công ty cho các đơn vị phát triển năng lượng tái tạo có kinh nghiệm. Ngoài việc phát triển dự án năng lượng tái tạo, IPP còn có trách nhiệm đầu tư, lắp đặt và vận hành đường dây và máy biến áp từ nhà máy điện đến điểm đấu nối gần nhất, mà tùy thuộc vào vị trí của nhà máy so với trạm biến áp, có thể đi qua đất có nhiều chủ sở hữu quyền sử dụng đất. Điều này có tác động làm tăng đáng kể rủi ro phát triển dự án.

Một chức năng thiết yếu khác của quyền sử dụng đất là đảm bảo đầu tư và tài chính dài hạn. Nhà máy điện từ năng lượng tái tạo được coi là tài sản chính, có thể dùng làm tài sản bảo đảm cho người cho vay, trong khi quyền sở hữu nhà máy của IPP phụ thuộc vào quyền sử dụng đất hợp pháp của IPP. Quyền sử dụng đất cho phép các doanh nghiệp dự án hoặc công ty sử dụng cho mục đích đặc biệt (SPV) để quản lý nhà máy trong quá trình thực hiện PPA và thỏa thuận tài chính (World Bank Group, 2019[8]). Theo Luật Đất đai, nhà phát triển dự án được quyền sử dụng đất và tài sản gắn liền với đất làm tài sản bảo đảm, nhưng chỉ tại các tổ chức tín dụng hoạt động tại Việt Nam (World Bank Group, 2016[19]). Điều này hạn chế dòng vốn vay nợ quốc tế để phát triển các dự án năng lượng tái tạo do không có khả năng dùng đất đai làm tài sản bảo đảm tại các tổ chức tín dụng nước ngoài. Một số giao dịch lách được quy định này bằng cách sử dụng ngân hàng địa phương làm đại lý quản lý tài sản bảo đảm. Tuy nhiên, sự sắp xếp này còn mập mờ về pháp lý và tính hợp lệ chưa được thử nghiệm tại tòa án. Theo các cơ chế ưu đãi dành cho năng lượng tái tạo, các dự án có thể được miễn hoặc được hưởng lợi từ việc giảm phí thuê quyền sử dụng đất, nhưng nếu tận dụng ưu đãi này, các đơn vị phát triển sẽ mất quyền sử dụng đất làm tài sản bảo đảm, mặc dù họ vẫn có thể thế chấp tài sản gắn liền với đất tại các tổ chức tín dụng hoạt động tại Việt Nam (Hogan Lovells, 2018[20]).

Như đã thảo luận từ trước tại chương này, việc nâng cấp hạ tầng truyền tải yêu cầu những khoản đầu tư đáng kể. Trong khuôn khổ pháp luật hiện hành, các dự án nâng cấp này thuộc trách nhiệm của EVN, do truyền tải điện là hoạt động độc quyền nhà nước. Tuy vậy, vấn đề đất đai không chỉ là mối quan tâm của khu vực tư nhân. Giải phóng mặt bằng là vấn đề chính mà EVN phải đối mặt trong khi xây dựng các đường dây truyền tải điện mới có chiều dài đáng kể. EVN cũng cần thực hiện quy trình thương thảo tương tự với chủ sở hữu GCNQSDĐ của những khu đất mà đường dây đi qua. Các đường dây truyền tải điện đòi hỏi phải có các đánh giá tác động môi trường toàn diện được thẩm định bởi các bộ liên quan, đặc biệt là Bộ TNMT khi đường dây đi qua các khu vực bảo vệ, ví dụ như đất rừng. Nếu Việt Nam xem xét cho phép tư nhân đầu tư vào hạ tầng truyền tải, thì đây sẽ là một điểm cần cân nhắc quan trọng đối với các nhà đầu tư và cho vay tiềm năng.

Hướng dẫn đấu thầu cạnh tranh, điện mặt trời nổi và mái nhà ở các thành phố mang tới cơ hội mới

Nguồn cung tài nguyên đất phù hợp cho các dự án năng lượng tái tạo đang bị hạn chế, đặc biệt là đối với những nơi có vị trí thuận lợi để đấu nối lưới điện, và nơi công suất năng lượng tái tạo biến thiên (NLTT biến thiên) sẽ góp phần gây tắc nghẽn lưới điện. Hơn nữa, theo quy hoạch tổng thể trước đây, các dự án thường phải cạnh tranh về đất đai với các mục đích nông nghiệp, do quy hoạch sử dụng đất cấp tỉnh và QHĐ VII điều chỉnh đã được đồng bộ hóa. Nhằm đối phó với những rủi ro này, chiến lược và khung đấu thầu điện mặt trời do Ngân hàng Thế giới đề xuất đưa ra quy trình lựa chọn cạnh tranh các nhà đầu tư dựa trên vị trí dự án được xác định trước. Hai mô hình được đề xuất, đấu thầu cạnh tranh theo trạm biến áp và đấu thầu cạnh tranh công viên điện mặt trời có mục tiêu giải quyết các mối quan tâm xung quanh sự ổn định của lưới điện truyền tải và rủi ro phát triển dự án (World Bank Group, 2019[8]).

Mô hình liên kết trạm biến áp giúp tối ưu hóa việc sử dụng công suất truyền tải hiện có và giảm chi phí tiềm tàng về tích hợp NLTT biến thiên và cả nguy cơ cắt giảm công suất. EVN NPT sẽ có trách nhiệm xác định các trạm biến áp tại các tỉnh còn trong giới hạn công suất khả dụng và mời đấu thầu lượng MW công suất cụ thể tại từng trạm biến áp. Về lâu dài, hoạt động này cũng có khả năng chủ động thúc đẩy các khoản đầu tư lưới điện cần thiết cho phát điện NLTT biến thiên mới, bằng cách đồng thời lập kế hoạch công suất lưới điện và NLTT biến thiên. Chính phủ có thể phối hợp với các tỉnh kiểm tra các hạn chế về môi trường và xã hội đối với đất xung quanh trạm biến áp, nhưng theo mô hình này, các IPP có trách nhiệm xác định đất để đấu thầu cũng như thực hiện các thủ tục giải phóng mặt bằng. Điều này có nghĩa là mặc dù rủi ro cắt giảm công suất đã giảm bớt, đơn vị phát triển vẫn phải đối mặt với rủi ro phát triển đất.

Theo mô hình công viên điện mặt trời, việc xác định đất dự án và giải phóng mặt bằng do UBND tỉnh và EVN quản lý, phù hợp với quy hoạch sử dụng đất của tỉnh. Hai cơ quan này cũng sẽ thực hiện đầu tư cho hạ tầng công viên năng lượng mặt trời. Như vậy có nghĩa là tất cả các điều kiện hành chính tiên quyết xung quanh thủ tục về quyền sử dụng đất phải hoàn thành trước khi thủ tục đấu thầu cạnh tranh bắt đầu và các IPP trúng thầu giành được toàn quyền sở hữu đất mà không cần tiến hành đàm phán kéo dài với UBND tỉnh. IPP sẽ chịu trách nhiệm thu xếp tài chính, xây dựng và vận hành dự án điện mặt trời. Mô hình công viên điện mặt trời làm giảm đáng kể rủi ro phát triển dự án và có thể rút ngắn thời gian phát triển cho các IPP. Do đó, các khoản tiết kiệm chi phí, đặc biệt là liên quan đến xin cấp quyền sử dụng đất nên được phản ánh bằng biểu giá thấp hơn trong PPA. Trong khi mức rủi ro thấp hơn có thể thu hút các nhà đầu tư ngại rủi ro, các phương án này đòi hỏi nhiều hơn từ chính phủ, do là người quản lý quá trình, phải có đủ năng lực thể chế và ngân sách để thực hiện việc lựa chọn, giải phóng mặt bằng và phát triển hạ tầng.

Trước những hạn chế về đất đai, các cơ sở điện mặt trời nổi là một cơ hội hấp dẫn, đặc biệt là với hạ tầng thủy điện hiện có của Việt Nam. Việt Nam đã có sẵn công trình ĐMT nổi Hồ Tầm Bó và Hồ Gia Hoét 1, là những công trình lớn nhất Đông Nam Á, cả hai đều nằm trên các hồ chứa thủy lợi ở huyện Châu Đức, được đấu nối vào năm 2020 với công suất phát điện mỗi hồ là 35 MWp. Hai công trình này được triển khai tiếp theo một cơ sở điện mặt trời nổi 47,5 MWp được Ngân hàng Phát triển Châu Á tài trợ trên hồ chứa nhà máy thủy điện Đa Mi 175 MW hiện có do Công ty Cổ phần Thủy điện Đa Mi quản lý vận hành.

Sự phát triển của điện mặt trời mái nhà ở các khu vực đô thị cũng được nhìn nhận là một nguồn có tiềm năng đáp ứng nhu cầu điện. Một nghiên cứu năm 2017 do Ngân hàng Thế giới yêu cầu thực hiện cho thấy tiềm năng 18.000 GWh ở Hồ Chí Minh và 2300 GWh ở Nà Chì (Effigis Geo-Solutions, 2018[21]), và theo Quyết định số 2023/QĐ-BCT, Chương trình thúc đẩy phát triển điện mặt trời mái nhà tại Việt Nam giai đoạn 2019-2025 cũng đặt mục tiêu lắp đặt và vận hành 1 GW công suất điện mặt trời mái nhà vào năm 2025. Đến cuối năm 2020, 101.996 dự án với tổng công suất 8.274 GW đã được thực hiện.

Khai thác mua sắm công và quan hệ đối tác công tư trong phát triển năng lượng sạch

Mua sắm công và quan hệ đối tác công tư là những công cụ hiệu quả để thúc đẩy đầu tư tư nhân vào hiệu quả năng lượng và điện năng lượng tái tạo. Bằng cách thiết lập các tiêu chuẩn kỹ thuật liên quan đến năng lượng và thông số kỹ thuật sản phẩm trong hoạt động mua sắm công và hợp tác công tư, chính phủ có thể khai thác tính hiệu quả của khu vực tư nhân, khuyến khích đổi mới và đầu tư vào các công nghệ năng lượng sạch.

Áp dụng các tiêu chuẩn kỹ thuật trong mua sắm công thúc đẩy đầu tư vào hiệu quả năng lượng

Chính quyền trung ương và khu vực có thể đóng vai trò quan trọng trong việc thúc đẩy phát triển thị trường sử dụng năng lượng hiệu quả với tư cách là những nhà tiêu thụ năng lượng lớn. Đặc biệt, điều này liên quan đến việc cải thiện hiệu suất năng lượng của các công trình công và dịch vụ công như viễn thông, cấp nước và vệ sinh. Để có được hiệu quả năng lượng ở khu vực này, các tiêu chí về hiệu suất phải được lồng ghép vào hoạt động mua sắm công cho dù theo phương thức đối tác công tư hay hình thức khác truyền thống hơn, chỉ giới hạn trong thiết kế và xây dựng hợp đồng hoặc mua sắm sản phẩm và thiết bị.

Hiện tại, hiệu quả năng lượng chưa được tích hợp một cách có hệ thống vào hoạt động mua sắm công ở Việt Nam. Đối với nhiệm vụ mua sắm công, quy định hiện hành khuyến khích khu vực công ưu tiên sử dụng thỏa thuận cung cấp các sản phẩm cụ thể hoặc cung cấp dịch vụ với chi phí xác định, hoạt động xác định và thiết bị cụ thể. Các quốc gia thường gặp phải các vấn đề về phân bổ ngân sách, gây khó khăn cho các đơn vị công trong việc cấp vốn đầu tư vào hiệu quả năng lượng từ chi phí năng lượng tiết kiệm được. Ví dụ, các khoản đầu tư cho hiệu quả năng lượng có thể được trích từ ngân sách đầu tư trong khi kết quả tiết kiệm lại được nộp vào ngân sách hoạt động (Gynther, 2016[22]). Ưu tiên năng lượng trong mua sắm công giúp nâng cao nhận thức, tạo động lực đổi mới trong ngành và tạo ra các mô hình kinh doanh xung quanh hoạt động cung cấp dịch vụ năng lượng. Các tiêu chuẩn kỹ thuật bắt buộc có vai trò quan trọng trong việc khuyến khích các khoản đầu tư này, chẳng hạn như Quy chuẩn Kỹ thuật Việt Nam về Các công trình xây dựng sử dụng năng lượng hiệu quả QCVN 09: 2013/BXD (VEEBC), quy định các tiêu chuẩn kỹ thuật bắt buộc đối với việc thiết kế, xây dựng hoặc cải tạo công trình dân dụng. Tuy nhiên, như đã thảo luận trong Chương 3, việc thực thi vẫn còn là một vấn đề. Việt Nam có một số ví dụ về ứng dụng quy chuẩn trong các chương trình chiếu sáng công cộng. Chẳng hạn, vào năm 2018, một công ty tư nhân đã trúng thầu thay thế toàn bộ đèn kém hiệu quả bằng đèn LED tại Thành phố Hòa Bình theo mô hình ESCO, theo đó công ty vận hành hệ thống chiếu sáng thành phố với khoản thanh toán hàng năm của tỉnh, và sẽ chuyển giao lại cho chính quyền sau chín năm. Các dự án chiếu sáng đô thị tương tự cũng đang được áp dụng ở Đắc Nông, Cần Thơ và Long Xuyên.

PPP có thể là một công cụ hiệu quả để hỗ trợ đầu tư vào phát triển nguồn năng lượng sạch hơn

Luật Đầu tư theo phương thức đối tác công-tư (PPP) mới (Luật số 64/2020/QH14) hệ thống hóa các quy định liên quan đến dự án PPP, giảm bớt những bất ổn trước đây về khung pháp lý áp dụng các dự án PPP. Nhưng đồng thời luật này cũng xác định chính xác các dự án có thể thuộc phạm vi PPP là: giao thông vận tải; lưới điện và nhà máy phát điện (trừ thủy điện, công trình độc quyền nhà nước theo quy định của Luật Điện lực); thủy lợi, cấp nước sạch, thoát nước, xử lý rác thải, nước thải; chăm sóc sức khỏe và giáo dục; và hạ tầng CNTT.

Đặc biệt đối với hiệu quả năng lượng (EE), quy định giá trị dự án tối thiểu là 200 tỷ đồng (8,5 triệu USD) có thể tạo ra những rào cản nhất định cho các thỏa thuận PPP, do tính chất nhỏ và phân tán của các dự án hiệu quả năng lượng (thường dưới 1 triệu USD). Cần có các mô hình kết hợp dự án quan trọng để đạt được quy mô cần thiết đáp ứng các ngưỡng này. Tuy nhiên, còn một cách tiếp cận khác là lồng ghép mục tiêu hiệu quả năng lượng vào các hợp đồng PPP như một thông lệ chung bằng cách thiết lập các thông số kỹ thuật xác định các yêu cầu về hiệu suất năng lượng trong suốt thời gian tồn tại của dự án. Ưu điểm của yêu cầu hiệu quả là có thể đo lường được trong kết quả dự án và không đặt ra yêu cầu về các giải pháp cụ thể, cho phép đổi mới sáng tạo và khuyến khích đối tác tư nhân phát triển tiếp cận tích hợp đối với hiệu quả năng lượng ngay từ đầu giai đoạn thiết kế dự án (GI Hub, 2019[23]).

Mặc dù lưới điện và nhà máy phát điện nằm trong số năm lĩnh vực được phép thực hiện theo luật PPP, phương thức này vẫn chưa được sử dụng rộng rãi trong các dự án năng lượng tái tạo. Trong hoàn cảnh sự gia tăng điện năng tái tạo gần đây là do sự thúc đẩy của biểu giá điện hỗ trợ (FIT), các dự án thường được thực hiện thông qua đầu tư của đơn vị phát điện độc lập với các điều khoản xác định trong thỏa thuận mua bán điện mẫu. Khi Việt Nam dần chuyển dịch khỏi cơ chế FIT, các thỏa thuận PPP có thể trở thành công cụ hữu ích cho những dự án năng lượng tái tạo lớn hơn hoặc rủi ro hơn, trong đó các ưu đãi của chính phủ và việc cho phép thương lượng điều khoản hợp đồng có thể giúp các nhà đầu tư an tâm hơn. Hơn nữa, EVN và các DNNN khác trong lĩnh vực năng lượng đã thể hiện sự quan tâm đến việc phát triển một chiến lược dài hạn về năng lượng tái tạo và các dự án PPP có thể tận dụng nguồn vốn công để có tác động rộng lớn hơn.

Sự tham gia của tư nhân có thể đóng một vai trò quan trọng trong việc nâng cấp hệ thống truyền tải

Theo dự thảo QHĐ VIII (phiên bản tháng 2/2021), từ năm 2021 đến năm 2045, Việt Nam sẽ cần đầu tư khoảng 85 tỷ USD cho hạ tầng lưới điện, trung bình từ 3,3 đến 3,4 tỷ USD mỗi năm. Hạ tầng truyền tải vẫn luôn là vấn đề rào cản cho các đơn vị phát triển, trong đó có chậm đấu nối các nhà máy vào lưới điện và tắc nghẽn hệ thống truyền tải dẫn đến phải cắt giảm công suất phát. Để đáp ứng nhu cầu phát điện hiện nay, riêng giai đoạn 2021-2025 đã quy hoạch 651 trạm biến áp, 120 dự án đường dây 500 kV và 531 dự án đường dây 220 kV. Do dự thảo QHĐ VIII không xác định rõ nguồn phát điện nên EVN chưa chủ động được trong việc lập kế hoạch đầu tư truyền tải nguồn phát điện mới. Xuất phát từ sự cấp thiết của các hoạt động nâng cấp, việc xây dựng kịp thời hạ tầng truyền tải là hết sức quan trọng. Đối với quy mô đầu tư yêu cầu, cần đảm bảo chi phí nằm trong giới hạn hợp lý. Ở các nước khác, các dự án truyền tải điện đều có đặc trưng là tình trạng chậm tiến độ và vượt ngân sách, đặc biệt là khi xây dựng tại những khu vực đông dân cư hoặc nhạy cảm về môi trường.

Tư nhân có thể tham gia vào hệ thống truyền tải theo nhiều mô hình khác nhau, chẳng hạn như nhượng quyền dài hạn, Xây dựng - Sở hữu - Vận hành - Chuyển giao (BOOT), tuyến dây thương mại (Merchant lines) và sở hữu về tài chính (Financial ownership). Mặc dù không có mô hình hoàn hảo cho sự tham gia của tư nhân, nhưng các mô hình nhượng quyền dài hạn và BOOT có hiệu quả tốt nhất trong việc giúp các nước trên thế giới thu hút tỷ lệ vốn tư nhân cao (IEA, 2020[24]). Các mô hình Truyền tải điện độc lập (IPT) sử dụng hợp đồng BOOT trao trách nhiệm theo nhượng quyền về xây dựng và vận hành đường dây truyền tải đơn lẻ hoặc gói bao gồm một số đường dây để đổi lấy khoản thanh toán hàng năm. IPT được sử dụng rộng rãi trên khắp thế giới, trong đó có Brazil, Chile, Colombia, Ấn Độ, Mexico và Peru (Hộp 4.2) (ESMAP, 2015[25]) Để thực hiện được ở Việt Nam, các mô hình này cần có những thay đổi về chính sách và quy định và sẽ phụ thuộc vào việc thiết kế hiệu quả các hợp đồng có đủ khả năng được cấp vốn cũng như quy trình đấu thầu cạnh tranh. Điều 4 Luật Điện lực quy định nhà nước độc quyền trong các hoạt động truyền tải, bao gồm đầu tư, quản lý và vận hành. Dù chưa có khuôn khổ pháp lý cho hoạt động đầu tư của khu vực tư nhân, đã có một trường hợp nhà đầu tư tư nhân của một dự án điện mặt trời lớn đầu tư vào trạm biến áp 500/220 kV và đường dây truyền tải tới lưới điện của EVN (Pham, 2020[26]). Dự thảo QHĐ VIII đề xuất sửa đổi Luật Điện lực theo hướng linh hoạt hơn cho đầu tư tư nhân trong các lĩnh vực điện, trong đó có cả hạ tầng truyền tải, đảm bảo huy động được đầy đủ các nguồn lực. Việc xem xét lại Luật Điện lực theo nội dung trên vẫn đang được tiếp tục thảo luận, nhưng nếu kết hợp với luật PPP mới, quy định về hoạt động đầu tư vào nhà máy phát điện và lưới điện, có hiệu lực từ 2021, có thể mở ra một hướng đi tiềm năng cho đầu tư tư nhân.

Hộp 4.2. Đầu tư tư nhân vào hạ tầng truyền tải - kinh nghiệm của Brazil

Brazil là trường hợp nổi bật trong số các nước đang phát triển khi đã huy động được hơn 38 tỷ USD vốn tư nhân cho các dự án mở rộng hệ thống truyền tải kể từ năm 1999, chủ yếu dưới hình thức nhượng quyền dài hạn. Chỉ tính riêng từ năm 1999 đến năm 2020, Brazil đã tổ chức 50 cuộc đấu thầu với nhiều lô, kết quả là trao 334 hợp đồng nhượng quyền và 96.000 km đường dây tải điện do khu vực tư nhân thiết kế, xây dựng và vận hành. Với nguồn vốn đầu tư khan hiếm, Brazil đã lựa chọn mô hình Truyền tải điện độc lập (IPT) sử dụng các hợp đồng BOOT thời hạn 30 năm thanh toán hàng năm. Loại hợp đồng này khuyến khích IPT đưa vào vận hành đường dây truyền tải đúng thời hạn nhằm giữ chi phí ở mức tối thiểu và đảm bảo tính sẵn sàng cao cho đường truyền trong thời hạn hợp đồng. Mặc dù công ty truyền tải điện quốc doanh Eletrobras vẫn sở hữu phần lớn lưới điện truyền tải, nhưng đã có các bên nhận nhượng quyền mới gia nhập vào lĩnh vực này. Từ năm 1999 đến năm 2010, gần 70% đầu tư vào lĩnh vực truyền tải là từ đầu tư tư nhân, trong đó các công ty nước ngoài chiếm 30%, các công ty tư nhân trong nước là 39% và các DNNN 31%.

Hoạt động đấu thầu cạnh tranh giữa các công ty dựa trên tiêu chí doanh thu hàng năm thấp nhất, là khoản phí hàng năm mà IPT sẽ được nhận nếu trúng thầu. Trong khi kết quả đấu thầu ấn định mức giá, cơ quan quản lý vẫn có thể xem xét lại trong các đợt xác định giá được thực hiện mỗi 5 năm. Agência Nacional de Energia Elétrica (ANEEL), Cơ quan Điều tiết Năng lượng là đơn vị điều hành quy trình đấu thầu và đặt ra giới hạn doanh thu tối đa hàng năm. Để đủ tư cách tham gia đấu thầu, các nhà thầu phải thỏa mãn một số điều kiện kỹ thuật và tài chính theo yêu cầu, chẳng hạn như bằng chứng về hợp đồng với các nhà thầu phụ liên quan, mức thanh khoản tối thiểu, vốn chủ sở hữu và vốn khả dụng, bằng chứng tuân thủ nghĩa vụ thuế. ANEEL cũng nắm bảo lãnh dự thầu của công ty bằng 1% vốn đầu tư. Bên trúng thầu được lựa chọn dựa trên một quy trình đấu thầu ngược, thiết lập thời hạn thi công và các quy định về cung cấp dịch vụ truyền tải điện thường xuyên.

Để đảm bảo đúng hạn bàn giao, quy trình này có các biện pháp khuyến khích tuân thủ thời hạn cũng như hình phạt đối với việc chậm đưa vào vận hành. Các công ty truyền tải trước đây từng chậm trễ sẽ bị cấm tham gia đấu thầu trong thời gian nhất định. Hợp đồng IPT cũng quy định khả năng tiếp cận mạng lưới truyền tải trên cơ sở nhất quán và không phân biệt đối xử. IPT cũng phải đảm bảo tỷ lệ sẵn sàng của đường truyền tải theo yêu cầu là 97%, mà dưới mức đó IPT có thể bị phạt. Các công ty ITP ký hợp đồng với tất cả người dùng và các bên thứ ba trong mạng lưới có nhu cầu tiếp cận đường dây, trong đó có các công ty phát điện, công ty phân phối và các khách hàng lớn phụ thuộc vào các đường truyền này.

Quá trình áp dụng đấu thầu cạnh tranh cũng đã làm giảm chi phí truyền tải, với các gói thầu được trao từ năm 1999 đến năm 2020 có mức doanh thu hàng năm thấp hơn trung bình 25,8% so với dự toán của ANEEL và mức giảm của chi phí đường dây riêng lẻ ước tính lên đến 70,3%.

Mở cửa lĩnh vực truyền tải điện để cho phép cạnh tranh các dự án mới có thể giúp Việt Nam đáp ứng mục tiêu nâng cấp đường truyền theo kế hoạch trong dự thảo QHĐ VIII. Ví dụ của Brazil cho thấy mô hình đơn vị truyền tải điện độc lập có thể huy động thành công lượng vốn lớn để nâng cấp lưới điện, đồng thời sự góp mặt của nhiều chủ sở hữu trong hạ tầng truyền tải không làm ảnh hưởng đến hiệu suất hoặc an ninh của hệ thống truyền tải. Kết quả này phần lớn là do công tác quy hoạch hệ thống truyền tải của cơ quan chính quyền trung ương, bao gồm Bộ Mỏ và Năng lượng (MME), Văn phòng Nghiên cứu Năng lượng (EPE), Cơ quan điều hành Hệ thống Quốc gia (ONS), đã điều phối hiệu quả các dự án truyền tải từ thiết kế đến vận hành hệ thống, kết hợp với một cơ quan quản lý chuyên nghiệp (ANEEL) thực hiện quản trị các công ty nhượng quyền. Điều này nhấn mạnh tầm quan trọng của việc tăng cường tính độc lập và quyền hạn của cơ quan điều tiết điện lực, cũng như tính độc lập trong việc lập kế hoạch và vận hành hệ thống điện.

Nguồn: ANEEL (2021) Kết quả của trang web đấu thầu ESMAP (2015) Sự tham gia của khu vực tư nhân trong truyền tải và phân phối điện - Kinh nghiệm từ Brazil, Peru, Philippines và Thổ Nhĩ Kỳ, Ngân hàng Thế giới (2021) Sự tham gia của khu vực tư nhân vào cơ sở hạ tầng (PPI) (cơ sở dữ liệu), IBRD (2017) Kết nối: Quan hệ đối tác công-tư trong lĩnh vực truyền tải điện ở Châu Phi.

Tài liệu tham khảo

Apricum (2020), *Vietnam's solar success story and why its solar M&A landscape is about to heat up*, https://www.apricum-group.com/vietnams-solar-success-story-and-why-its-solar-ma-landscape-is-about-to-heat-up/?cn-reloaded=1. [17]

Asian Development Bank (2000), *Developing best practices for promoting private sector investment in infrastructure power*, http://www.adb.org. [13]

Duong, V. (2020), *Patent Landscape on Green Technology in Viet Nam.*, https://www.researchgate.net/publication/342436180_Patent_Landscape_on_Green_Technology_in_Viet_Nam/citation/download. [28]

Effigis Geo-Solutions (2018), *Assessment of rooftop photovoltaic solar energy potential in Vietnam.* [21]

ESMAP (2015), *Private Sector Participation in Electricity Transmission and Distribution-Experiences from Brazil, Peru, The Philippines, and Turkey*, The International Bank for Reconstruction And Development / THE WORLD BANK GROUP, Washington, https://documents1.worldbank.org/curated/en/786091468189572248/pdf/99009-ESMAP-P146042-PUBLIC-Box393185B.pdf (accessed on 2 June 2021). [25]

Estrin, S. and A. Pelletier (2018), *Privatization in Developing Countries: What Are the Lessons of Recent Experience?*, Oxford University Press, https://academic.oup.com/wbro/article/33/1/65/4951686. [15]

EVN (2019), *EVN to focus investment on 5 solar power projects*, https://en.evn.com.vn/d6/news/EVN-to-focus-investment-on-5-solar-power-projects-66-163-1533.aspx. [4]

GI Hub (2019), *Chapter 5. Output specifications | Reference Guide on Output Specifications for Quality Infrastructure.* [23]

Gynther, L. (2016), *Energy Efficiency & Public Sector Policy brief*, https://www.odyssee-mure.eu/publications/policy-brief/public-sector-building-energy-efficiency.html. [22]

Hogan Lovells (2018), *Renewable Energy in Vietnam*, https://www.hoganlovells.com/en/publications/client-briefing-renewable-energy-in-vietnam. [20]

IBRD (2017), *Linking Up: Public-Private Partnerships in Power Transmission in Africa*, World Bank Group, Washington, https://openknowledge.worldbank.org/bitstream/handle/10986/26842/LinkingUp.pdf?sequence=3&isAllowed=y (accessed on 1 June 2021). [30]

IEA (2020), *Attracting private investment to the electricity transmission sector in Southeast Asia.* [24]

Institute of Energy (2021), *Draft Power Development Plan 2021-2030 with a vision to 2045.* [2]

Lee, A. and F. Gerner (2020), *Learning from Power Sector Reform Experiences The Case of Vietnam*, World Bank, http://www.worldbank.org/prwp. [9]

OECD (2018), *OECD Investment Policy Reviews: Viet Nam 2018*, OECD Investment Policy Reviews, OECD Publishing, Paris, https://dx.doi.org/10.1787/9789264282957-en. [14]

OECD (2018), *OECD Investment Policy Reviews: Viet Nam 2018*, OECD Investment Policy Reviews, OECD Publishing, Paris, https://dx.doi.org/10.1787/9789264282957-en. [10]

Pham, L. (2020), *First private-invested 500/220kV transmission line in Vietnam connected*, http://hanoitimes.vn/first-private-invested-500220kv-transmission-line-in-vietnam-connected-314366.html. [26]

Renewables Now (2020), *PetroVietnam to foray into renewables, eyes 900 MW by 2035 - report*, https://renewablesnow.com/news/petrovietnam-to-foray-into-renewables-eyes-900-mw-by-2035-report-706109/. [3]

Ricardo Energy & Environment (2019), *Establishing the Vietnam Wholesale Electricity Market (VWEM)*, https://www.adb.org/sites/default/files/project-documents/48328/48328-001-tacr-en_0.pdf. [16]

Rövekamp, P. et al. (2021), *Renewable electricity business models in a post feed-in tariff era*, Elsevier Ltd. [6]

USAID (2019), *Vietnam Releases Direct Power Purchase Agreement Policy Proposal for Public*, https://www.usaid.gov/vietnam/press-releases/jun-12-2019-vietnam-releases-direct-power-purchase-agreement-policy. [18]

VIET (2021), *State management role in power sector*, Vietnam Initiative for Energy Transition, Hanoi, Vietnam. [1]

Viet Nam News (2021), *EVNGENCO 2 to sell over 581 million shares through IPO*, https://vietnamnews.vn/economy/859677/evngenco-2-to-sell-over-581-million-shares-through-ipo.html. [5]

Viet Nam News (2018), *Doubts remain over the EVN's sub-unit IPOs*, https://vietnamnews.vn/economy/463725/doubts-remain-over-the-evns-sub-unit-ipos.html. [12]

VIR (2021), *Investors give EVN Genco 2 cold shoulder at IPO*, https://www.vir.com.vn/investors-give-evn-genco-2-cold-shoulder-at-ipo-82519.html. [11]

VIR (2020), *FiT revamp vulnerable to speculation*, https://www.vir.com.vn/fit-revamp-vulnerable-to-speculation-76532.html. [7]

World Bank (2019), *Investment Policy and Regulatory Review: Viet Nam*, http://documents1.worldbank.org/curated/en/400351586323809041/pdf/Vietnam-2019-Investment-Policy-and-Regulatory-Review.pdf. [27]

World Bank Group (2021), *Data on Private Participation in Infrastructure (PPI)*, Infrastructure Finance, PPPs & Guarantees, https://ppi.worldbank.org/en/ppidata (accessed on 17 June 2021). [29]

World Bank Group (2019), *Viet Nam Solar Competitive Bidding Strategy and Framework*, http://www.worldbank.org. [8]

World Bank Group (2016), *Project appraisal document on a proposed credit in the amount of sdr 107.00 million (us$150 million equivalent) to the socialist republic of vietnam for the viet Nam improved land governance and database project*. [19]

5 Xúc tiến và tạo thuận lợi đầu tư

Chương này phân tích việc sử dụng các biện pháp khuyến khích hướng đến triển khai chương trình hiệu quả năng lượng và năng lượng tái tạo, đồng thời cung cấp những thông tin sâu về các thông lệ tốt ở các quốc gia khác. Nội dung của chương nêu bật các biện pháp chính đã được chính phủ triển khai để cải thiện môi trường đầu tư cho các dự án năng lượng sạch, cũng như các lĩnh vực chưa được khai thác để thu hút đầu tư hơn nữa. Đồng thời, chương này cũng xem xét vai trò của hoạt động đấu thầu công khai đối với các dịch vụ tiết kiệm năng lượng và nguồn cung năng lượng tái tạo của doanh nghiệp nhằm hỗ trợ thêm cho sự phát triển thị trường năng lượng sạch.

Chính phủ Việt Nam đã dành những sự ủng hộ lớn lao cho việc xúc tiến và tạo điều kiện đầu tư vào ngành năng lượng sạch. Những hành động quyết liệt nhằm giảm trợ cấp trực tiếp cho nhiên liệu hóa thạch cùng với các kế hoạch đổi mới thúc đẩy phát triển thị trường carbon trong nước sẽ giúp đảm bảo nguồn vốn được hướng đến những dự án sẽ giúp thúc đẩy tham vọng tăng trưởng xanh của đất nước. Việc mạnh tay miễn giảm thuế thu nhập doanh nghiệp cho các dự án năng lượng tái tạo và nhà sản xuất thiết bị sử dụng năng lượng hiệu quả thông qua cơ cấu thuế ưu đãi cũng là động lực quan trọng cho các nhà đầu tư năng lượng sạch. Dù vậy, môi trường kinh doanh vẫn cần được cải thiện để hỗ trợ đầu tư, đặc biệt là đối với các nhà đầu tư nước ngoài chưa quen với môi trường pháp lý của Việt Nam. Do cấu trúc quản lý phi tập trung của Việt Nam, các đơn vị phát triển dự án năng lượng tái tạo phải liên hệ với nhiều cơ quan khác nhau, trong khi hoạt động thực thi luật và quy định không phải lúc nào cũng đồng nhất giữa các tỉnh. Ngoài ra, các thủ tục hành chính cũng có thể tương đối phức tạp, bằng chứng là trung bình cần gấp đôi thời gian để hoàn thành các thủ tục thuế của Việt Nam so với mức trung bình của khu vực Đông Á và Thái Bình Dương. (World Bank, 2021[1])

Đánh giá và khuyến nghị

Việt Nam đã hành động quyết liệt nhằm cắt giảm trợ cấp cho nhiên liệu hóa thạch

Chính phủ Việt Nam đã có những hành động mạnh mẽ để cắt giảm trợ cấp cho nhiên liệu hóa thạch trong ngành năng lượng và ưu tiên sử dụng cơ chế thị trường để định giá các sản phẩm năng lượng. Tỷ lệ trợ cấp cho việc tiêu thụ nhiên liệu hóa thạch trực tiếp của người dùng cuối hoặc cho hoạt động phát điện ước tính là 1% vào năm 2019, giảm so với mức 4,3% vào năm 2015. Con số này chỉ chiếm 0,1% GDP của Việt Nam, trong khi ở các nước cùng khu vực như Indonesia là 1,7% và Malaysia là 0,5% (IEA, 2020[2]). Bên cạnh các hình thức trợ cấp trực tiếp, tiêu thụ nhiên liệu hóa thạch còn nhận được nguồn trợ cấp gián tiếp lớn từ các biện pháp kiểm soát biểu giá bán lẻ điện trong quá khứ. Ngoài ra, việc trợ cấp giá bán lẻ còn khuyến khích hành vi tiêu thụ điện quá mức đồng thời làm giảm tác dụng của đầu tư vào hiệu quả năng lượng. Kể từ khi Luật Điện lực được ban hành vào năm 2006, Chính phủ đã từng bước tăng cường tính minh bạch trong việc thiết lập biểu giá bán lẻ và chuyển sang định giá dựa trên thị trường. Giá bán lẻ điện bình quân (ART) đã được điều chỉnh tăng 13 lần kể từ năm 2006, hiện nay nằm ở khoảng 8 cent Mỹ/kWh. Dù vậy, dự tính ART vẫn sẽ duy trì dưới mức chi phí cận biên dài hạn chi trả cho vận hành, bảo trì, trả nợ, đồng thời mang lại lợi nhuận từ vốn để đầu tư trong tương lai (ước tính 12 cent Mỹ/kWh). Các nguồn trợ cấp gián tiếp khác bao gồm ưu đãi doanh nghiệp và giảm thuế, hỗ trợ tiếp cận quỹ đất và tiếp cận vốn vay ưu đãi từ các ngân hàng quốc doanh; những ưu đãi đó đã được áp dụng cho các doanh nghiệp nhà nước (DNNN) vận hành hoặc xây dựng các công trình sử dụng nhiên liệu hóa thạch (Lee and Gerner, 2020[3]).

Hoạt động quy hoạch thị trường carbon sẽ củng cố chính sách khí hậu của Việt Nam

Việt Nam là một trong số ít quốc gia trong khu vực đã áp dụng thuế bảo vệ môi trường (EPT) để thúc đẩy tăng trưởng xanh. EPT được áp dụng từ năm 2012, thu từ hoạt động sản xuất hoặc nhập khẩu các sản phẩm có tác động tiêu cực đến môi trường, cụ thể là: xăng dầu, than đá, hydro-chloro-fluoro-carbon, túi nhựa và thuốc trừ sâu hóa học. Một phần doanh thu từ EPT được dùng cho Quỹ Bảo vệ Môi trường Việt Nam và cung cấp nguồn vốn ưu đãi cho các dự án có tác động tích cực tới môi trường. Nghị quyết số 579 năm 2018 đã tăng 50% thuế suất đối với than đá. Một bản đánh giá trước vận hành đã đưa ra kết luận rằng lần tăng thuế này sẽ làm giảm 10,25% lượng khí thải CO2 liên quan đến than (Nong, 2018[4]).

Tháng 11/2020, Quốc hội Việt Nam đã thông qua Luật Bảo vệ Môi trường sửa đổi, trong đó ưu tiên khởi động thị trường mua bán khí phát thải trong nước. Kể từ năm 2016, Bộ Tài nguyên và Môi trường (Bộ TNMT) đã phối hợp với Ngân hàng Thế giới trong khuôn khổ Chương trình Sẵn sàng thị trường carbon toàn cầu, phát triển phần lớn các nghiên cứu phân tích cần thiết nhằm đặt nền móng cho chương trình này. Trong đó bao gồm việc phát triển hệ thống theo dõi, báo cáo và thẩm tra, cơ sở dữ liệu về phát thải khí nhà kính. Ngoài ra, Bộ TNMT cũng đang xây dựng một lộ trình để đặt ra các hoạt động và cột mốc triển khai chính. Theo mục tiêu được đặt ra, một thị trường tự nguyện sẽ được ra mắt vào năm 2027 và bắt đầu bắt buộc tham gia vào năm 2029 (Viet Nam Water Portal, 2020[5]). Sự ra đời của thị trường carbon ở Việt Nam có thể thúc đẩy các quyết định đầu tư đảm bảo bảo vệ môi trường với chi phí kinh tế tổng thể thấp nhất. Tuy nhiên, hiệu quả của thị trường này trong lĩnh vực năng lượng sẽ phụ thuộc vào sự tương tác của nó với cơ cấu và hoạt động vận hành căn bản của thị trường điện. Do đó, kế hoạch về thị trường carbon cần được thiết kế và lồng ghép vào lộ trình cải cách thị trường điện tổng thể để đảm bảo các tín hiệu giá được phổ biến một cách hiệu quả đến các đơn vị tham gia thị trường điện và định hướng được quá trình ra quyết định đầu tư. Hiệu quả của thị trường carbon cũng sẽ phụ thuộc vào hoạt động quản lý điều chỉnh chính sách trên các lĩnh vực chính sách khác nhau; ví dụ, trong lĩnh vực hiệu quả năng lượng, chính sách bù chéo biểu giá có thể đi ngược lại các tín hiệu giá từ thị trường carbon.

Đã có các ưu đãi tài khóa để thúc đẩy đầu tư vào năng lượng sạch

Luật đầu tư của Việt Nam xác định ngành năng lượng sạch là ngành ưu đãi đầu tư và do đó có đủ điều kiện hưởng các ưu đãi tài khóa, trong đó có thuế suất thuế thu nhập doanh nghiệp (CIT) ưu đãi, miễn thuế nhập khẩu đối với các thành phần đủ điều kiện và miễn tiền thuê đất tại một số địa phương. Các doanh nghiệp sản xuất thiết bị tiết kiệm năng lượng được hưởng ưu đãi, tuy nhiên, chưa có ưu đãi nào dành cho phía nhu cầu thông qua cơ cấu thuế dành cho doanh nghiệp hoặc cá nhân đầu tư vào các công trình xanh hoặc hiệu quả năng lượng. Những ưu đãi như vậy có thể là một công cụ chính sách quan trọng để thúc đẩy chuyển đổi thị trường. Khung ưu đãi đầu tư năng lượng sạch của Việt Nam mang lại lợi ích đáng kể cho các nhà đầu tư năng lượng sạch, tuy nhiên thủ tục cho phép và áp dụng những lợi ích này rất phức tạp. Báo cáo Đánh giá Chính sách Đầu tư năm 2019 của OECD ghi nhận rằng tại Việt Nam, các nhà đầu tư không được hướng dẫn rõ ràng và việc áp dụng quy định có thể không nhất quán. Khi xin phê duyệt ưu đãi thuế, các đơn vị thường phải trao đổi rất nhiều với cơ quan thuế và các thủ tục về thuế thường tốn nhiều thời gian. Xếp hạng "Môi trường Kinh doanh" (Doing Business) của Ngân hàng Thế giới kết luận rằng trung bình các doanh nghiệp (tại Việt Nam) cần 384 giờ mỗi năm cho các thủ tục hành chính về thuế so với mức trung bình của khu vực Đông Á và Thái Bình Dương là 178 giờ.

Quy trình phê duyệt và cấp phép dự án năng lượng tái tạo vẫn cần tinh giản

Quy trình phê duyệt và cấp phép cho các dự án năng lượng tái tạo buộc các đơn vị tài trợ phải liên hệ với nhiều cơ quan công quyền khác nhau trong khi việc áp dụng luật và quy định hiện hành được ghi nhận là không phải lúc nào cũng thống nhất giữa các cơ quan cấp tỉnh. Điều này gây nên cảm nhận về sự phức tạp cho các nhà đầu tư năng lượng sạch, có thể kìm hãm những đơn vị mới tham gia thị trường và làm tăng chi phí phát triển dự án. Dựa trên kinh nghiệm từ các dự án điện gió đang vận hành, thời gian phát triển dự án thường nằm trong khoảng từ 3 đến 5 năm, gần tương đương với mức trung bình của EU đối với các dự án trên bờ (3,5 năm) (MOIT/GIZ, 2016[6]). Với kế hoạch chuyển đổi sang cơ chế đấu thầu, việc quan trọng là đảm bảo tinh giản các quy trình cấp phép và chuẩn bị địa điểm cho các nhà thầu tiềm năng. Những chi phí không rõ ràng liên quan đến các thủ tục hành chính và phê duyệt có thể khiến nhà thầu khó ước tính chính xác chi phí. Nếu cảm thấy không chắc chắn hoặc mức độ rủi ro cao, nhà thầu có thể tăng các khoản dự phòng trong giá bỏ thầu. Ngoài ra, khi phát sinh chi phí ngoài dự kiến, các dự án được phê duyệt có thể sẽ không được hoàn thành hoặc các nhà thầu đã trúng thầu sẽ yêu cầu thương lượng lại các điều khoản.

Các chương trình nâng cấp hạ tầng của khu vực công có khả năng thúc đẩy phát triển thị trường hiệu quả năng lượng

Những chương trình nâng cấp hạ tầng năng lượng của khu vực công có thể là động lực tích cực để phát triển thị trường hiệu quả năng lượng với tiềm năng danh mục nhiều dự án chưa được khai mở. Các chương trình của khu vực công cũng có thể chứng minh các mô hình tài chính mới với khả năng mở rộng quy mô như Hợp đồng hiệu quả năng lượng (EPC), tạo thuận lợi cho việc áp dụng rộng rãi trong thương mại và công nghiệp. Ở các nước như Hoa Kỳ, Canada và Liên minh Châu Âu, thị trường Công ty Dịch vụ Năng lượng (ESCO) phát triển phần lớn nhờ vào các sáng kiến của chính phủ nhằm xúc tiến các chương trình của khu vực công (World Bank, 2016[7]). Đã có những hình mẫu chương trình công được triển khai đơn lẻ ở Việt Nam, nhưng không được nhân rộng sau khi kết thúc thời gian triển khai. Các tỉnh và thành phố, thay vì chính quyền trung ương, đóng vai trò trung tâm trong việc hỗ trợ các chương trình hiệu quả năng lượng khu vực công do mức độ phân cấp tài khóa cao ở Việt Nam. Điều này gây khó khăn cho công tác kết hợp dự án - một yêu cầu quan trọng đối với việc đầu tư hiệu quả năng lượng do chi phí vốn thấp của từng dự án. Việt Nam không có cơ quan cấp trung ương có khả năng điều phối hoạt động kết hợp dự án và hỗ trợ đấu thầu dự án cấp tỉnh để đạt được lợi thế kinh tế nhờ quy mô, đảm bảo chất lượng cao về thiết kế, chuẩn hóa, theo dõi và thẩm tra dự án.

Hộp 5.1. Các khuyến nghị chính sách chính nhằm thúc đẩy và tạo thuận lợi cho đầu tư năng lượng sạch

- Cần xây dựng một lộ trình rõ ràng hướng đến cơ cấu biểu giá điện được tính toán đầy đủ các chi phí, từ đó cung cấp cho người tiêu dùng cái nhìn tổng quan và dài hạn đủ để thích ứng với việc tăng biểu giá điện, đồng thời đưa ra tín hiệu thị trường nhằm thúc đẩy đầu tư vào các biện pháp sử dụng năng lượng hiệu quả.
- Kế hoạch về thị trường carbon cần được thiết kế và lồng ghép vào lộ trình cải cách thị trường điện tổng thể để đảm bảo tín hiệu giá được phổ biến một cách hiệu quả đến các đơn vị tham gia thị trường điện và định hướng được quá trình ra quyết định đầu tư.
- Chính phủ Việt Nam cần ưu tiên xây dựng các chính sách ưu đãi về thuế cho phía nhu cầu, bao gồm các công ty và cá nhân đầu tư vào thiết bị có hiệu suất năng lượng cao nhất. Những ưu đãi đó có thể được xây dựng dựa trên các ngưỡng hiệu suất năng lượng trong các quy định về dán nhãn năng lượng của Việt Nam và các khoản giảm thuế áp dụng tại thời điểm mua hàng, hoặc thông qua giảm giá.
- Nên tinh gọn các quy trình phê duyệt và cấp phép dự án để giảm chi phí hành chính và thời gian phát triển dự án năng lượng tái tạo. Điều này có thể thực hiện bằng cách thiết lập một cơ quan đầu mối (hoặc văn phòng một cửa) hỗ trợ thủ tục cho các đơn vị phát triển năng lượng sạch.
- Chính phủ Việt Nam nên xem xét thành lập một cơ quan tập trung (một dạng của mô hình Super ESCO) có nhiệm vụ hỗ trợ các tỉnh trong công tác lập, đấu thầu, cấp vốn, theo dõi dự án và thẩm tra các khoản tiết kiệm được tại các chương trình hiệu quả năng lượng của khu vực công. Cơ quan này sẽ đóng vai trò điều phối trong việc phân bổ các dự án chất lượng cao cho các ESCO tư nhân. Cơ quan này cũng có thể cung cấp các dịch vụ trung gian để xây dựng niềm tin của khu vực tư nhân đối với hợp đồng hiệu quả năng lượng.

Cải cách trợ cấp cho nhiên liệu hóa thạch và định giá carbon

Việt Nam đã hành động quyết liệt nhằm cắt giảm trợ cấp cho nhiên liệu hóa thạch

Chính phủ Việt Nam đã có những hành động mạnh mẽ để cắt giảm trợ cấp trực tiếp trong ngành năng lượng và ưu tiên sử dụng cơ chế thị trường để định giá các sản phẩm năng lượng. Hiện nay, hầu như đã không còn trợ cấp trực tiếp cho các sản phẩm năng lượng ngoài các khoản trợ cấp nhỏ nhằm mục tiêu xóa đói giảm nghèo trong một số phân ngành nhất định, bao gồm trợ cấp tiền điện cho hộ nghèo và nông dân sản xuất nhỏ, và trợ cấp diesel cho các hộ gia đình đánh bắt cá thủ công. Quyết định số 69/2013/QĐ-TTg đã quy định ưu tiên xác định giá điện theo cơ chế thị trường, và Thông tư số 83/2014/NĐ-CP ngày 03/9/2014 quy định ưu tiên việc định giá cho các sản phẩm dầu, khí và xăng dầu theo cơ chế thị trường. Cả Chiến lược Quốc gia về Tăng trưởng Xanh và Chiến lược Biến đổi Khí hậu đều đặt ra mục tiêu xóa bỏ dần cơ chế trợ cấp vào năm 2020. Tỷ lệ trợ cấp trong ngành điện hiện đã giảm xuống mức 1% từ 4,3% năm 2015. Con số này chỉ chiếm 0,1% GDP của Việt Nam, so với Indonesia là 1,7% và Malaysia là 0,5% (IEA, 2020[2]). Mặc dù trợ cấp trực tiếp đã bị hạn chế, các biện pháp kiểm soát biểu giá vẫn là nguồn trợ cấp gián tiếp lớn cho nhiên liệu hóa thạch, và vẫn tạo thành áp lực lên ngân sách nhà nước. Các biện pháp như nhượng quyền doanh nghiệp và giảm thuế, chiết khấu tài nguyên và đất đai, tiếp cận vốn vay ưu đãi từ các tổ chức ngân hàng thuộc sở hữu nhà nước đến nay vẫn được duy trì rộng rãi cho các DNNN, trong đó có các doanh nghiệp vận hành hoặc xây dựng công trình sử dụng nhiên liệu hóa thạch.

Hình 5.1. Mức trợ cấp cho nhiên liệu hóa thạch ở một số quốc gia năm 2020

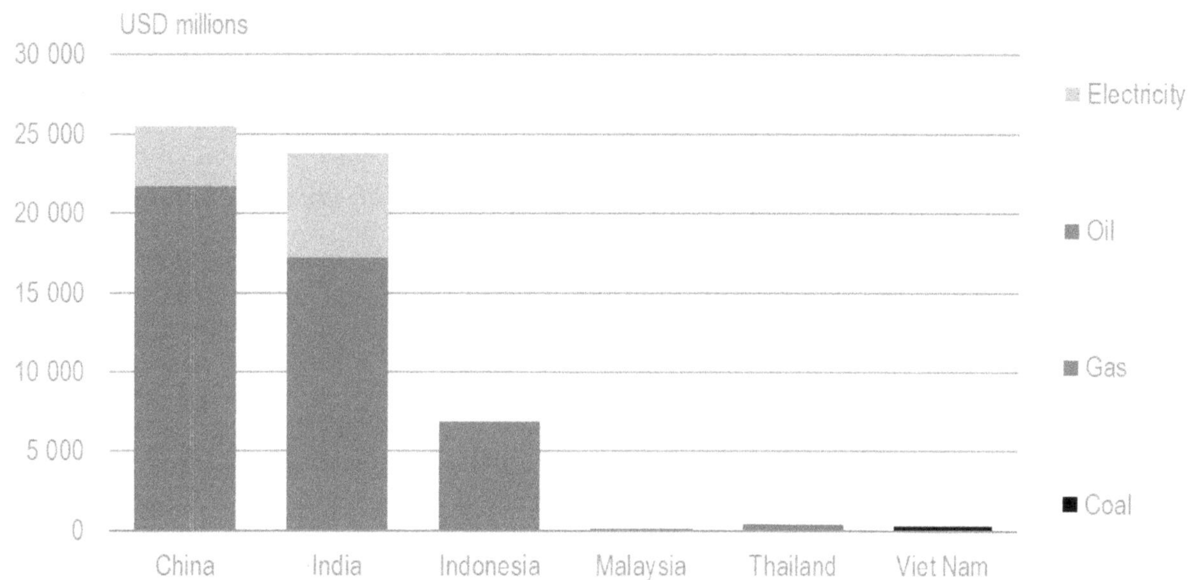

Nguồn: Cơ sở dữ liệu về trợ cấp nhiên liệu hóa thạch của IEA năm 2021

StatLink https://stat.link/huktol

Những tiến bộ trong cải cách biểu giá bán lẻ điện, vốn trước đây được quy định dưới mức thu hồi chi phí, vẫn còn rất khiêm tốn. Trợ cấp biểu giá điện khuyến khích hành vi tiêu thụ điện quá mức, làm giảm tác dụng của đầu tư vào hiệu quả năng lượng và ảnh hưởng tiêu cực đến lợi nhuận của các công ty điện lực. Kể từ khi ban hành Luật Điện lực vào năm 2006, tới nay giá bán lẻ điện bình quân (ART) đã được điều chỉnh tăng 13 lần lên khoảng 8 cent Mỹ/kWh. Các biện pháp tăng giá này rất quan trọng nhưng chủ yếu vẫn chỉ tương ứng với tỷ lệ lạm phát; ví dụ, từ tháng 01/2010 đến tháng 01/2015 ART đã tăng 53%, mức lạm phát tích lũy trong cùng thời kỳ là khoảng 56%. Hiện nay, ART vẫn thấp hơn chi phí cận biên dài hạn ước tính để trang trải chi phí vận hành, bảo trì và trả nợ, đồng thời mang lại lợi nhuận từ vốn để đầu tư trong tương lai (ước tính khoảng 12-14 cent Mỹ/kWh) (Lee and Gerner, 2020[3]). Tập đoàn Điện lực Việt Nam (EVN), công ty điện lực thuộc sở hữu nhà nước, theo Quyết định số 24/2017/QĐ-TTg được ủy quyền điều chỉnh giá bán lẻ tối đa 5% mỗi sáu tháng tùy theo điều kiện kinh tế vĩ mô, trong khi quyền điều chỉnh 5-10% giá thuộc về Bộ Công Thương (Bộ CT), và cần có sự chấp thuận của Thủ tướng Chính phủ để điều chỉnh trên 10% giá. Quyết định số 24 giúp làm minh bạch quy trình và phương pháp luận cho việc tăng biểu giá, tuy nhiên lộ trình và mục tiêu tăng giá vẫn còn chưa rõ ràng. Việc tăng biểu giá một cách minh bạch sẽ giúp đưa ra tín hiệu để cơ sở/người sử dụng điện thay đổi hành vi tiêu thụ và lập kế hoạch đầu tư nhằm tối ưu hóa việc sử dụng năng lượng, đồng thời làm tăng lợi nhuận của EVN.

Với tư cách là bên mua duy nhất của các đơn vị phát điện tái tạo độc lập, sức mạnh tài chính và triển vọng của EVN ngày càng đóng vai trò quan trọng trong việc hỗ trợ đầu tư vì các biện pháp bảo lãnh thanh toán được nhà nước hỗ trợ để ngăn ngừa rủi ro cho bên bao tiêu đã bị hạn chế khi luật quản lý nợ công được thực thi theo Nghị quyết số 25/2016/QH14. Một phần do được các đợt tăng giá hỗ trợ, EVN vẫn duy trì được một mức lợi nhuận thấp trong những năm gần đây với tỷ suất lợi nhuận ròng tăng từ 1,5% năm 2015 lên 2,5% vào năm 2019 (so với mức trung bình toàn cầu là 9,5% của các công ty điện lực) (CSI Market, 2020[8]). EVN được xếp hạng tín nhiệm lần đầu vào năm 2018, với mức Xếp hạng đơn vị phát hành công cụ nợ dài hạn bằng ngoại tệ (IDR) đạt BB với Triển vọng Ổn định, phù hợp với hệ số tín nhiệm quốc gia của Việt Nam. Khả năng tăng biểu giá là một thước đo quan trọng để cơ quan xếp hạng đánh giá mức độ tín nhiệm của một công ty điện lực. Hai lần tăng biểu giá liên tiếp thành công (tổng 12,6%) trong năm 2018 và 2019 đã nâng tổng doanh thu của EVN thêm 59,4 nghìn tỷ đồng (2,5 tỷ USD) (Brown and Vu, 2020[9]). Để duy trì hiệu quả hoạt động tài chính của EVN, nhiều khả năng biểu phí sẽ cần tiếp tục tăng, dự phòng cho những rủi ro mới xuất hiện, trong đó có điều kiện thủy văn ngày càng thay đổi có khả năng ảnh hưởng đến sản lượng nhà máy thủy điện, chi phí nhiên liệu tăng, rủi ro tiền tệ (nợ bằng đô la chiếm 73% các khoản vay của EVN) và khả năng tiếp cận các nguồn vốn ưu đãi giảm (Fitch Ratings, 2020[10]).

Hoạt động quy hoạch thị trường carbon sẽ củng cố chính sách khí hậu của Việt Nam

Việt Nam là một trong số ít quốc gia trong khu vực đã áp dụng thuế bảo vệ môi trường (EPT) để thúc đẩy tăng trưởng xanh. Được ban hành vào năm 2012 cùng với Luật Bảo vệ Môi trường, EPT được áp dụng cho hoạt động sản xuất hoặc nhập khẩu các sản phẩm có tác động tiêu cực đến môi trường, cụ thể là: xăng dầu, than đá, hydro-chloro-fluoro-carbon, túi nhựa và thuốc trừ sâu hóa học. Một phần doanh thu từ EPT được sử dụng cho Quỹ Bảo vệ Môi trường Việt Nam (VEPF) và cung cấp nguồn vốn ưu đãi cho các dự án có tác động tích cực về môi trường. EPT cũng bù đắp một phần chi phí phát sinh thêm từ các chính sách FIT của Việt Nam. Nghị quyết số 579 năm 2018 đã tăng thuế suất đối với than lên 50%, với một bản đánh giá trước vận hành đưa ra kết luận rằng lần tăng thuế này sẽ giúp giảm 10,25% lượng phát thải CO2 liên quan đến than (Nong, 2018[4]).

Vào tháng 11/2020, Quốc hội Việt Nam đã thông qua Luật Bảo vệ Môi trường sửa đổi, quy định Bộ Tài nguyên và Môi trường (Bộ TNMT) chịu trách nhiệm thiết kế thị trường mua bán khí phát thải trong nước. Kể từ năm 2016, Bộ TNMT đã phối hợp với Ngân hàng Thế giới trong khuôn khổ Chương trình Sẵn sàng thị trường carbon toàn cầu phát triển phần lớn các nghiên cứu phân tích cần thiết làm cơ sở cho chương trình này. Trong đó bao gồm việc phát triển hệ thống theo dõi, báo cáo và thẩm tra, cơ sở dữ liệu về phát thải khí nhà kính. Ngoài ra, Bộ TNMT cũng đang xây dựng một lộ trình nhằm xác định các hoạt động và cột mốc triển khai chính. Theo mục tiêu được đặt ra, một thị trường tự nguyện sẽ được ra mắt vào năm 2027 và quy định bắt buộc tham gia vào năm 2029 (Viet Nam Water Portal, 2020[5]). Sự ra đời của thị trường carbon ở Việt Nam có thể thúc đẩy các quyết định đầu tư đảm bảo bảo vệ môi trường với chi phí kinh tế tổng thể thấp nhất. Tuy nhiên, hiệu quả của thị trường carbon đối với ngành năng lượng sẽ phụ thuộc vào sự tương tác của nó với cơ cấu và hoạt động vận hành căn bản của thị trường điện. Do đó, kế hoạch về thị trường carbon cần được thiết kế và lồng ghép vào lộ trình cải cách thị trường điện tổng thể để đảm bảo các tín hiệu giá được phổ biến một cách hiệu quả đến các đơn vị tham gia thị trường điện và định hướng được quá trình ra quyết định đầu tư. Hiệu quả của thị trường carbon cũng sẽ phụ thuộc vào hoạt động quản lý điều chỉnh chính sách trên các lĩnh vực chính sách khác nhau; ví dụ, trong lĩnh vực hiệu quả năng lượng, cơ cấu biểu giá có thể đi ngược lại các tín hiệu giá từ thị trường carbon.

Các ưu đãi và nguồn vốn với mục tiêu dành cho đầu tư vào hiệu quả năng lượng

Việc cải thiện các ưu đãi dành cho phía nhu cầu có thể đóng vai trò quan trọng trong việc chuyển dịch thị trường

Luật đầu tư của Việt Nam xác định năng lượng sạch là ngành ưu đãi đầu tư và do đó có đủ điều kiện hưởng các ưu đãi tài khóa. Những biện pháp ưu đãi này được áp dụng dưới hình thức miễn giảm thuế, miễn hoàn toàn thuế thu nhập doanh nghiệp (CIT) trong hai năm kể từ khi doanh nghiệp có lãi lần đầu, và áp dụng 50% thuế suất CIT hiện hành trong 4 năm tiếp theo. Những doanh nghiệp này cũng được hưởng thuế suất CIT ưu đãi 17% trong 10 năm đầu. Miễn thuế nhập khẩu cho các thành phần đủ điều kiện, bên cạnh đó việc miễn tiền thuê đất cũng được áp dụng ở một số địa phương. Những ưu đãi này có thể là động lực quan trọng thúc đẩy đầu tư và hỗ trợ sự phát triển của ngành năng lượng sạch; tuy nhiên, hiệu quả về chi phí và đóng góp chính xác của chúng trong việc đáp ứng các mục tiêu chính sách năng lượng sạch và các lợi ích kinh tế rộng hơn là không rõ ràng. Theo thông tin OECD nhận được, cho đến nay vẫn chưa có phân tích chi phí-lợi ích toàn diện nào được thực hiện (OECD, 2018[11]).

Các doanh nghiệp sản xuất thiết bị tiết kiệm năng lượng được hưởng ưu đãi, tuy nhiên, chưa có ưu đãi nào dành cho phía nhu cầu thông qua cơ cấu thuế dành cho các công ty hoặc cá nhân đầu tư vào các công trình xanh hoặc hiệu quả năng lượng. Kinh nghiệm quốc tế cho thấy những ưu đãi đó góp phần quan trọng trong việc thúc đẩy chuyển dịch thị trường.

Việc xây dựng cơ cấu và triển khai một chương trình ưu đãi như vậy được đơn giản hóa bằng các quy định đã ban hành về dán nhãn năng lượng và cơ sở hạ tầng thử nghiệm thiết bị đã được ban hành. Những ưu đãi đó có thể dưới dạng khấu trừ thuế, tăng cường hỗ trợ vốn hoặc giảm thuế VAT nhằm giảm thuế thu nhập doanh nghiệp, thuế thu nhập cá nhân hoặc thuế VAT. Ví dụ, chính phủ Ý đã triển khai một chương trình ưu đãi vào năm 2010, theo đó giảm 50% thuế cho việc thay thế các thiết bị gia dụng như tủ lạnh, máy giặt, máy sấy, lò nướng và tủ đông bằng các thiết bị mới có hiệu suất năng lượng cao hơn. Tương tự, Mexico đã cung cấp các khoản trợ cấp do chính phủ tài trợ cho người tiêu dùng để gánh một phần chi phí mua tủ lạnh và máy điều hòa không khí mới tiết kiệm năng lượng hơn. Các ví dụ khác, chẳng hạn như Hàn Quốc đã triển khai chương trình Túi tiền carbon để khuyến khích việc sử dụng các sản phẩm tiết kiệm năng lượng, theo đó chương trình này tạo ra các khoản tín dụng cho sản phẩm tiết kiệm năng lượng và ít thải carbon, những khoản tín dụng này sau đó có thể được sử dụng để giảm giá vé phương tiện giao thông công cộng (de la Rue du Can et al., 2014[12]); một trong các phương pháp khuyến khích sáng tạo hơn là kế hoạch tài trợ theo lương do Ghana triển khai để giúp người dân tiếp cận và mua của các thiết bị tiết kiệm năng lượng phù hợp với các tiêu chuẩn và quy định mới về dán nhãn hiệu quả năng lượng của quốc gia (U4E, 2020[13]).

Khung ưu đãi đầu tư năng lượng sạch của Việt Nam mang lại lợi ích đáng kể cho các nhà đầu tư năng lượng sạch, tuy nhiên thủ tục cho phép và áp dụng những lợi ích này rất phức tạp. Báo cáo Đánh giá Chính sách Đầu tư năm 2018 của OECD ghi nhận rằng tại Việt Nam, các nhà đầu tư không được hướng dẫn rõ ràng và việc áp dụng quy định có thể không nhất quán. Khi xin phê duyệt ưu đãi thuế, các đơn vị thường phải trao đổi rất nhiều với cơ quan thuế và các thủ tục về thuế thường tốn nhiều thời gian. Xếp hạng "Môi trường Kinh doanh" (Doing Business) của Ngân hàng Thế giới kết luận rằng trung bình các doanh nghiệp (tại Việt Nam) cần 384 giờ mỗi năm cho các thủ tục hành chính về thuế so với mức trung bình của khu vực Đông Á và Thái Bình Dương là 178 giờ.

Điều kiện cấp vốn đầu tư cho hiệu quả năng lượng vẫn còn khó khăn

Đầu tư vào hiệu quả năng lượng trong lĩnh vực công nghiệp đã tăng lên trong suốt Chương trình Quốc gia về Sử dụng Năng lượng Tiết kiệm và Hiệu quả (VNEEP) I & II với tổng mức đầu tư vào các ngành công nghiệp sử dụng nhiều năng lượng chính ước tính vào khoảng 800 triệu USD trong giai đoạn 2010-2015. Mặc dù vậy, con số này vẫn còn thiếu hụt so với tổng nhu cầu đầu tư ước tính vào khoảng 1,7 tỷ

USD khi xem xét tiềm năng kinh tế (UNDP & MPI, 2017[14]). Chính phủ Việt Nam xứng đáng được biểu dương vì những thành tích trong việc thiết lập khung pháp lý thúc đẩy hiệu quả năng lượng, bao gồm các yêu cầu kiểm toán và quản lý năng lượng, đồng thời quy định các chỉ tiêu tiêu thụ năng lượng cụ thể (chương 3). Cho đến nay, tỷ lệ thực hiện và tuân thủ các quy định này được đánh giá là thấp, nhưng những mục tiêu cải thiện tuân thủ được ưu tiên trong giai đoạn VNEEP III sẽ giúp thúc đẩy lồng ghép hiệu quả năng lượng vào quá trình lập kế hoạch hoạt động và đầu tư trong ngành. Việc cải thiện khả năng tiếp cận nguồn vốn với chi phí phải chăng và các điều khoản hợp lý cho doanh nghiệp trong ngành và Công ty Dịch vụ Năng lượng (ESCO), vốn được xem là những rào cản thị trường đáng kể, sẽ là chìa khóa để hiện thực hóa lợi ích kinh tế của các quy định này.

Các ngân hàng là nguồn cung cấp vốn chính ở Việt Nam với cách cấp tín dụng phổ biến nhất là dựa trên hồ sơ theo dõi các mối quan hệ doanh nghiệp hiện có với lãi suất 10-12% và yêu cầu tài sản thế chấp lên tới 80-120% tổng tín dụng (xem thảo luận về ngành ngân hàng tại chương 6). Những điều kiện cấp vốn khó khăn như vậy đặt ra một thách thức đối với các dự án hiệu quả năng lượng vì điều này làm giảm tính kinh tế của dự án (đặc biệt trong tình trạng biểu giá điện thấp hiện tại) và khiến các doanh nghiệp quyết định dùng phần khả năng vay nợ còn lại cho các khoản đầu tư kinh doanh cốt lõi. Việc này đặt ra những thách thức đặc biệt lớn trong việc tiếp nhận các mô hình huy động vốn và mô hình hợp đồng hiệu quả năng lượng của bên thứ ba do các ESCO cung ứng (một yếu tố chính trong việc thúc đẩy thị trường đầu tư vào hiệu quả năng lượng) vì ESCO thường có giá trị vốn hóa thấp, thiếu các mối quan hệ với ngân hàng cũng như khả năng tài chính để có thể vay vốn. Mặc dù chính phủ Việt Nam đã sớm có những hành động nhằm giảm thiểu tác động kinh tế của đại dịch COVID-19, nhưng lợi nhuận của nhiều doanh nghiệp vẫn bị ảnh hưởng. Một cuộc khảo sát kinh doanh của Ngân hàng Thế giới cho thấy trung bình doanh số bán hàng của doanh nghiệp thấp hơn khoảng 36% so với cùng kỳ năm ngoái trong khi 51% doanh nghiệp có số lượng đơn đặt hàng giảm (Tan and Tran, 2020[15]). Điều này sẽ gây thêm cản trở trong việc đầu tư vào hiệu quả năng lượng trong giai đoạn phục hồi kinh tế.

Hình 5.2. Ghi nhận của các công ty về việc giảm cầu trong giai đoạn dịch COVID-19

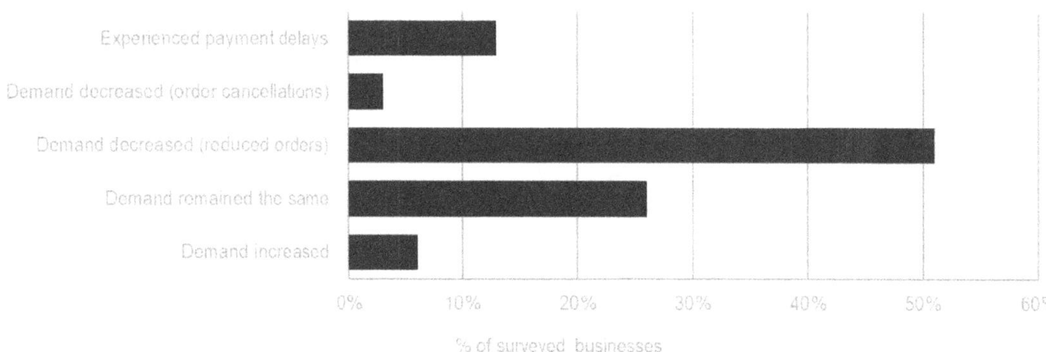

Ghi chú: Dữ liệu khảo sát được thu thập từ 501 công ty thông qua phỏng vấn qua điện thoại và gặp trực tiếp. Các công ty được khảo sát thuộc địa bàn 15 tỉnh, đại diện cho ba nhóm quy mô doanh nghiệp và bốn lĩnh vực lớn - nông nghiệp, sản xuất, bán buôn và bán lẻ, các dịch vụ khác.
Nguồn: (Tan and Tran, 2020[15])

StatLink https://stat.link/skteld

Cải thiện khả năng tiếp cận nguồn vốn đầu tư cho hiệu quả năng lượng là thách thức trên nhiều phương diện. Một mặt, mục tiêu này đòi hỏi sự hỗ trợ để phát triển các danh mục dự án lớn, chất lượng cao và khả thi để cấp vốn. Mặt khác, yêu cầu ngành ngân hàng phải được hỗ trợ tiếp cận nguồn vốn dài hạn, chuyên dụng (lý tưởng là với các điều kiện ưu đãi) để xây dựng nguồn nhân lực có khả năng thẩm định dự án và cung cấp các giải pháp nâng cấp tín dụng nhằm giảm yêu cầu về tài sản thế chấp. Dự án Tiết kiệm năng lượng cho ngành Công nghiệp Việt Nam (VEEIE) của Ngân hàng Thế giới được bắt đầu triển khai vào năm 2018 và sẽ tiếp tục được thực hiện đến năm 2022, đã cung cấp hạn mức tín dụng 100 triệu USD thông qua Bộ Tài Chính cho các tổ chức tài chính tham gia vào dự án tiết kiệm năng lượng trong lĩnh vực công nghiệp. Đến tháng 5/2020, 23,34 triệu USD (chiếm 23,34% tổng hạn mức tín dụng) đã được giải ngân cho 13 tiểu dự án (so với mục tiêu 60 tiểu dự án cho năm 2022) (World Bank, 2020[16]). Ngân hàng Thế giới, với Quỹ Khí hậu Xanh đồng tài trợ, đang tiếp tục tiến hành Chương trình Thúc đẩy tiết kiệm năng lượng trong các ngành Công nghiệp Việt Nam, chương trình này sẽ thiết lập Quỹ Chia sẻ Rủi ro (RSF) để hỗ trợ hiệu quả hơn khả năng tiếp cận nguồn vốn thương mại cho các dự án hiệu quả năng lượng. RSF sẽ cung cấp một phần bảo lãnh tín dụng cho các tổ chức tài chính tham gia để trang trải những trường hợp mất khả năng thanh toán tiềm ẩn trong các khoản vay dành cho doanh nghiệp công nghiệp và công ty dịch vụ năng lượng (ESCO). Chương trình này đặt mục tiêu huy động 250 triệu USD vốn thương mại cho các dự án hiệu quả năng lượng vào năm 2025.

Đầu tư cho các chương trình của khu vực công có thể thúc đẩy phát triển thị trường hiệu quả năng lượng

Các chương trình nâng cấp hạ tầng năng lượng của khu vực công có thể là động lực tích cực để phát triển thị trường hiệu quả năng lượng với tiềm năng danh mục nhiều dự án sẽ được khai mở nếu cam kết đủ nguồn lực và các điều kiện cho phép. Các chương trình của khu vực công cũng có thể thúc đẩy việc áp dụng rộng rãi trong thương mại và công nghiệp những mô hình kinh doanh có thể mở rộng quy mô, ví dụ như hợp đồng hiệu quả năng lượng. Ở các nước như Hoa Kỳ, Canada và Liên minh Châu Âu, thị trường ESCO phát triển phần lớn nhờ vào các sáng kiến của chính phủ nhằm xúc tiến các chương trình của khu vực công (World Bank, 2016[7]). Cho đến nay, những mô hình tương tự ở Việt Nam còn hạn chế, ngoại trừ một số dự án thí điểm quy mô nhỏ, còn chưa được nhân rộng sau khi kết thúc thời gian triển khai.

Các tỉnh và thành phố, thay vì chính quyền trung ương, phải đảm nhận vai trò trung tâm trong việc hỗ trợ các chương trình hiệu quả năng lượng khu vực công do mức độ phân cấp tài khóa cao ở Việt Nam. Kể từ khi Luật Ngân sách Nhà nước được ban hành vào năm 2002, chính quyền địa phương đã có thẩm quyền vay và chi trong phạm vi quyền hạn của mình. Chính quyền địa phương cũng được giữ lại toàn bộ nguồn thu từ thuế và phí liên quan đến phí hành chính, đồng thời được chia sẻ nguồn thu từ thuế giá trị gia tăng, thuế thu nhập doanh nghiệp, thuế thu nhập cá nhân và thuế tiêu thụ đặc biệt đối với hàng hóa trong nước (Morgan and Trinh, 2016[17]). Năm 2017, chi tiêu cấp tỉnh chiếm 54% tổng chi tiêu công và 60% tổng chi đầu tư vốn (Asian Development Bank, 2017[18]).

Cơ cấu tài khóa phi tập trung gây khó khăn cho việc kết hợp dự án giữa các tỉnh, một cơ chế tạo thuận lợi quan trọng trong việc đầu tư vào hiệu quả năng lượng do chi phí vốn thấp của từng dự án. Việt Nam không có cơ quan cấp trung ương có khả năng điều phối quá trình tổng hợp và đấu thầu để đạt được lợi thế kinh tế nhờ quy mô, đảm bảo chất lượng cao về thiết kế, chuẩn hóa, theo dõi và thẩm tra dự án. Ngoài ra, cơ cấu tài khóa phi tập trung cũng gây khó khăn cho việc lập kế hoạch đầu tư, thường không được thống nhất với các ưu tiên chiến lược và dẫn đến việc vốn đầu tư công bị dàn trải quá mỏng. Đánh giá danh mục đầu tư của Bộ Kế hoạch và Đầu tư (KHĐT) giai đoạn 2013-15 kết luận rằng nguồn lực từ khu vực công chỉ đủ khả năng đáp ứng chưa đến một nửa tổng nhu cầu đầu tư các dự án đã được chính quyền trung ương và địa phương phê duyệt; có 40,000 dự án công đang được thực hiện, phần lớn do cấp địa phương quản lý (World Bank, 2018[19]).

Chính quyền địa phương sử dụng nhiều phương án cấp vốn khác nhau cho những dự án này, bao gồm thị trường vốn trong nước, các khoản vay thương mại và cho vay lại từ các quỹ bên ngoài thông qua chính phủ. Hoạt động vay vốn được Bộ Tài chính giám sát chặt chẽ bởi các mức trần vay nợ được quy định tại Luật Quản lý ngân sách nhà nước (chương 6). Hiện nay, hoạt động cho chính quyền địa phương vay đầu tư cơ sở hạ tầng công của các ngân hàng thương mại còn hạn chế. Các ngân hàng ngần ngại trong việc cấp tín dụng do các chính sách "cho vay có định hướng" trước đây đã dẫn đến việc phân bổ vốn tư nhân vào các dự án công kém hiệu quả. Giả định được chính quyền trung ương bảo lãnh ngầm đã dẫn đến việc hoạt động thẩm định dự án hiếm khi được thực hiện thích đáng, gây ra tỷ lệ nợ xấu cao (World Bank, 2018[19]). Một phương án khác là phát hành trái phiếu địa phương, tuy nhiên có thể chỉ áp dụng được ở các tỉnh thịnh vượng nhất do thiếu năng lực kỹ thuật và giải pháp nâng cao tín dụng. Không giống như thị trường trái phiếu doanh nghiệp với các giải pháp nâng cao tín dụng có sẵn thông qua cơ chế Bảo lãnh tín dụng và Quỹ đầu tư, các tổ chức phát hành địa phương không có những tính năng như vậy. Hai trái phiếu xanh nhỏ đã được Thành phố Hồ Chí Minh và tỉnh Bà Rịa Vũng Tàu phát hành ở cấp địa phương vào năm 2016 nhưng chưa được nhân rộng sang các tỉnh khác (xem chương 6).

Mặc dù có các lựa chọn để huy động vốn tư nhân cho phát triển cơ sở hạ tầng bền vững của địa phương, kinh nghiệm huy động vốn ở hầu hết các cấp chính quyền cấp tỉnh chỉ giới hạn trong việc quản lý ODA và vốn vay ưu đãi, thường hoàn toàn do chính phủ trung ương cấp lại (World Bank, 2013[20]). Những nguồn lực như vậy sẽ ngày càng trở nên khan hiếm trong tương lai và nguồn lực của nhà nước là không đủ để đạt được quy mô đầu tư cần thiết. Do đó, việc cải thiện khả năng tiếp cận nguồn vốn tư nhân ở cấp tỉnh đang ngày càng trở nên quan trọng hơn và cần tăng cường các điều kiện tạo thuận lợi tương xứng với yêu cầu này. Cần có một khung pháp lý và quy định mới để quản trị toàn bộ các quyền và nghĩa vụ của bên cho vay và bên vay trong trường hợp vỡ nợ. Nếu không có một cơ chế truy đòi rõ ràng được quy định trong luật, các bên cho vay thương mại sẽ vẫn do dự trong việc cấp tín dụng, đặc biệt là bởi những khó khăn trong việc đánh giá rủi ro tín dụng địa phương. Một nghiên cứu năm 2018 cho thấy dữ liệu do chính quyền cấp tỉnh cung cấp đã lỗi thời, không đáng tin cậy và đôi khi mâu thuẫn, thường gặp mức sai lệch hàng năm lên đến 50% chi tiêu thực tế (Campanaro and Duc Dang, 2018[21]). Để thuận lợi cho việc đầu tư, các thông lệ quản lý tài chính bao gồm lập kế hoạch, ngân sách, kế toán, báo cáo và kiểm toán sẽ cần được cải thiện để vượt qua những rào cản về thông tin này. Ngoài ra, cần sử dụng các nguồn lực của Nhà nước một cách chiến lược hơn để tập trung vào việc tận dụng nguồn đồng tài trợ thương mại bằng cách chỉ bảo đảm cho các rủi ro chính của dự án thay vì toàn bộ vốn đầu tư. Các cấu trúc thể chế như FINDETER của Colombia có thể là một hình mẫu tốt cho Việt Nam trong lĩnh vực này.

Hộp 5.2. Nghiên cứu điển hình: QuỹFinanciera de Desarrollo Territorial (FINDETER) của Colombia

Sau những cải cách hiến pháp đã đưa cơ chế phân cấp tài khóa vào áp dụng ở Colombia trong những năm 1980, nhiều thành phố và chính quyền cấp tỉnh đã phải đối mặt với những thách thức trong việc tiếp cận nguồn vốn thương mại cho các dự án cơ sở hạ tầng do những đơn vị này có ít hoặc không có kinh nghiệm vay nợ dài hạn theo các điều khoản thương mại. Mặt khác, các bên cho vay lại do dự trong việc cấp tín dụng cho chính quyền địa phương vì chưa có tiền lệ làm cơ sở đánh giá rủi ro tín dụng. Financiera de Desarrollo Territorial (FINDETER) đã được thành lập làm đơn vị trung gian tài chính để giải quyết những khó khăn về cấp vốn này. FINDETER hoạt động như một bên cho vay thứ cấp, cung cấp các khoản vay chiết khấu để các ngân hàng thương mại cấp vốn cho các dự án cơ sở hạ tầng địa phương. FINDETER ban đầu được thành lập với nguồn vốn chủ sở hữu của Chính phủ Colombia và các khoản vay từ Ngân hàng Thế giới và Ngân hàng Phát triển Liên Mỹ (Inter-American Development Bank). Nhờ được xếp hạng tín nhiệm tốt, ngân hàng này có thể vay với lãi suất tốt hơn các ngân hàng thương mại để cho vay lại vốn dài hạn, trong khi các ngân hàng thương mại vẫn phải chịu 100% rủi ro tín dụng của bên vay là chính quyền địa phương (World Bank, 2016[22]).

Hình 5.3. Cấu trúc kinh doanh của FINDETER

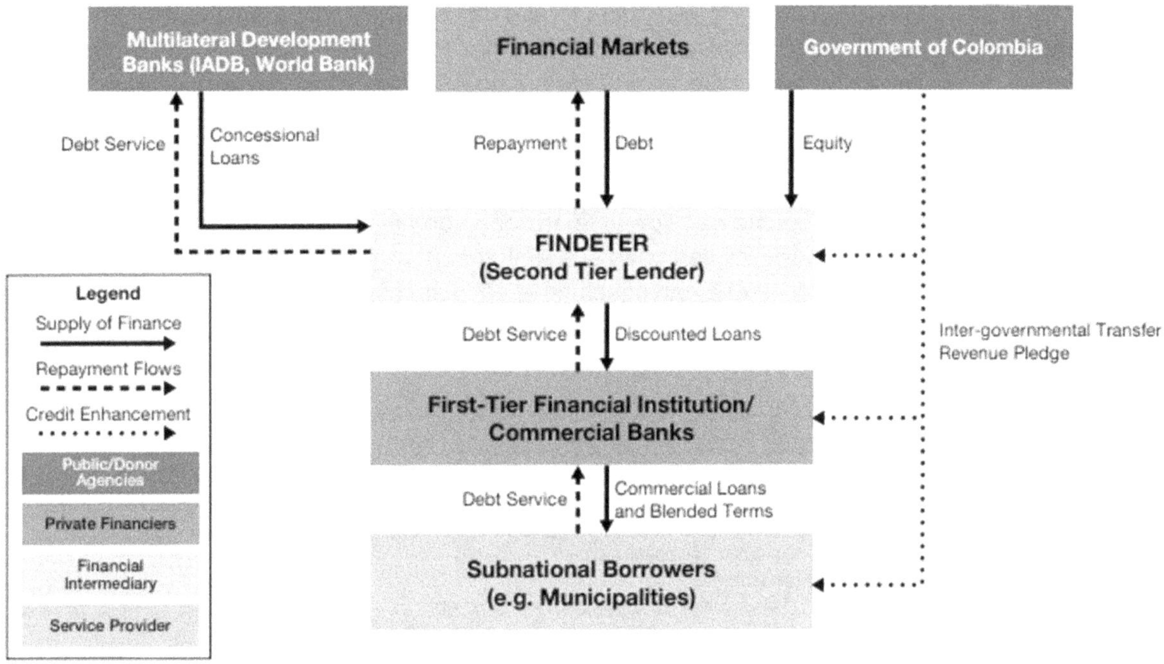

Nguồn: (World Bank, 2016[22])

Thành phần then chốt trong cấu trúc tài chính này là một điều khoản chặn, cho phép bên cho vay thứ cấp chặn doanh thu từ một tài khoản đặc biệt nếu bên vay không thực hiện thanh toán để sau đó trả lại những khoản này cho FINDETER. FINDETER cũng có thể thu các khoản thanh toán trực tiếp từ những bên vay địa phương của ngân hàng thông qua cấu trúc này nếu ngân hàng bị vỡ nợ. Điều khoản chặn đã duy trì tỷ lệ nợ xấu ở mức thấp và củng cố xếp hạng tín nhiệm của FINDETER. Điều đáng chú ý là FINDETER hỗ trợ thời gian đáo hạn lên đến 15 năm, trong khi các khoản vay cho chính quyền địa phương mà không có sự tham gia của FINDETER thường chỉ có thời gian đáo hạn không quá 5 năm (World Bank, 2016[22]).

Với việc Việt Nam cũng triển khai cơ cấu tài khóa phi tập trung và chính quyền một số tỉnh phải đối mặt những thách thức tương tự trong việc tiếp cận nguồn vốn dài hạn cho các chương trình nâng cấp công trình và hạ tầng kỹ thuật hiệu quả năng lượng, Chính phủ Việt Nam có thể xem xét áp dụng cơ cấu cấp vốn như vậy để khắc phục những hạn chế về huy động vốn và tận dụng các nguồn vốn tư nhân.

Các ưu đãi và nguồn vốn có mục tiêu dành cho điện năng lượng tái tạo

Biểu giá điện hỗ trợ (FIT) đã tạo điều kiện tăng mạnh đầu tư vào điện tái tạo, tuy nhiên kết quả không đồng nhất giữa các công nghệ khác nhau

Các ưu đãi có mục tiêu về biểu giá đã được áp dụng trong hoạt động đấu thầu năng lượng tái tạo từ năm 2008 khi Nghị định số 18/2008/QĐ-TTg ban hành biểu giá chi phí tránh được cho các nhà máy điện nhỏ dưới 30 MW cùng với khung đấu thầu dành riêng cho các đơn vị phát điện tái tạo độc lập (xem chương 3 về thảo luận các thỏa thuận mua bán điện tiêu chuẩn). Biểu giá được đối chuẩn với chi phí cận biên của nhà máy điện có chi phí cao nhất trong hệ thống và được Cục Điều tiết Điện lực Việt Nam (ERAV) cập nhật hàng năm. Biểu giá chi phí tránh được này ban đầu không dựa trên công nghệ nhưng sau đó được sửa đổi vào năm 2014 để chỉ áp dụng cho những công nghệ không có FIT chuyên dụng sau khi biểu giá điện FIT chuyên dụng đầu tiên cho điện gió được giới thiệu vào năm 2011. Chương trình biểu giá chi phí tránh được là tiền thân cho các ưu đãi dạng FIT của quốc gia được áp dụng thông một loạt các quyết định và thông tư từ năm 2011 trở đi (Bảng 5.1). Mức giá FIT cho các nhà máy phát điện đủ điều kiện được giữ cố định trong thời gian 20 năm kể từ ngày vận hành thương mại. FIT được tính bằng đồng Việt Nam (VND) nhưng biểu giá được điều chỉnh hàng năm theo tỷ giá hối đoái VND/USD do Ngân hàng Nhà nước Việt Nam ấn định. Quy định này được thiết kế để giảm thiểu rủi ro tỷ giá cho các nhà đầu tư quốc tế góp vốn phần lớn bằng ngoại tệ mạnh nhưng nhận doanh thu bằng nội tệ. Trên thực tế, quy định này đã mang đến nhiều lợi ích hơn cho các nhà đầu tư trong nước do đồng đô la tăng giá nhanh hơn so với đồng Việt Nam, mang lại lợi nhuận ngày càng tăng cho các đơn vị tài trợ góp vốn nội tệ. Giá FIT dành cho điện mặt trời và điện gió có thời hạn và các mức giới hạn công suất tính theo thời gian được kiểm soát qua quá trình lập kế hoạch chứ không thông qua cơ chế hạn ngạch hoặc cắt giảm công suất trong thiết kế của FIT (xem chương 2).

Bảng 5.1. Chi tiết về cơ chế hỗ trợ biểu giá năng lượng tái tạo

Nhóm công nghệ	Biểu giá	Thời hạn biểu giá	Điều chỉnh biểu giá	Giới hạn thời gian/hạn ngạch công suất
Thủy điện nhỏ	Biểu giá chi phí tránh được, cập nhật hàng năm theo tiêu chuẩn của nhà máy điện có chi phí cận biên cao nhất trong hệ thống	20 năm	không	không
Chất thải rắn & khí bãi rác đô thị	Rác thải - 2.114 VND/kWh (9,1 cent Mỹ) Khí bãi rác - 1.532 VND/kWh (6,6 cent Mỹ)			
Nhà máy điện sinh khối	Biểu giá chi phí tránh được, cập nhật hàng năm theo tiêu chuẩn chi phí biên của nhà máy điện than sử dụng nhiên liệu nhập khẩu, sau đó được loại bỏ vào năm 2020 để chuyển sang cơ chế FIT đơn giản ở mức 1,968 đồng /kWh (8,5 cent Mỹ)		Thanh toán bằng VND nhưng được điều chỉnh theo tỷ giá USD/VND Không điều chỉnh theo lạm phát	
Điện sinh khối đồng phát nhiệt - điện	1.220 VND/kWh (5,2 cent Mỹ) sau đó tăng lên 1.634 VND (7 cent Mỹ) vào năm 2020			
Điện mặt trời	Gắn trên mặt đất - 2,086 VND/kWh (9,1 cent Mỹ) giảm xuống còn 1.644 VND vào năm 2020 (7,1 cent Mỹ)			COD được gia hạn thêm từ 30/6/2019 tới 31/12/2020, không gia hạn thêm đối với các dự án quy mô hòa lưới. FIT dành cho ĐMT áp mái sẽ được thiết kế lại và mở rộng trong khi chờ phê duyệt chính thức
	ĐMT áp mái - 2.086 đồng/kWh (9,1 cent Mỹ) giảm xuống 1.943 đồng vào năm 2020 (8,4 cent Mỹ)			
	ĐMT nổi - được giới thiệu vào năm 2020 ở mức 1.783 VND/kWh (7,7 cent Mỹ)			
Điện gió	Trên bờ - 1.614 VND/kWh (7 cent Mỹ) tăng lên 1.928 VND trong năm 2018 (8,4 cent Mỹ)			COD ngày 01/11/2021, không có kế hoạch gia hạn sau ngày này
	Ngoài khơi (vùng bãi triều/gần bờ) - 2.223 VND/kWh (9,6 cent Mỹ) (giới thiệu vào năm 2018)			

Ghi chú: COD = vận hành thương mại Giá bằng USD tính theo tỷ giá VND/USD là 0,000043
Nguồn: Bộ Công Thương

Cơ chế FIT của Việt Nam đã đạt được những kết quả hỗ trợ đầu tư không đồng nhất khi áp dụng cho các công nghệ khác nhau. Trong đó ngành điện mặt trời đạt được những thành tựu đáng chú ý nhất, cơ chế FIT đã thúc đẩy các khoản đầu tư nhanh chóng với quy mô lớn một phần do biểu giá cao hơn (9,1 cent Mỹ cho hệ thống lắp trên đất so với giá FIT cho điện gió năm 2011 là 7,1 cent Mỹ). Kể từ khi cơ chế FIT dành cho điện mặt trời được giới thiệu vào năm 2017 cho đến cuối năm 2020, đã có 5,7 GW điện mặt trời dưới đất được đấu nối vào lưới điện, đưa Việt Nam trở thành thị trường điện mặt trời lớn nhất trong khu vực ASEAN. Một sự bùng nổ đầu tư tương tự cũng diễn ra trong thị trường điện mặt trời phân tán, khi tính đến cuối năm 2020, các hệ thống mặt trời áp mái đã tăng từ vài trăm MW lên 9,7 GW với 102.000 hệ thống riêng lẻ (EVN, 2020[23]). Tổng công suất năng lượng mặt trời phân tán đi vào vận hành trong một năm ở Việt Nam cao hơn tổng công suất lắp đặt ở Ấn Độ trong cùng thời kỳ (3 GW tính tới tháng 8 năm 2020) (IEA, 2020[24]). Sự phát triển nhanh chóng của nguồn năng lượng tái tạo biến thiên đã dẫn tới những thách thức cho công tác tích hợp lưới điện và quản lý sản lượng phát ngược lên lưới trong mạng phân phối điện. Một số dự án đã bị cắt giảm công suất phát điện, đặc biệt ở các tỉnh có mức độ triển khai năng lượng mặt trời cao như tỉnh Ninh Thuận, cứ 25 chủ dự án điện mặt trời thì 10 người cho biết phải vận hành ở mức 30 - 40% công suất, dẫn đến thiệt hại 21,7 triệu USD (ASEAN ACE, 2020[25]) (xem thảo luận về các hành động đang được thực hiện để tăng tính linh hoạt của hệ thống tại chương 3).

Việc sử dụng cơ chế FIT hấp dẫn để hỗ trợ việc phát triển nhanh chóng quy mô công suất điện mặt trời được thúc đẩy một phần bởi sự chậm trễ trong việc xây dựng các dự án nhà máy nhiệt điện lớn trúng thầu theo luật Đối tác Công tư (PPP). Trong giai đoạn 2016-2020, chỉ hoàn thành được 58% công suất nhiệt điện than theo kế hoạch, so với 118% ở thủy điện và 205% ở năng lượng tái tạo ngoài thủy điện (IEEFA, 2020[26]). Những sự chậm trễ này dẫn đến mức thiếu hụt nguồn cung ngày càng nghiêm trọng trước giai đoạn dịch bệnh COVID-19, được dự báo sẽ thiếu 400 triệu kWh vào năm 2021 và đạt đỉnh 13,3 tỷ kWh vào năm 2023[1]. EVN đã quản lý rất tốt công tác đấu nối và điều chỉnh vận hành hệ thống trước sự thay đổi mang tính nền tảng về kiến trúc hệ thống trong một thời gian ngắn như vậy. Để tránh các rào cản trong việc hỗ trợ đầu tư phù hợp với các chỉ tiêu cao hơn của QHĐ VIII, việc tiếp tục thực hiện các hành động để giảm thiểu rủi ro cắt giảm công suất cho cả công trình đầu tư mới và công trình đã vận hành là rất quan trọng. Việc cắt giảm công suất trên diện rộng mà không có các biện pháp bảo vệ trong hợp đồng thỏa thuận mua bán điện (PPA) có thể khiến nhà đầu tư và bên cho vay mất niềm tin, dẫn đến tăng chi phí huy động vốn và hạn chế vốn đầu tư trực tiếp nước ngoài (FDI).

Trong giai đoạn QHĐ VIII, sẽ cần có các khoản đầu tư lớn cho hạ tầng lưới điện vượt quá khả năng tài chính của EVN. Để giải quyết nguồn vốn đầu tư còn thiếu, Bộ Công Thương đang ngày càng ưu tiên việc tạo điều kiện cho tư nhân tham gia vào lĩnh vực truyền tải. Trạm biến áp và đường dây 500/220 kV đầu tiên do tư nhân đầu tư của Việt Nam được xây dựng vào năm 2020 theo một thỏa thuận thí điểm độc lập. Việc nhân rộng mô hình này đòi hỏi phải xây dựng một khung pháp lý sửa đổi bao gồm sửa đổi Luật Đầu tư và Luật Điện lực, vốn được thiết kế để bảo vệ sự độc quyền trong lĩnh vực truyền tải của EVN. Việc này cũng sẽ yêu cầu một mô hình nhượng quyền đủ điều kiện được cấp vốn, đảm bảo được bảo hộ đầu tư và lợi nhuận cần thiết cho các nhà đầu tư, có đủ quy định và hướng dẫn vận hành phù hợp để phối hợp thuận lợi với EVN (Xem thảo luận về chủ đề này tại chương 4).

Cơ chế FIT đã không đạt được nhiều thành công trong việc hỗ trợ dòng đầu tư cho các công nghệ năng lượng tái tạo khác ngoài điện mặt trời. Điều này được thể hiện rõ ràng trong ngành điện gió, chỉ sản xuất được một phần công suất mặc dù được ưu đãi chất lượng tài nguyên cao. Tính đến cuối năm 2020, mới chỉ có 472 MW điện gió đi vào vận hành, thấp hơn so với mục tiêu 800 MW trong QHĐ VII sửa đổi. Một phần kết quả này là do vấn đề có sẵn từ giá FIT điện gió đầu tiên áp dụng vào năm 2011, được đặt quá thấp để mang lại đủ lợi tức đầu tư sau khi đã điều chỉnh theo rủi ro. Bộ Công Thương đã điều chỉnh cơ chế FIT theo hướng tăng vào cuối năm 2018 (và đưa ra cơ chế FIT đặc thù cho khu vực bãi triều/ngoài khơi) với thời hạn cấp chứng nhận vận hành thương mại là tháng 11/2021, đặt ra thử thách về tiến độ phát triển cho các dự án nếu muốn đi vào vận hành kịp thời hạn. Đại dịch COVID-19 đã làm chậm trễ tiến độ phát triển và theo dự kiến sẽ có tới 1,3 GW trong tổng số 2,9 GW của các dự án điện gió đã ký PPA có nguy cơ bỏ lỡ thời hạn được nhận cơ chế FIT vào tháng 11/2021 (GWEC, 2020[27]).

Vào tháng 6/2020, Thủ tướng Chính phủ đã ban hành Văn bản số 693/TTg-CN giao Bộ Công Thương tinh giản thủ tục phê duyệt các dự án điện gió bổ sung và xem xét tạo điều kiện cho các dự án này bằng cách gia hạn áp dụng cơ chế FIT đến tháng 12/2023. Tới tháng 12/2020, đã có tổng số 11,6 GW công suất điện gió được bổ sung vào Quy hoạch Phát triển Điện lực, trong đó 8,7 GW được Bộ Công Thương nhận xét là rất khó có thể đi vào vận hành thương mại trước thời hạn FIT[2]. Vào 10/2020, Bộ Công Thương đã ban hành công văn số 8159/BCT-DL trong đó có đề xuất gia hạn thời hạn FIT cho điện gió đến năm 2023 nhưng cắt giảm dần mức biểu giá. Được biết đề xuất này không còn được xem xét nữa và việc đấu thầu công suất điện gió sẽ được quản lý thông qua hệ thống đấu thầu mà không có giai đoạn FIT chuyển tiếp. Hiện không rõ những dự án đang thực hiện theo PPA được phê duyệt nhưng không kịp đi vào vận hành thương mại để được hưởng cơ chế FIT thì sẽ được hỗ trợ như thế nào.

Biểu giá chi phí tránh được cho các nhà máy điện sinh khối và FIT cho điện sinh khối đồng phát nhiệt - điện (CHP) đã được ban hành vào năm 2014 theo Quyết định số 24/QĐ-TTg. Đối với các nhà máy phát điện sinh khối đủ điều kiện, mức giá được đặt ra nằm ở mức giá biên trung bình của một nhà máy điện than sử dụng nhiên liệu nhập khẩu. Sau đó, quyết định số 942/QĐ-BCT năm 2017 đã cải tiến phương pháp tính chi phí tránh được phân theo khu vực. Kể từ khi được đưa vào sử dụng, không có khoản đầu tư nào vào các nhà máy điện sinh khối được thực hiện. Các dự án điện sinh khối đồng phát nhiệt - điện được hỗ trợ giá FIT cố định trong 20 năm ở mức 1.220 VND/kWh (5,2 cent Mỹ), thấp hơn một nửa mức giá áp dụng cho nhà máy điện sử dụng công nghệ tương tự ở Thái Lan (13 cent Mỹ) và Philippines (12,4 cent Mỹ) (GGGI, 2018[28]). Hiện có 38 nhà máy đường ở Việt Nam đã đầu tư vào điện sinh khối và nhiệt lượng với tổng công suất khoảng 352 MW nhưng chỉ có tám nhà máy phát công suất lên lưới điện. Phân tích của Viện Tăng trưởng Xanh Toàn cầu đã kết luận rằng chỉ riêng ngành mía đường có thể phát triển tới 737 MW tổng công suất điện sinh khối và đồng phát nhiệt - điện nếu các chính sách ưu đãi đầu tư được cải thiện. Thừa nhận hiện trạng tốc độ phát triển chậm chạp của thị trường điện sinh khối, Chính phủ đã phê duyệt Quyết định số 8/QĐ-TTg vào năm 2020, bãi bỏ biểu giá chi phí tránh được cho các nhà máy điện sinh khối, thay thế bằng giá FIT cố định 1.968 đồng/kWh (8,5 cent Mỹ), và nâng giá FIT cho điện sinh khối đồng phát nhiệt - điện lên 1.634 VND/kWh (7 cent Mỹ).

Cơ chế hỗ trợ đấu thầu điện gió ngoài khơi vẫn chưa rõ ràng

Với mục tiêu đã nêu là công suất điện gió ngoài khơi đạt 2-3 GW vào năm 2030 và đạt 11 GW vào năm 2035 trong kịch bản cao, dự thảo QHĐ VIII đặt ra một lộ trình tương đối thận trọng nhằm đưa điện gió ngoài khơi vào cơ cấu nguồn phát điện. Ngay cả với những mục tiêu công suất khiêm tốn, vẫn cần phải thực hiện một số lựa chọn chính sách quan trọng trong thời gian tới để tạo ra một khuôn khổ ổn định nhằm phát triển ngành công nghiệp điện gió ngoài khơi (không gần bờ) và thực hiện các dự án đạt hiệu quả chi phí. Kinh nghiệm quốc tế chỉ ra rằng lợi thế kinh tế nhờ quy mô của các dự án điện gió ngoài khơi đang nhanh chóng tiệm cận 1 GW và các dự án lớn hơn đang có lợi thế trong việc đạt được chi phí sản xuất điện quy dẫn (LCOE) thấp nhất có thể.

Việc giải quyết những thách thức liên quan đến tầm nhìn dài hạn về khung pháp lý của công nghệ năng lượng tái tạo là đặc biệt quan trọng đối với ngành công nghiệp điện gió ngoài khơi (không gần bờ), vốn cần thời gian thực hiện dài để phát triển chuỗi cung ứng phức tạp. Việc thiếu rõ ràng về các quy định chính và triển vọng về chương trình hỗ trợ có thể gây chậm trễ và tăng chi phí đáng kể do tạo ra nhận thức rủi ro cao hơn. Tại thời điểm thực hiện báo cáo này, một nghiên cứu phân tích vẫn đang được tiến hành với mục đích thiết lập các định nghĩa rõ ràng, đánh giá và lựa chọn một chương trình hỗ trợ cùng các thông số quan trọng liên quan. Một lộ trình rõ ràng cho quá trình xây dựng khung pháp lý dự kiến dành cho điện gió ngoài khơi sẽ góp phần to lớn nhằm cải thiện mức độ chắc chắn cho các nhà đầu tư và giúp công suất điện gió ngoài khơi được phát triển theo đúng kế hoạch, đúng thời hạn và tối ưu về chi phí. Một phương pháp đã mang lại kết quả tích cực trên thế giới (vd. khi áp dụng tại Đan Mạch) là chủ động tổ chức tham vấn các đơn vị phát triển và chuỗi cung ứng3 nhằm thiết lập hiểu biết chung về các cơ hội và thách thức chính, ví dụ như các chi trong một quy định cụ thể, hoặc sự phát triển của điện gió ngoài khơi nói chung.

Trong khi nhiều yếu tố quan trọng liên quan đến khung pháp lý điện gió ngoài khơi vẫn đang trong quá trình xây dựng (bao gồm Quy hoạch không gian biển, định nghĩa địa điểm của điện gió ngoài khơi và gần bờ, thiết kế của chương trình hỗ trợ, v.v.), có thể cân nhắc ví dụ trên thế giới về những cách thức tốt nhất để đảm bảo phát triển công suất kịp thời và tiết kiệm chi phí; ví dụ, đảm bảo dự phòng đủ diện tích cho các khu vực điện gió ngoài khơi tương ứng với công suất chưa phân bổ để đưa vào các cuộc đấu thầu tiếp theo, kết hợp các tiêu chí về năng lực/điều kiện hợp lệ đối với các đơn vị phát triển tiềm năng, bên cạnh đó là các tiêu chí về tiến độ và thời gian cần đáp ứng trong giai đoạn phát triển dự án. Tương tự, cần cân nhắc những lợi ích cần đánh đổi giữa việc áp dụng và không áp dụng chương trình hỗ trợ FIT để khởi động và hoàn thiện thị trường trước khi chuyển sang chương trình đấu thầu. Phần lớn các thị trường điện gió ngoài khơi đã phát triển, cũng như các thị trường mới nổi trong khu vực đều đã lựa chọn cơ chế FIT với đặc tính ổn định và ít rủi ro trong giai đoạn ban đầu phát triển ngành.

Công tác phát triển cơ sở hạ tầng cần được phối hợp với hoạt động lập kế hoạch phát triển công suất điện gió ngoài khơi. Kế hoạch xây dựng và nâng cấp các cảng biển để phục vụ kịp thời nhu cầu của các dự án điện gió ngoài khơi sắp tới cần được đưa vào QHĐ VIII và tích hợp với quy hoạch cảng biển trong Quy hoạch tổng thể năng lượng quốc gia. Do kích thước và trọng lượng khổng lồ của thiết bị gió ngoài khơi, các cảng biển hiện có với vị trí phù hợp ở Việt Nam cần được nâng cấp để đáp ứng yêu cầu vận chuyển, lắp đặt, vận hành và bảo trì. Tiến độ nâng cấp cảng biển phải phù hợp với tiến độ phát triển của các dự án điện gió ngoài khơi để cung cấp đầy đủ cơ sở hạ tầng và đảm bảo tính khả thi về tài chính.

Cuối cùng, một quy trình cấp phép đơn giản và minh bạch cho dự án điện gió ngoài khơi sẽ có lợi ích lớn cho ngành. Mô hình một cửa được áp dụng tại Đan Mạch đã góp phần giúp ngành công nghiệp gió ngoài khơi nước này phát triển thành công và đạt hiệu quả chi phí, trong đó Cơ quan Năng lượng Đan Mạch đảm nhận vai trò đầu mối liên hệ duy nhất cho tất cả các bên liên quan đến phát triển điện gió ngoài khơi.

Tiếp tục hỗ trợ điện mặt trời phân tán bằng cơ chế FIT

Cơ chế hỗ trợ điện mặt trời phân tán của Việt Nam đã hết hạn vào cuối năm 2020. Điều này đánh dấu sự kết thúc của cơ chế FIT dành cho điện mặt trời được thiết lập tại Quyết định số 13/2020/QĐ-TTg với mục đích gia hạn chính sách FIT đầu tiên dành cho điện mặt trời (Quyết định số 11/2017/QĐ-TTg) theo kế hoạch ban đầu sẽ hết hiệu lực vào ngày 30/6/2019. Quyết định 13 cũng đánh dấu lần đầu tiên một bên mua điện không thuộc EVN được pháp luật cho phép. Đây là một động thái quan trọng, đã mở cửa thị trường cho các mô hình sở hữu của bên thứ ba đối với những hệ thống điện mặt trời dưới 1 MW tiêu thụ tại chỗ. Trong khi các chủ sở hữu công trình điện mặt trời trước đây chỉ được phép tự tiêu thụ hoặc bán điện cho EVN, thì Quyết định 13 cho phép bên thứ ba đầu tư, sở hữu và vận hành các công trình sản xuất điện và bán điện cho khách hàng doanh nghiệp để tiêu thụ tại chỗ và có thể đàm phán linh hoạt về điều khoản thương mại và biểu giá trực tiếp. Quy định này cũng mở đường cho các thỏa thuận mua bán điện doanh nghiệp, theo đó các dự án sản xuất điện ngoại vi có thể ký hợp đồng cung cấp điện với khách hàng doanh nghiệp và trả tiền để cung cấp điện qua lưới điện của EVN.

Những quy định bổ sung cần thiết để hiện thực hóa mô hình này đang được thí điểm vào năm 2021 (được thảo luận thêm bên dưới). Chính phủ Việt Nam sẽ tiếp tục hỗ trợ thị trường điện mặt trời phân tán với cơ chế FIT mới dự kiến sẽ được xây dựng trong năm tới. Các dấu hiệu ban đầu cho thấy Bộ Công Thương ủng hộ cơ cấu biểu giá theo bậc phụ thuộc vào quy mô công suất hệ thống, theo đó những công trình lớn hơn sẽ nhận được biểu giá thấp hơn. Một yếu tố thiết kế quan trọng khác đang được xem xét là yêu cầu các công trình lớn lắp đặt các hệ thống điều khiển, giúp Trung tâm Điều độ Hệ thống Điện Quốc gia tăng cường công tác theo dõi và kiểm soát hệ thống. Với tỷ trọng tích hợp năng lượng tái tạo biến thiên cao trong lưới điện, đây sẽ là một bước tiến quan trọng cho phép Trung tâm Điều độ Hệ thống điện Quốc gia tận dụng tốt hơn các nguồn năng lượng phân tán để cân bằng hệ thống. Bộ Công Thương cũng đang xem xét ứng dụng mức độ linh hoạt cao hơn trong các quy trình để điều chỉnh biểu giá nhanh hơn nhằm kiểm soát tốc độ triển khai năng lượng tái tạo.

Thí điểm thỏa thuận mua bán điện doanh nghiệp sẽ mở ra một con đường mới cho thị trường

Chính phủ Việt Nam, với sự hỗ trợ của Cơ quan Phát triển Quốc tế Hoa Kỳ (USAID), đang thiết kế một chương trình thí điểm về thỏa thuận mua bán điện trực tiếp, dự kiến sẽ khởi động vào năm 2021, hiện đang chờ Thủ tướng Chính phủ phê duyệt đề xuất tại tờ trình số 544/TTr-BCT. Hợp đồng có thể sẽ ở dạng “thỏa thuận mua bán điện tổng hợp”, cho phép các đơn vị sản xuất điện đủ điều kiện phát triển các công trình điện tái tạo ngoại vi trong khi ký PPA với một doanh nghiệp có vai trò là "bên mua điện tổng hợp" . Nhà máy điện sẽ xuất bán điện lên lưới điện quốc gia với mức giá bán buôn giao ngay, đồng thời ký hợp đồng chênh lệch ở mức giá thực thi được thỏa thuận với bên mua điện là doanh nghiệp. Theo các điều khoản này, nếu giá bán buôn thấp hơn giá thực thi, thì bên mua điện là doanh nghiệp sẽ thanh toán cho đơn vị sản xuất điện phần chênh lệch, và ngược lại nếu giá bán buôn cao hơn giá thực thi. Giấy chứng nhận năng lượng tái tạo cũng sẽ được đơn vị phát điện giao cho bên bao tiêu (Hình 5.4) Thí điểm đặt chỉ tiêu tối đa 1 GW công suất năng lượng tái tạo cho các dự án điện gió hoặc điện mặt trời trên 30 MW, thí điểm đã được phê duyệt để đưa vào Quy hoạch Phát triển Điện lực. Việc đưa các thỏa thuận mua bán điện trực tiếp vào khung pháp lý của Việt Nam sẽ là một bước quan trọng để tiếp tục thúc đẩy vốn đầu tư trực tiếp nước ngoài vào ngành sản xuất của đất nước (xem chương 4). Thỏa thuận mua bán điện trực tiếp cũng tạo cơ hội cho các nhà phát triển phân tán rủi ro về bên bao tiêu khi EVN không còn là đối tác hợp đồng duy nhất.

Hình 5.4. Cấu trúc thỏa thuận mua bán điện tổng hợp trực tiếp

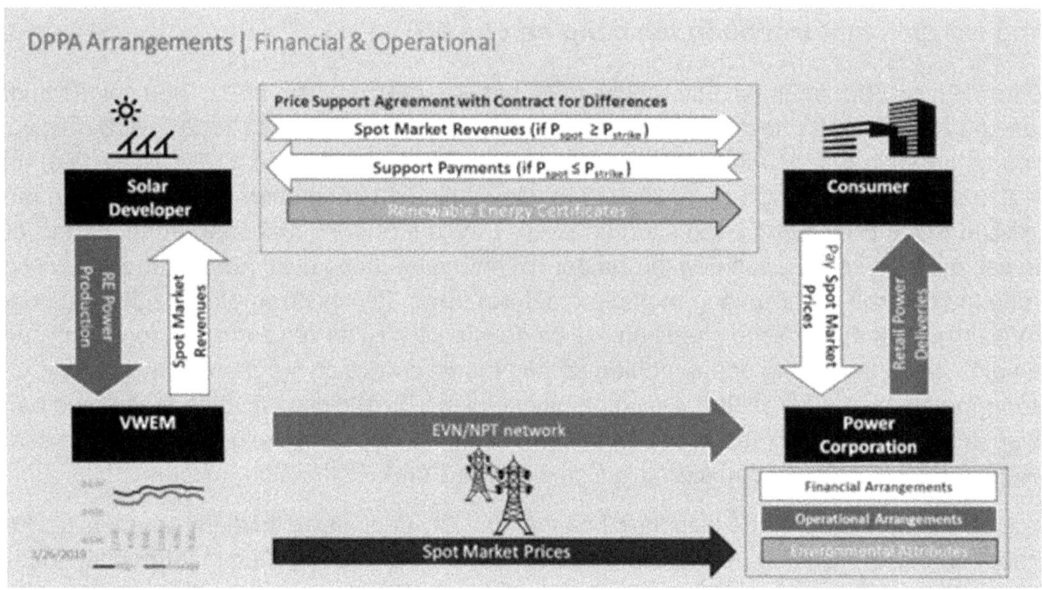

Nguồn: Chương trình Năng lượng Phát thải Thấp Việt Nam của USAID

Tài liệu tham khảo

ASEAN ACE (2020), "Vietnam: Six Ways to Keep Up the Renewable Energy Investment Success", *Policy Brief*, No. 13, http://dx.doi.org/10.13140/RG.2.2.11479.50081. [25]

Asian Development Bank (2017), *Managing Fiscal Risks of Subnational Borrowing in Viet Nam: Improving Public Expenditure Quality Program*, http://dx.doi.org/10.22617/BRF179112-2. [18]

Baker Mckenzie (2021), *Vietnam: New draft decision on the future Solar Auction Program.* [35]

Bank, W. (2018), *Public Investment in Viet Nam: Assessment and Reform Priorities for Overcoming the Bottlenecks.* [30]

Brown, M. and T. Vu (2020), "Vietnam's EVN Faces the Future: Time To Get Renewables Right", Institute for Energy Economics and Financial Analysis. [9]

BVG Associates (2015), *Approaches to cost-reduction in offshore wind A report for the Committee on Climate Change*, https://bvgassociates.com/cases/approaches-cost-reduction-offshore-wind/ (accessed on 16 February 2021). [33]

Campanaro, A. and C. Duc Dang (2018), *Mobilizing Finance for Local Infrastructure Development in Vietnam: A City Infrastructure Financing Facility*, http://dx.doi.org/10.1596/978-1-4648-1287-3. [21]

CSI Market (2020), *Utilities Sector Profitability*, https://csimarket.com/Industry/industry_Profitability_Ratios.php?s=1200 (accessed on 25 May 2021). [8]

de la Rue du Can, S. et al. (2014), "Design of incentive programs for accelerating penetration of energy-efficient appliances", *Energy Policy*, Vol. 72, http://dx.doi.org/10.1016/j.enpol.2014.04.035. [12]

Egli, F., B. Steffen and T. Schmidt (2018), "A dynamic analysis of financing conditions for renewable energy technologies", *Nature Energy*, Vol. 3/12, pp. 1084-1092, http://dx.doi.org/10.1038/s41560-018-0277-y. [29]

EVN (2020), *Press release on rooftop solar PV development after 31 December 2020.* [23]

Fitch Ratings (2020), *Fitch Affirms Vietnam Electricity at 'BB'; Outlook Stable*, https://www.fitchratings.com/research/corporate-finance/fitch-affirms-vietnam-electricity-at-bb-outlook-stable-15-09-2020 (accessed on 25 May 2021). [10]

GGGI (2018), *Sweetening the Deal for Biomass Energy in Viet Nam's Sugar Industry.* [28]

GWEC (2020), *Proposed Feed-in-Tariff reduction could "seriously damage" growth of wind power in Vietnam*, https://gwec.net/gwec-proposed-feed-in-tariff-reduction-could-seriously-damage-growth-of-wind-power-in-vietnam/ (accessed on 15 February 2021). [27]

IEA (2020), *IEA Energy Subsidies Database.* [2]

IEA (2020), *Unlocking the economic potential of rooftop solar in India*, https://www.iea.org/events/unlocking-the-economic-potential-of-rooftop-solar-in-india (accessed on 16 February 2021). [24]

IEEFA (2020), *New Regulations Threaten Vietnam's Remaining Coal Pipeline*, https://ieefa.org/wp-content/uploads/2020/10/New-Regulations-Threaten-Vietnams-Remaining-Coal-Pipeline_November-2020.pdf (accessed on 21 February 2021). [26]

Lee, A. and F. Gerner (2020), "Learning from Power Sector Reform Experiences The Case of Vietnam", No. 9169, World Bank Group. [3]

MOIT/GIZ (2016), *Wind Power Investment Guidelines Volume 1: Project Development*. [6]

Morgan, P. and L. Trinh (2016), "Fiscal Decentralisation and Local Budget Deficits in Viet Nam: An Empirical Analysis", No. 613, Asian Development Bank Institute, https://www.adb.org/publications/fiscal-decentralization-local-budget-. [17]

Nong, D. (2018), "General equilibrium economy-wide impacts of the increased energy taxes in Vietnam", *Energy Policy*, Vol. 123, http://dx.doi.org/10.1016/j.enpol.2018.09.023. [4]

OECD (2018), *OECD Investment Policy Reviews: Viet Nam 2018*. [11]

Ondraczek, J., N. Komendantova and A. Patt (2015), "WACC the dog: The effect of financing costs on the levelized cost of solar PV power", *Renewable Energy*, Vol. 75, pp. 888-898, http://dx.doi.org/10.1016/j.renene.2014.10.053. [34]

Tan, S. and T. Tran (2020), *Impacts of COVID-19 on Firms in Viet Nam, Results from the Business Pulse Survey*, World Bank Group, https://openknowledge.worldbank.org/bitstream/handle/10986/34902/Impacts-of-COVID-19-on-Firms-in-Vietnam-Results-from-the-Second-Round-of-COVID-19-Business-Pulse-Survey.pdf?sequence=1&isAllowed=y (accessed on 19 May 2021). [15]

THANH, S. and N. CANH (2020), "FISCAL DECENTRALIZATION AND ECONOMIC GROWTH OF VIETNAMESE PROVINCES: THE ROLE OF LOCAL PUBLIC GOVERNANCE", *Annals of Public and Cooperative Economics*, Vol. 91/1, http://dx.doi.org/10.1111/apce.12255. [31]

U4E (2020), *ECOFRIDGES GREEN ON-WAGE FINANCIAL MECHANISM LAUNCHED IN GHANA BY THE ENERGY COMMISSION, UNEP AND BASE TO MAKE ENVIRONMENTALLY FRIENDLY COOLING PRODUCTS MORE AFFORDABLE*, https://united4efficiency.org/ecofridges-green-on-wage-financial-mechanism-launched-in-ghana-by-the-energy-commission-unep-and-base-to-make-environmentally-friendly-cooling-products-more-affordable/ (accessed on 25 May 2021). [13]

UNDP & MPI (2017), *Private Climate Expenditure and Investment Review Viet Nam*, https://ledsgp.org/wp-content/uploads/2017/10/Vietnam_private-climate-expenditure_FINAL.pdf (accessed on 15 February 2021). [14]

UNESCAP (2017), *Infrastructure Financing Strategies for Sustainable Development in Viet Nam*, https://www.unescap.org/sites/default/files/20170915%20National%20Study%20-%20Infrastructure%20Financing%20-%20Viet%20%20Nam.pdf (accessed on 11 February 2021). [32]

Viet Nam Water Portal (2020), *Vietnam on road to development of carbon market*, https://www.vietnamwaterportal.com/news/vietnam-on-road-to-development-of-carbon-market.html (accessed on 25 May 2021). [5]

World Bank (2021), *World Bank Doing Business*. [1]

World Bank (2020), *Vietnam Energy Efficiency for Industrial Enterprises: Implementation Status and Results*. [16]

World Bank (2018), *PUBLIC INVESTMENT MANAGEMENT IN VIETNAM Assessment and Reform Priorities for Overcoming the Bottlenecks*, https://openknowledge.worldbank.org/bitstream/handle/10986/31762/Public-Investment-Management-in-Vietnam-Assessment-and-Reform-Priorities-for-Overcoming-the-Bottlenecks.pdf?sequence=1&isAllowed=y (accessed on 11 February 2021). [19]

World Bank (2016), *Fostering the Development of ESCO Markets for Energy Efficiency*, https://openknowledge.worldbank.org/bitstream/handle/10986/23949/Fostering0the00or0energy0efficiency.pdf?sequence=5&amp%3BisAllowed=y (accessed on 12 February 2021). [7]

World Bank (2016), *Institutional Blending via Second-Tier Lender FINDETER in Colombia*, https://documents1.worldbank.org/curated/en/546961472031531475/pdf/107973-Colombia.pdf (accessed on 1 June 2021). [22]

World Bank (2013), *Assessment of the financing framework for municipal infrastructure in Vietnam*, http://www.copyright.com/. [20]

Ghi chú

[1] Công văn số 7200/BCT-DL ngày 25/9/2020 về ý kiến đối với dự thảo Quyết định của Thủ tướng Chính phủ về Chương trình thí điểm xác định giá mua bán điện mặt trời.

[2] Các số liệu được nêu trong Công văn số 8159/BCT-DL của Bộ Công Thương.

[3] https://ens.dk/en/press/material-market-dialogue-conditions-call-tender-thor-offshore-wind-farm.

6 Chính sách thị trường tài chính

Chương này xem xét hiện trạng và các yêu cầu trong tương lai về tài chính cho năng lượng sạch ở Việt Nam, trong đó đánh giá hiện trạng của thị trường tài chính và nhấn mạnh tính cần thiết phải củng cố thị trường vốn. Nội dung chương nêu bật các quy định về thị trường tài chính, bao gồm vai trò của các chính sách tài chính bền vững và các công cụ tài chính xanh trong quá trình huy động tài chính cho các dự án năng lượng sạch. Chương này cũng xem xét vai trò của tài chính phát triển trong việc huy động vốn tư nhân và các cơ hội đổi mới thể chế để thúc đẩy nguồn tài chính và đầu tư từ khu vực tư nhân.

Việt Nam cần mở rộng quy mô tài chính để đáp ứng các mục tiêu của quá trình chuyển dịch năng lượng sạch, bao gồm cả nguồn tài chính công và tư nhân trong nước và quốc tế. Để đạt được mục tiêu này, cần tạo ra một hệ sinh thái tài chính năng lượng sạch từ cơ quan chính phủ, thị trường tài chính, các ngành và tổ chức hợp tác phát triển. Các chính sách trong đề án phát triển ngân hàng xanh do Ngân hàng Nhà nước Việt Nam (NHNN) thực hiện rất đáng biểu dương và đóng vai trò quan trọng trong việc tạo điều kiện hỗ trợ tài chính trong nước cho các dự án năng lượng sạch. Chương này xem xét hiện trạng và yêu cầu trong tương lai đối với vấn đề tài chính cho năng lượng sạch ở Việt Nam; quy định về ngân hàng xanh cũng như các cơ hội để phát triển thị trường vốn và các công cụ hướng đến tài chính xanh; vai trò của tài chính phát triển và cơ hội để đổi mới thể chế nhằm thúc đẩy đầu tư và tài chính của khu vực tư nhân.

Đánh giá và khuyến nghị

Quá trình phát triển điện mặt trời nhanh chóng chủ yếu được tài trợ thông qua các ngân hàng trong nước và khu vực

Việt Nam đã đạt được tốc độ phát triển điện mặt trời ấn tượng với công suất lắp đặt điện mặt trời quy mô lớn đạt 8,85 GW và điện Mặt trời mái nhà đạt 9,7 GW tính đến cuối năm 2020, phần lớn được tài trợ thông qua các ngân hàng trong nước và chủ yếu được bổ sung trong hai năm vừa qua (OECD, 2020[1]) . Các đơn vị phát triển trong khu vực và các tổ chức tài chính cũng góp phần đáng kể vào quá trình phát triển năng lượng tái tạo ở Việt Nam. Điều này cho thấy sức hút của các dự án năng lượng tái tạo đã tạo động lực tích cực cho các tổ chức tài chính trong nước và khu vực, đồng thời khẳng định việc cần phải tích hợp các cân nhắc về môi trường vào lĩnh vực tài chính. Ngày càng có nhiều tổ chức tài chính trên thế giới áp dụng các chính sách ngừng cấp vốn cho các nhà máy nhiệt điện than. Điều này khiến việc huy động vốn cho dự án nhiệt điện than ngày càng trở nên khó khăn và góp phần đẩy nhanh tốc độ loại bỏ hẳn lĩnh vực này. Những khó khăn ngày càng tăng trong việc tài trợ cho dự án nhiệt điện than cả trong nước và quốc tế cùng với triển vọng nhu cầu điện ngày càng tăng cao đã góp phần làm tăng sức hấp dẫn trong đầu tư cho các dự án năng lượng tái tạo ở Việt Nam.

Các quy định hướng dẫn xây dựng khung pháp lý về tài chính xanh tạo điều kiện thuận lợi cho hoạt động cho vay trong nước

NHNNVN đã làm tốt công tác chỉ đạo mạnh mẽ về mặt chính sách góp phần định hướng hoạt động xanh hóa trong lĩnh vực tài chính bằng cách yêu cầu các ngân hàng tích hợp quản lý rủi ro môi trường và xã hội (MT&XH) vào hoạt động cho vay. Hai biện pháp can thiệp chính về mặt sách chính được ban hành trong năm 2015 bao gồm Kế hoạch hành động về tăng trưởng xanh trong lĩnh vực tài chính đến năm 2020 và Chỉ thị số 03/CT-NHNN về thúc đẩy tín dụng xanh và quản lý rủi ro MT& XH trong hoạt động tín dụng. Chỉ thị số 1604/QĐ-NHNN năm 2018 thông qua Đề án Phát triển Ngân hàng Xanh tại Việt Nam trong đó khuyến khích các ngân hàng tăng tỷ trọng danh mục cho vay đối với các lĩnh vực ưu tiên nằm trong danh mục các dự án xanh của NHNN. Chỉ thị này cũng yêu cầu đến năm 2025, tất cả các ngân hàng phải tích hợp các quy trình nội bộ về đánh giá rủi ro MT&XH và rủi ro tín dụng[1]. Trong khi một số ngân hàng trong nước rất tích cực cấp vốn cho các dự án năng lượng sạch thì một số ngân hàng khác vẫn chưa có đủ năng lực kỹ thuật để thực hiện thẩm định dự án. Các ngân hàng này cần được hỗ trợ thêm để phát triển năng lực trong nước và giảm thiểu rủi ro cho cùng các tổ chức tài chính trong nước.

Việc tái cấp vốn cho các dự án đang hoạt động có thể mở ra cơ hội cho các nhà đầu tư mới

Cần có cơ chế để xoay vòng vốn từ các dự án đang hoạt động nhằm hỗ trợ những dự án đang trong giai đoạn thành lập hoặc xây dựng. Những cơ chế này có thể giúp các tổ chức tài chính mới học được kinh nghiệm quý báu và tiếp xúc với các dự án năng lượng sạch, đồng thời thu hút thêm nhiều vốn tư nhân (cả trong nước và quốc tế) vào lĩnh vực này.

Việc khó tiếp cận vốn vay dài hạn vẫn là rào cản lớn đối với sự phát triển trong tương lai

Mặc dù Việt Nam có nhu cầu lớn về tài trợ vốn cho các dự án năng lượng sạch song việc khó tiếp cận các nguồn vốn vay dài hạn với kỳ hạn nợ điển hình từ 5 đến 7 năm là thấp hơn nhiều so với kỳ hạn của các quốc gia thuộc OECD và một số nền kinh tế mới nổi lớn, thường có kỳ hạn nợ từ 15 đến 20 năm hoặc hơn. Việc thiếu nguồn vốn tài trợ dự án miễn truy đòi, vốn là tiêu chuẩn trong các dự án năng lượng tái tạo ở các nước OECD và các nền kinh tế lớn, sẽ hạn chế năng lực huy động vốn của các đơn vị phát triển cá nhân có vốn cổ phần khiêm tốn, cũng như cản trở việc phân bổ rủi ro và phát triển thị trường hiệu quả. Yêu cầu cao đối với tài sản thế chấp cũng đặt ra thách thức riêng cho các đơn vị phát triển nhỏ hơn, trong đó có các công ty dịch vụ năng lượng đang triển khai các dự án hiệu quả năng lượng vì các đơn vị này thường sử dụng hết nguồn vốn có hạn chỉ sau một hoặc hai dự án.

Việt Nam sẽ cần tiếp cận nguồn vốn quốc tế để đáp ứng nhu cầu tài chính trong tương lai

Các tổ chức tài chính phát triển đóng vai trò then chốt trong việc cấp vốn cho các dự án thủy điện, mở rộng mạng lưới truyền tải và phân phối điện cũng như các dự án hiệu quả năng lượng công nghiệp tại Việt Nam. Tuy nhiên, các tổ chức này hiện chỉ đóng vai trò hạn chế trong việc tài trợ cho các dự án điện mặt trời và điện gió do khu vực tài chính trong nước cho đến nay đã có đủ năng lực tài trợ vốn. Các vấn đề về thanh khoản có thể trở thành rào cản khi Việt Nam hướng đến phát triển các dự án điện gió ngoài khơi, vốn thường đổi hỏi nguồn vốn trên 2-3 tỷ USD cho mỗi dự án. Điều này vượt quá khả năng của thị trường trong nước và cần phải có liên kết quốc tế giữa các tổ chức tài chính phát triển và tài chính tư nhân để giải quyết các đặc điểm rủi ro đặc thù của những dự án lớn như vậy. Các tổ chức cho vay quốc tế cũng nhận định rằng các điều kiện trong hợp đồng mua bán điện (PPA) hiện tại là không khả thi để cấp vốn do nhận thức rủi ro cao liên quan đến yếu tố trọng tài và cắt giảm công suất.. Các hợp đồng mua bán điện ở Việt Nam cũng không đạt tiêu chuẩn như hợp đồng ở Châu Âu hoặc các nước khác thuộc OECD, gây ra tính bất trắc và khó quản lý cho các tổ chức tài chính.

Hộp 6.1. Các khuyến nghị chính về chính sách thị trường tài chính:

- Thực thi các quy định rõ ràng về khung pháp lý trái phiếu xanh, bao gồm các điều kiện hợp lệ, các giao thức báo cáo và quy trình xác minh. Hỗ trợ các tổ chức phát hành cấp trung ương, cấp địa phương và các tổ chức phát hành doanh nghiệp triển khai các đợt phát hành trái phiếu xanh. Khung pháp lý này phải nhất quán với tiêu chuẩn trái phiếu xanh ASEAN và phù hợp với các tiêu chuẩn trái phiếu xanh khác để xây dựng mạng lưới nhà đầu tư rộng lớn. Trái phiếu xanh tạo ra cơ hội hấp dẫn để tái cấp vốn cho các dự án hiện hữu và cung cấp nguồn vốn dài hạn cần thiết.
- Xây dựng giải pháp thúc đẩy chương trình cho vay lại hoặc các cơ chế tài chính khác có thể tạo điều kiện cho các tổ chức tài chính trong nước tiếp cận nguồn vốn dài hạn và có chi phí thấp từ các ngân hàng phát triển đa phương và song phương. Các cơ chế này có thể thiết kế nhắm tới các dự án hiệu quả năng lượng và các dự án năng lượng tái tạo quy mô nhỏ hơn, trong đó các đơn vị phát triển dự án gặp khó khăn khi tiếp cận nguồn tài trợ do vốn cổ phần của họ có hạn. Để thực hiện điều này, cần tiến hành đánh giá lại các quyền hạn tài chính phát triển để chuyển từ cho vay chính phủ sang tạo điều kiện cho các tổ chức tài chính cho vay trực tiếp mà không cần ủy quyền của chính phủ.
- Xem xét việc thành lập một quỹ năng lượng sạch có thể hỗ trợ việc sử dụng các cơ cấu tài chính hỗn hợp nhằm huy động tài chính từ khu vực tư nhân cho các dự án năng lượng tái tạo và hiệu quả năng lượng, trong đó sử dụng các công cụ giảm thiểu rủi ro như giấy bảo lãnh và sản phẩm bảo hiểm, cũng như hỗ trợ chuẩn bị dự án và xây dựng cấu trúc tài chính. Các cơ chế như vậy sẽ giúp thu hút tài chính từ các nhà đầu tư trong nước và quốc tế.
- Xây dựng lộ trình tài chính bền vững trong đó nêu ra các yêu cầu chính đối với các tổ chức tài chính trong xây dựng kế hoạch hành động và báo cáo thường xuyên hoạt động điều chỉnh danh mục đầu tư theo các tiêu chí về phát triển bền vững cũng như mức độ chịu tác động của biến đổi khí hậu. Song song với đó, cần thực hiện các chiến dịch nâng cao năng lực và truyền thông để xây dựng chuyên môn cho các bên tham gia thị trường tài chính nhằm hỗ trợ tài chính bền vững cho cơ sở hạ tầng, đặc biệt là quá trình chuyển đổi năng lượng sạch. Tiến tới xây dựng các định nghĩa về tài chính xanh hoặc nguyên tắc phân loại tài chính bền vững để hỗ trợ phát triển các sản phẩm tài chính xanh và giải quyết những lo ngại về quảng cáo xanh.
- Cải thiện mức độ tiếp cận nguồn dữ liệu đầu tư và tài chính cho năng lượng sạch thông qua việc phát triển các công cụ giám sát và đánh giá. Việc xây dựng cơ sở dữ liệu đầu tư và tài chính cho năng lượng sạch có thể giúp xác định những vấn đề bất cập trong tài trợ vốn và theo dõi các dòng tài chính khí hậu. Hoạt động này cũng có thể hỗ trợ xây dựng các biện pháp can thiệp chính sách có mục tiêu và thiết kế các cơ chế tài chính để huy động vốn tư nhân cho các dự án năng lượng sạch. Tăng cường mức độ công khai của dữ liệu cấp độ dự án cũng sẽ góp phần xây dựng niềm tin của nhà đầu tư và giảm nhận thức rủi ro để có thể hạ thấp chi phí vốn, vì các tổ chức tài chính có thể đánh giá các hồ sơ rủi ro và tỷ suất lợi nhuận tốt hơn.

Tăng cường và củng cố các thị trường tài chính trong nước

Ngành ngân hàng thống trị thị trường tài chính

Lĩnh vực tài chính của Việt Nam chủ yếu do các ngân hàng chiếm lĩnh, chiếm khoảng 70% vốn cung cấp trên thị trường (World Bank, 2019[2]). Tăng trưởng kinh tế của đất nước được thúc đẩy nhờ lãi suất cho vay cao với mức tín dụng so với tỷ trọng GDP thuộc hàng cao nhất trong khu vực, tương đương với một số nước OECD (Hình 6.1). Trong 25 năm qua, tín dụng ngân hàng đã tăng nhanh từ chỗ chỉ chiếm 17%

GDP lên hơn 130% vào năm 2018(World Bank, 2019[2]). Mức tăng trưởng tín dụng này phần lớn hướng đến các doanh nghiệp nhà nước và gần đây hướng đến các doanh nghiệp vừa và nhỏ trong lĩnh vực bất động sản và nhà ở đang gặp khó khăn trong việc tiếp cận tín dụng. (World Bank, 2019[2]) . Khoảng 80% vốn của các ngân hàng nằm trong các tài khoản ngắn hạn, điều này làm hạn chế khả năng cung cấp tín dụng dài hạn cần thiết để tài trợ cho các dự án cơ sở hạ tầng (World Bank, 2019[2]) .

Hình 6.1. Tăng trưởng kinh tế của Việt Nam đi đôi với tăng các mức nợ

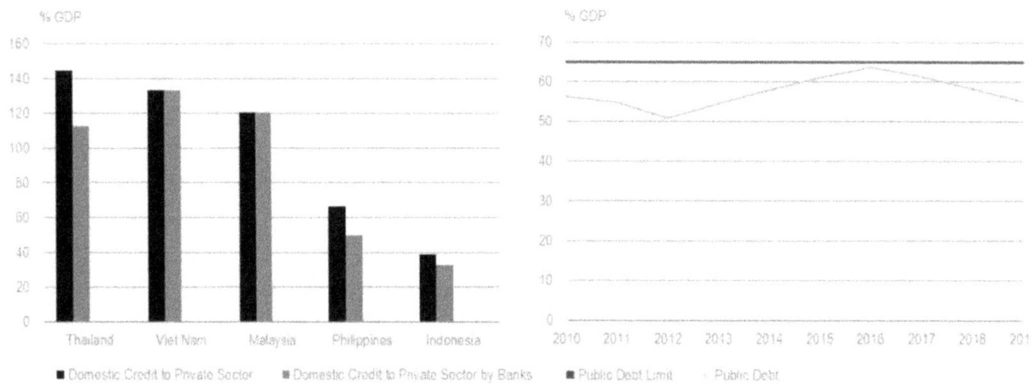

Nguồn: Ngân hàng Thế giới 2020, các Chỉ số Phát triển

StatLink https://stat.link/ojb2d4

Mức nợ của khu vực công tăng lên đáng kể do chính phủ đầu tư vào cơ sở hạ tầng trọng yếu nhằm hỗ trợ nền kinh tế đang phát triển và thu hút đầu tư trực tiếp nước ngoài. Nợ công nói chung bị ràng buộc bởi giới hạn cho vay pháp lý là 65% GDP. Sau khi đạt gần giới hạn này vào năm 2016, nợ công đã giảm nhờ chính phủ nỗ lực thực hiện các biện pháp thắt chặt chính sách tài khóa. Chính phủ đang ngày càng dựa vào khu vực tư nhân để tài trợ cho phát triển cơ sở hạ tầng nhằm duy trì nợ công ở mức thấp hơn giới hạn pháp lý.

Tốc độ tăng trưởng nhanh chóng của thị trường tín dụng tại Việt Nam đã làm dấy lên một số lo ngại xung quanh tính bền vững của thị trường này, nhất là khi việc thực hiện các yêu cầu về an toàn vốn theo chuẩn Basel II chậm hơn dự kiến. Ban đầu, Ngân hàng Nhà nước (NHNN) đưa ra hạn chót là đến ngày 1/1/2020, 17 ngân hàng hàng đầu Việt Nam phải tuân thủ các yêu cầu của Basel II. Mặc dù tình hình có tiến triển khi 10 trong số 17 ngân hàng đã hoàn thành các yêu cầu về vốn vào tháng 12/2019, nhưng NHNN đã quyết định gia hạn đến năm 2023 để các ngân hàng còn lại có thêm thời gian đáp ứng yêu cầu do nhiều ngân hàng gặp khó khăn trong việc huy động đủ vốn bổ sung. Giới hạn hiện tại đối với tỷ lệ sở hữu nước ngoài ở mức 30% và các khoản nợ xấu còn lại từ cuộc khủng hoảng ngân hàng năm 2012 khiến tiến độ đáp ứng yêu cầu của các ngân hàng nhỏ hơn bị chậm lại. (Denimal, 2020[3]) .

Theo Triển vọng Cơ sở hạ tầng Toàn cầu, Việt Nam sẽ cần phải đầu tư tổng cộng 605 tỷ USD trong giai đoạn từ 2016-2040 để đáp ứng nhu cầu cơ sở hạ tầng của đất nước (GIH, 2021[4]). Các lĩnh vực cần đầu tư là năng lượng, viễn thông, giao thông và nước, trong đó năng lượng chiếm tỷ trọng lớn nhất là 42% tổng nhu cầu đầu tư vào cơ sở hạ tầng. Dựa trên xu hướng đầu tư hiện tại, Việt Nam đang dần đạt được mức đầu tư vào cơ sở hạ tầng là khoảng 503 tỷ USD, và còn thiếu hụt khoảng 102 tỷ USD vốn đầu tư. Để đạt đủ số vốn thiếu hụt này, Việt Nam cần phải cải thiện môi trường đầu tư tổng thể cho cơ sở hạ tầng để thu hút các nhà đầu tư nước ngoài và mở rộng sự tham gia của khu vực tư nhân vào phát triển cơ sở hạ tầng.

Phát triển thị trường vốn có thể thu hút thêm vốn đầu tư cho năng lượng sạch

Để đáp ứng nhu cầu đầu tư của lĩnh vực cơ sở hạ tầng, cần phải tăng cường khả năng cung cấp vốn dài hạn và phát triển hơn nữa thị trường vốn của Việt Nam. Thị trường trái phiếu và cổ phiếu của Việt Nam đều kém phát triển hơn nhiều so với một số thị trường cùng ngành trong khu vực (Hình 6.2). Đây cũng là cơ hội để chuyển tiết kiệm từ tiền gửi ngắn hạn sang đầu tư dài hạn hơn vào trái phiếu và chứng khoán. Do nhu cầu đầu tư vào phát triển cơ sở hạ tầng rất lớn nên Việt Nam cần phải mở rộng thị trường vốn nhằm thu hút nguồn vốn dài hạn cho những tài sản dài hạn. Việc đa dạng hóa thị trường trái phiếu để khuyến khích phát hành thêm trái phiếu doanh nghiệp có thể giúp mở rộng thị trường trái phiếu hiện nay đang hầu như chỉ có trái phiếu chính phủ, còn trái phiếu doanh nghiệp chỉ chiếm 8% thị phần. Năm 2018, Chính phủ đã ban hành Nghị định 163, đây là khung pháp lý đầu tiên về trái phiếu doanh nghiệp nhằm hỗ trợ các đợt phát hành trái phiếu doanh nghiệp. Các nước láng giềng trong khu vực như Malaysia, Thái Lan và ở ở thứ hạng thấp hơn là Philippines đã phát hành trái phiếu doanh nghiệp để hỗ trợ nhu cầu huy động vốn của khu vực tư nhân.

Hình 6.2. Cần mở rộng hơn nữa thị trường vốn để tăng khả năng tiếp cận vốn dài hạn

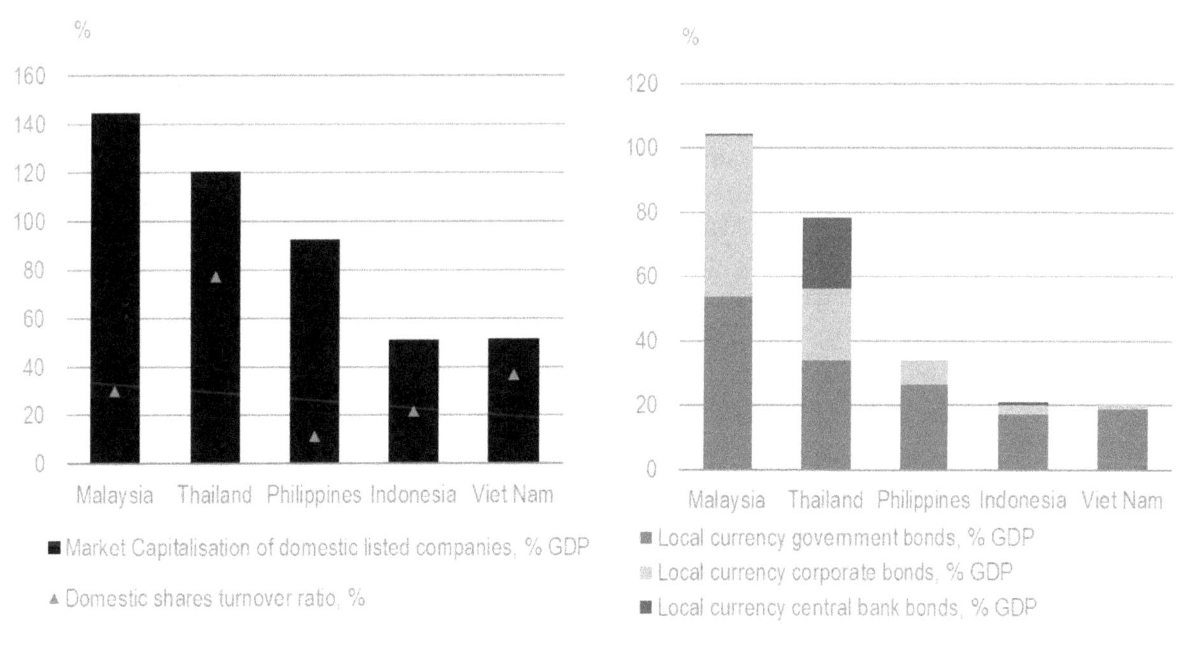

Nguồn: Ngân hàng Thế giới (2020), các Chỉ số phát triển

StatLink https://stat.link/csrxwn

Các rào cản pháp lý đã tạo ra nhiều trở ngại cho việc hình thành thị trường trái phiếu doanh nghiệp có tính thanh khoản cao vì các đợt phát hành thông qua phát hành riêng lẻ dễ dàng hơn và ít tốn kém hơn, khiến thị trường trái phiếu đại chúng kém hấp dẫn hơn. Các đợt phát hành riêng lẻ chỉ yêu cầu chào bán cho các nhà đầu tư nhất định và nhanh hơn so với phát hành đại chúng, do đó các công ty có xu hướng phát hành trái phiếu doanh nghiệp thông qua các đợt phát hành riêng lẻ. Nghị định 163 cũng cấm hoạt động bán lại trái phiếu doanh nghiệp được phát hành thông qua hình thức phát hành riêng lẻ trong một năm. Hình thức phát hành riêng lẻ với các yêu cầu về hạn chế mức độ công bố thông tin đã làm dấy lên lo ngại rằng những trái phiếu này có thể được tung ra thị trường mà không được cung cấp đầy đủ thông tin để bảo vệ nhà đầu tư bán lẻ và đại chúng.

Thị trường chứng khoán Việt Nam hoạt động tốt với Chỉ số VN-Index tăng 240% kể từ năm 2015, trong khi chỉ số FTSE ASEAN All-Share Index giảm 7% so với cùng kỳ. Năm 2019, thị trường chứng khoán Việt Nam chiếm hơn 50% GDP, tương tự như Indonesia, nhưng thấp hơn nhiều so với các nước khác trong khu vực như Malaysia, Thái Lan và Philippines, những nơi có vốn hóa thị trường chứng khoán gần hoặc cao hơn 100% GDP (Hình 6.2). Mặc dù tổng vốn hóa thị trường tương đối thấp, song thị trường thứ cấp khá sôi động và doanh thu cổ phiếu trong nước chỉ đứng sau Thái Lan.

Sự tăng trưởng của thị trường vốn và khu vực ngân hàng của Việt Nam cần gắn liền với những cải tiến về báo cáo và công bố thông tin phù hợp với các tiêu chuẩn quốc tế. Trong khi hầu hết các thị trường lớn đã áp dụng Chuẩn mực Báo cáo Tài chính Quốc tế, Việt Nam vẫn chưa áp dụng các yêu cầu đó. Sự thiếu minh bạch và không thể so sánh trong các phương pháp báo cáo gây thêm rủi ro cho các nhà đầu tư và sẽ hạn chế tốc độ tăng trưởng tiềm năng của thị trường cũng như có thể làm tăng chi phí tài chính.

Khả năng tiếp cận và thực trạng tài chính cho năng lượng sạch

Tốc độ tăng trưởng chưa từng có của điện mặt trời mái nhà trong năm 2020 đưa Việt Nam trở thành thị trường năng lượng mặt trời lớn thứ 3 và thị trường năng lượng tái tạo lớn thứ 8

Trong khi các quốc gia khác gặp nhiều khó khăn để đạt được các mục tiêu về năng lượng mặt trời mái nhà, thì Việt Nam đã tăng thêm lượng công suất lớn điện mặt trời mái nhà trong năm 2020 đạt 9,3 GW, nâng tổng đầu tư vào công suất điện từ nguồn năng lượng tái tạo lên 7,4 tỷ USD, đứng trên nước Pháp và trở thành thị trường năng lượng tái tạo lớn thứ 8 trong năm ngoái (Bloomberg, 2021[5]). 2/3 mức công suất này (6 GW) được bổ sung vào tháng 12, khi các đơn vị phát triển gấp rút hoàn thành các dự án cho kịp thời hạn của biểu giá điện FiT cho điện mặt trời mái nhà hết hạn vào cuối năm 2020. Phần lớn nguồn tài trợ vốn cho các dự án này đến từ các ngân hàng trong nước (cả ngân hàng thương mại nhà nước và tư nhân) với nguồn vốn đầu tư ưu đãi hạn chế được trích từ công quỹ (mặc dù một số quỹ đã được chuyển vào lĩnh vực này thông qua Quỹ Bảo vệ Môi trường Việt Nam và Ngân hàng Phát triển Việt Nam).

Bảng 6.1. Các thị trường năng lượng tái tạo hàng đầu xét theo mức đầu tư vào công suất trong năm 2020

Quốc gia	Mức đầu tư vào công suất năng lượng tái tạo năm 2020 (tỷ USD)	Thay đổi từ năm 2019
Trung Quốc	83,6	-12%
Hoa Kỳ	49,3	-20%
Nhật Bản	19,3	10%
Anh Quốc	16,2	177%
Hà Lan	14,3	221%
Tây Ban Nha	10	16%
Brazil	8,7	23%
Việt Nam	7,4	89%
Pháp	7,3	38%
Đức	7,1	14%
Ấn Độ	6,2	-36%
Tổng	303,5	2%

Nguồn: BNEF (2021)

Việt Nam vươn lên trở thành một trong những thị trường năng lượng tái tạo lớn nhất chỉ trong một thời gian ngắn cho thấy vai trò của các cơ chế khuyến khích, nhất là biểu giá điện FiT trong việc thiết lập thị trường năng lượng tái tạo. Tuy nhiên, Việt Nam cần phải có kế hoạch phù hợp để tạo điều kiện cấp phép và đảm bảo phát triển lưới điện tương xứng. Tính chất ràng buộc về thời gian của biểu giá điện FiT cho điện mặt trời mặt đất và trên mái nhà đã tạo ra động lực mạnh mẽ cho các đơn vị phát triển đẩy nhanh tiến độ phát triển dự án để hưởng lợi từ biểu giá điện FiT hấp dẫn và tạo tín hiệu rõ ràng tới thị trường về vai trò chủ chốt của năng lượng mặt trời và năng lượng tái tạo nói chung trong ngành điện Việt Nam. Tuy nhiên, điều này đã tạo ra tình trạng phát triển bùng nổ dự án điện mặt trời mà nếu không có sự quản lý chặt chẽ, Việt Nam có thể gặp lại chu kỳ bùng nổ và suy thoái từng xảy ra ở châu Âu do những thay đổi về biểu giá điện FiT. Việt Nam cần lên kế hoạch chuyển sang đấu thầu cạnh tranh kỹ càng và có thể học hỏi kinh nghiệm của các nước khác (xem chương 5).

Nhiều tập đoàn hàng đầu của Việt Nam như BIM Group, Trung Nam Group và Xuân Cầu Group cũng như các nhà đầu tư lớn của ASEAN như AC Energy (của Philippines), Super Energy và B Grimm (của Thái Lan) nằm trong số các nhà phát triển hàng đầu thị trường năng lượng mặt trời tại Việt Nam. Việc tài trợ vốn cho các dự án này trở nên dễ dàng nhờ năng lực tài chính mạnh của các đơn vị phát triển dự án và những mối quan hệ hiện có với các ngân hàng thương mại trong nước và khu vực. Phương thức quy hoạch tập trung từ trên xuống của Việt Nam cũng tạo điều kiện cho sự phối hợp giữa chiến lược phát triển kinh tế và chiến lược thị trường tài chính, từ đó giúp các tổ chức tài chính nắm được tính cần thiết phải tích hợp rủi ro khí hậu và hỗ trợ các giải pháp môi trường bao gồm giải pháp năng lượng sạch vào thông lệ cho vay. Thông tin chi tiết hơn về việc xanh hóa lĩnh vực ngân hàng và tích hợp các quy định tài chính bền vững sẽ được trình bày trong phần sau.

Thu hút đầu tư và tài chính từ khu vực tư nhân là điểm mấu chốt để đáp ứng nhu cầu điện trong tương lai

Theo dự thảo quy hoạch phát triển điện lực (PDP) VIII được đưa ra để lấy ý kiến vào đầu năm 2021, Bộ Công Thương ước tính tổng đầu tư vào ngành điện trong giai đoạn 2021-2030 sẽ cần đạt khoảng 128 tỷ USD, trong đó 95 tỷ USD đầu tư cho công suất phát điện mới và 33 tỷ USD cho việc mở rộng lưới điện (Baker McKenzie, 2021[6]). Nhu cầu đầu tư vào ngành điện trong giai đoạn 2031-2045 ước tính lên tới 192 tỷ USD (140 tỷ USD cho công suất phát điện và 52 tỷ USD phát triển lưới điện). Những số liệu ước tính này không bao gồm nhu cầu vốn đầu tư vào chương trình hiệu quả năng lượng nhằm góp phần kiểm soát tăng trưởng nhu cầu điện tổng thể cũng như nhu cầu đầu tư của ngành điện trong tương lai.

Theo dự thảo QHĐ VIII, Bộ Công Thương ước tính trung bình nhu cầu đầu tư hàng năm vào cơ sở hạ tầng ngành điện trong 10 năm tới sẽ là 12,8 tỷ USD/năm, sau năm 2030 sẽ tăng lên 19,2 tỷ USD. Trong khi đó, một nghiên cứu của Ngân hàng Thế giới ước tính Chính phủ Việt Nam có khả năng tài trợ khoảng 15-18 tỷ USD cho cơ sở hạ tầng hàng năm trong tổng nhu cầu đầu tư cơ sở hạ tầng là 25-30 tỷ USD. (World Bank, 2020[7]). Khả năng tài trợ cho cơ sở hạ tầng của Chính phủ còn hạn chế do trần nợ công theo pháp lý là 65% GDP. Năm 2016, Việt Nam gần đạt đến mức trần này, tuy nhiên việc thắt chặt quản lý tài khóa trong những năm gần đây đã giảm được mức này xuống 55% trong năm 2019 (Hình 6.1).

Điều này cho thấy Việt Nam cần thu hút thêm tài chính từ khu vực tư nhân để đáp ứng nhu cầu ngày càng tăng về cơ sở hạ tầng, nhất là cơ sở hạ tầng ngành điện vốn sẽ chiếm khoảng một nửa tổng chi tiêu cho cơ sở hạ tầng. Các nguồn tài chính tư nhân có vai trò lớn hơn trong việc tài trợ cho sản xuất điện, đặc biệt là các dự án nguồn phát năng lượng tái tạo ở Việt Nam(IEA, 2019[8]). Chính phủ cũng đang tìm kiếm các giải pháp để thu hút đầu tư tư nhân vào lưới điện do nhu cầu mở rộng rất lớn trong những thập kỷ tới. Dù nguồn vốn tư nhân có vai trò rất quan trọng trong ngành điện, chính phủ cũng cần xem xét cẩn thận việc duy trì vai trò của tài chính công, nhất là trong triển khai công nghệ giai đoạn đầu, ví dụ như trong dự án điện gió ngoài khơi và đối với cơ sở hạ tầng hỗ trợ quan trọng như tài sản lưu trữ và dự án nâng cấp lưới điện. Ví dụ, việc mở rộng và nâng cấp lưới truyền tải đã được hưởng lợi rất nhiều nhờ tiếp cận nguồn hỗ trợ phát triển của nước ngoài, đặc biệt là của Nhật Bản. Nguồn tài chính này phụ thuộc vào bảo lãnh của chính phủ mà hiện nay hiếm khi được thực hiện.

Tập đoàn Điện lực Việt Nam (EVN), đơn vị thuộc sở hữu nhà nước, đã gặp rất nhiều khó khăn để đáp ứng kịp các khoản đầu tư vào mở rộng lưới điện trong bối cảnh bùng nổ phát triển năng lượng mặt trời gần đây, gây ra dư thừa điện năng ở miền Trung và miền Nam và công suất lưới điện không đủ để truyền tải điện cho khu vực phía Bắc hiện đang thiếu điện. Năm 2018, EVN được Fitch xếp hạng hồ sơ tín dụng độc lập là BB (ổn định), tương đương với xếp hạng tín dụng của Việt Nam. Việc xếp hạng này tạo điều kiện thuận lợi cho nhu cầu huy động vốn trong tương lai thông qua thị trường vốn trong nước và quốc tế để giúp khu vực công dễ vay vốn (bao gồm việc giảm yêu cầu về bảo lãnh chính phủ). Triển vọng xếp hạng của EVN gần đây đã được nâng từ mức ổn định lên tích cực, phù hợp với việc điều chỉnh triển vọng xếp hạng tín dụng nhà nước.

Các ngân hàng trong nước và khu vực là nguồn cung cấp tài chính chủ yếu cho hoạt động phát triển năng lượng mặt trời nhanh chóng ở Việt Nam. Các ngân hàng quốc tế cùng với các đơn vị phát triển quốc tế, đóng vai trò tương đối hạn chế, do những lo ngại về khả năng được cấp vốn quốc tế liên quan đến thỏa thuận mua bán điện (PPA) mà các ngân hàng trong nước (và một số ngân hàng khu vực) dễ dàng chấp nhận hơn. Việc tham vấn các tổ chức tài chính cũng khẳng định rằng các ngân hàng trong nước sẵn sàng tăng cường cho vay đối với các dự án điện mặt trời và điện gió trên bờ, cũng như quan tâm đến việc xây dựng năng lực để đánh giá các dự án tích trữ năng lượng và điện gió ngoài khơi nhằm huy động nguồn vốn tiềm năng cho các dự án này trong tương lai. Cần có các cơ chế giảm thiểu rủi ro để hỗ trợ các dự án tích trữ năng lượng và điện gió ngoài khơi đầu tiên nhằm giúp các ngân hàng tích lũy kinh nghiệm và nâng cao năng lực chuyên môn. Các dự án điện gió ngoài khơi có quy mô và chi phí vốn cao nên cần phải có cơ chế tài trợ theo hình thức liên doanh, trong đó các tổ chức tài chính trong nước và quốc tế từ khu vực công và tư nhân cùng hợp tác để giải quyết các rủi ro trong tài trợ cho các dự án này.

Xây dựng cấu trúc tài chính dự án có thể giúp giảm chi phí vốn và tăng khả năng cấp vốn

Mặc dù tính thanh khoản trên thị trường tài chính của điện mặt trời và điện gió trên bờ khá tốt, nhưng chi phí vốn thường trên 10% là rất cao so với mức chi phí của OECD và các nền kinh tế lớn khác với lãi suất cho các dự án năng lượng tái tạo xấp xỉ 5-6%. (Coleman, n.d.[9]) (Steffen, 2020[10]). Các dự án hầu như chỉ được tài trợ thông qua tài chính doanh nghiệp với rất nhiều yêu cầu về tài sản thế chấp. Điều này hạn chế năng lực huy động tài chính phù hợp của đơn vị phát triển dự án vì khả năng vốn chủ sở hữu của các doanh nghiệp có hạn. Trong các thị trường tài chính phát triển hơn, tài chính dự án miễn truy đòi có thời hạn dài (15-20 năm) được coi là tiêu chuẩn và các điều kiện tài trợ hấp dẫn này đã làm giảm đáng kể chi phí năng lượng tái tạo tại các thị trường này.

Cơ cấu tài chính dự án tạo điều kiện tài trợ các dự án với tỷ lệ lớn hơn, từ đó giúp giảm chi phí tài chính tổng thể cho các dự án. Tuy nhiên, đơn vị cần đảm bảo dòng tiền mạnh và một số rủi ro khó có thể khó giảm thiểu trừ khi được quy định trong thỏa thuận mua bán điện rằng có thể giải quyết các rủi ro như cắt giảm công suất phát điện thông qua cơ chế nhận hoặc thanh toán hoặc các cơ chế đảm bảo khác. Các giao dịch tài trợ dự án lớn trong lĩnh vực năng lượng đã được thực hiện tại các nhà máy nhiệt điện theo hình thức xây dựng - vận hành - chuyển giao (BOT), song những giao dịch này có được là nhờ sự phối hợp tham gia của ngân hàng quốc tế lớn. Điều này đạt được là nhờ tính linh hoạt trong đàm phán các điều khoản của thỏa thuận mua bán điện theo luật PPP và có sẵn các cam kết bảo lãnh của chính phủ.

Các ngân hàng Việt Nam chưa có nhiều kinh nghiệm xây dựng cấu trúc nguồn tài chính miễn truy đòi và phê duyệt tài trợ dựa trên các thông tin cơ bản của dự án năng lượng tái tạo thay vì dựa trên năng lực tài chính. Quy định (Thông tư 22) cũng đặt ra giới hạn về cho vay dài hạn sử dụng tiền gửi ngắn hạn, nhấn mạnh tính cần thiết trong cải thiện khả năng tiếp cận các nguồn vốn dài hạn. Ngoài ra, mức xếp hạng rủi ro tín dụng cao (Thông tư 41 của NHNN) áp dụng cho các khoản vay tài trợ dự án là 160% mà không tính đến cấu trúc cơ bản của dự án đã tạo ra rào cản lớn đối với hoạt động tài trợ vốn miễn truy đòi hoặc hạn chế truy đòi. Hướng dẫn tiêu chuẩn Basel II áp dụng tại các quốc gia khác quy định tài trợ cho một dự án bằng cách đánh giá dự án có tỷ trọng rủi ro thấp hơn, thể hiện ở khả năng đảm bảo dòng tiền của dự án, thường được quy định thông qua các PPA dài hạn.

Các dự án hiệu quả năng lượng do các công ty dịch vụ năng lượng (ESCO) phát triển thường được triển khai bởi các công ty tương đối nhỏ có năng lực tài chính hạn chế và thiếu kinh nghiệm xây dựng cấu trúc tài chính của dự án. Do có ít hoặc không có uy tín tín dụng, các ESCO thường gặp thêm nhiều thách thức trong việc tiếp cận tài chính, trong đó yêu cầu cao từ các ngân hàng thương mại về tài sản đảm bảo có thể vượt quá giá trị của dự án và thường vượt quá khả năng của các công ty. Các đơn vị này cần được hỗ trợ thông qua các cơ chế đảm bảo nhắm tới các dự án ít rủi ro hoặc thông qua các quỹ dành riêng cho dự án hiệu quả năng lượng. Các quỹ này nên nhắm mục tiêu vào các dự án có cấu trúc khả năng nhân rộng tốt và giải quyết những rủi ro mà thị trường hiện tại không thể đánh giá đầy đủ để trong tương lai, khi các dự án này chứng minh được tính khả thi về mặt tài chính, thị trường có thể tiếp quản mà không cần loại trừ rủi ro.

Việt Nam cần cải thiện khả năng cung cấp dữ liệu về hiệu suất cho vay đối với dự án hiệu quả năng lượng và hỗ trợ xây dựng năng lực kỹ thuật cho hoạt động thẩm định dự án hiệu quả năng lượng để đánh giá tốt hơn về dòng tiền và mức độ hiệu quả cơ bản của dự án. Việc xây dựng các hợp đồng hiệu quả năng lượng mẫu cũng có thể tạo điều kiện thuận lợi cho việc nhân rộng và tổng hợp dự án cũng như các mô hình kinh doanh cho thuê góp phần nâng cao quy mô dự án lên mức có thể tăng sức hút của những dự án đó đối với các tổ chức tài chính.

Quy định về tài chính bền vững, ngân hàng xanh và trái phiếu xanh

Các chính sách tài chính bền vững của Việt Nam ra đời dựa trên Kế hoạch Hành động Quốc gia về Tăng trưởng Xanh (2014- 2020)[2] và Chiến lược Quốc gia về Tăng trưởng Xanh (2011-2020), trong đó kêu gọi lồng ghép các mục tiêu tăng trưởng xanh trong lĩnh vực tài chính và phát triển các sản phẩm tài chính xanh. Chiến lược này nêu rõ sự cần thiết phải xây dựng các cơ chế và chính sách nhằm khuyến khích các hoạt động xanh trong các tổ chức tài chính và các tập đoàn. Chiến lược chỉ ra nhu cầu sử dụng các công cụ tài chính, tín dụng và dựa trên thị trường để khuyến khích phát triển nền kinh tế xanh, đồng thời cho thấy sự phát triển của hệ thống mua bán khí nhà kính (KNK) cũng như thuế carbon. Chiến lược cũng nhấn mạnh việc sử dụng tín dụng xanh, hỗ trợ phát triển của nước ngoài và hỗ trợ kỹ thuật để thúc đẩy thực hiện chiến lược tăng trưởng xanh của đất nước. Các quy định pháp lý đối với chính sách ngân hàng xanh của Việt Nam được tóm tắt trong lộ trình dưới đây (Hình 6.3).

Hình 6.3. Tóm tắt quy định về Ngân hàng xanh của Việt Nam

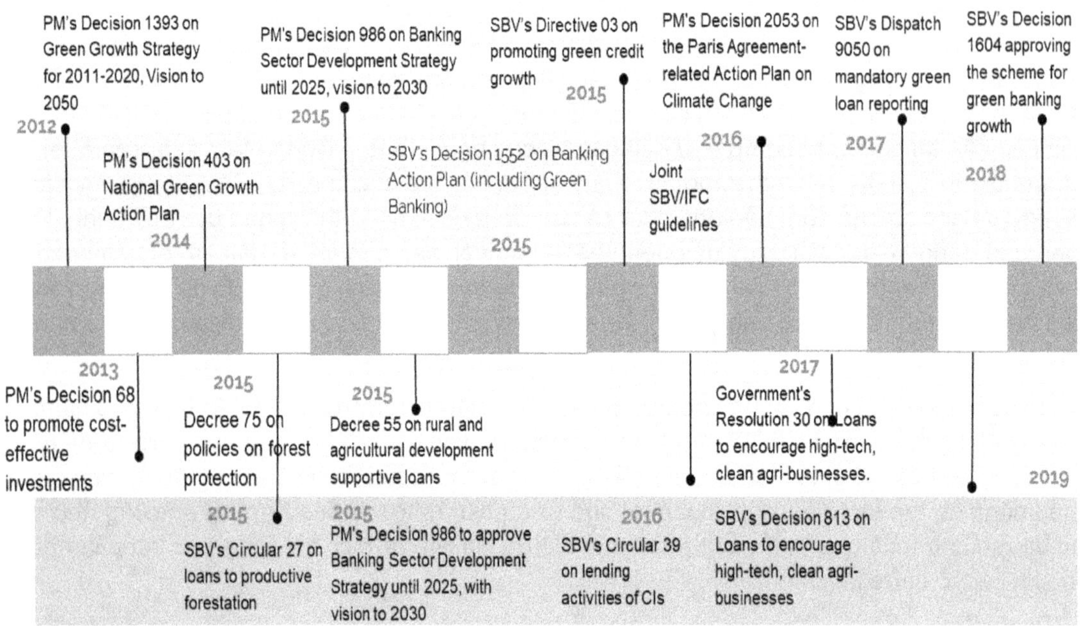

Nguồn: ADB năm 2021

Ngân hàng Nhà nước Việt Nam (NHNN) đã ban hành một số quy định và chính sách tài chính bền vững nhằm thúc đẩy khả năng cung cấp tín dụng xanh và tích hợp các rủi ro về môi trường và xã hội trong hoạt động cho vay của các tổ chức tài chính. Các quy định bao gồm Chỉ thị số 3 từ năm 2015 khuyến khích ngành ngân hàng xem xét các vấn đề phát triển bền vững trong hoạt động cho vay như bảo vệ môi trường, hiệu quả năng lượng, sức khỏe con người và cải thiện chất lượng môi trường. Chỉ thị kêu gọi tăng cường cho vay đối với các hoạt động đóng góp vào mục tiêu tăng trưởng xanh và phát triển bền vững, bao gồm thiết kế các chính sách cho vay xanh đối với các lĩnh vực như hiệu quả năng lượng và năng lượng tái tạo.

Kế hoạch hành động về ngân hàng xanh của Việt Nam

Quyết định số 1552 từ năm 2015 đã đặt ra kế hoạch hành động cho ngành ngân hàng thực hiện chiến lược tăng trưởng xanh của Việt Nam. Quyết định này đã giúp nâng cao nhận thức và xây dựng năng lực cho các tổ chức tài chính trong nước về phát triển tín dụng xanh và các sản phẩm ngân hàng. Quyết định số 1604 GD-NHNN được ban hành vào tháng 8/2018 của NHNN đã phê duyệt Đề án phát triển ngân hàng xanh tại Việt Nam. Đề án này nhằm nâng cao nhận thức và trách nhiệm của doanh nghiệp trong lĩnh vực ngân hàng nhằm tăng tín dụng cho các dự án bền vững về môi trường bao gồm hiệu quả năng lượng và năng lượng tái tạo. Đồng thời đề án cũng hướng tới đảm bảo tất cả các ngân hàng sẽ xây dựng các quy trình nội bộ hỗ trợ ngân hàng xanh. Các quy trình này bao gồm xây dựng khung chiến lược cho ngân hàng xanh; thiết lập chiến lược quản lý rủi ro ESG toàn diện; và xây dựng kế hoạch hành động để mở rộng hoạt động ngân hàng xanh.

Chỉ thị số 3 của NHNN yêu cầu các tổ chức tín dụng cung cấp báo cáo hàng quý về các đợt cấp tín dụng xanh và thực hiện đánh giá rủi ro môi trường và xã hội. Còn Thông tư số 9050/NHNN-TD hướng dẫn triển khai rộng hơn. Khung báo cáo bao gồm 12 nội dung, trong đó có nội dung liên quan tới năng lượng sạch và năng lượng tái tạo. Tuy nhiên, dữ liệu được báo cáo cho toàn bộ ngành mà không có chi tiết ở cấp độ công nghệ hoặc phân ngành. Ngân hàng Nhà nước Việt Nam nên xem xét xây dựng thêm các khung báo cáo để chi tiết hóa và làm việc với các ngân hàng để cải thiện việc gắn thẻ xanh. Điều này đặc biệt quan trọng đối với tín dụng dành cho dự án hiệu quả năng lượng, thường không được phân biệt với các khoản vay doanh nghiệp nói chung. Các định nghĩa về dự án xanh phù hợp với các tiêu chuẩn quốc tế và ASEAN cũng cần được nêu rõ hơn, do đó cần xem xét việc sửa đổi hình thức báo cáo tín dụng xanh hiện tại. Bộ Tài nguyên và Môi trường (Bộ TN & MT) cũng có nhiệm vụ chỉ đạo việc xây dựng phân loại tài chính xanh nhằm đưa ra định nghĩa rõ ràng hơn về các dự án xanh đủ tiêu chuẩn. Đồng thời Bộ cần phối hợp chặt chẽ với NHNN và Bộ CT để đảm bảo tính nhất quán với các kế hoạch và chính sách ngành.

Báo cáo của các tổ chức tài chính đệ trình lên NHNN cho thấy tổng dư nợ tín dụng cho các dự án năng lượng tái tạo là 46,6 nghìn tỷ đồng (2 tỷ USD), chỉ chiếm 0,5% danh mục cho vay trong số các ngân hàng nộp báo cáo. (ADB, 2021[11]) . Chỉ thị cũng yêu cầu tất cả các tổ chức tín dụng chính thức hóa việc quản lý rủi ro môi trường và xã hội (MT&XH) và khuyến khích triển khai các hệ thống quản lý rủi ro MT &XH đối với các hoạt động cho vay, bao gồm việc thường xuyên giám sát các quy trình quản lý rủi ro MT&XH của chính bên vay và công bố thông tin hàng quý.

Để nâng cao độ tin cậy và tạo điều kiện cho việc thẩm định các dự án năng lượng sạch của các tổ chức tài chính, có thể phát triển các công cụ giám sát và đánh giá bổ sung nhằm hỗ trợ xây dựng cơ sở dữ liệu toàn diện về đầu tư và tài chính cho năng lượng sạch. Cơ sở dữ liệu này sẽ giúp giảm nhận thức rủi ro bằng cách cung cấp thông tin chi tiết về hiệu suất dự án, từ đó có thể giảm chi phí tài chính khi cho phép các tổ chức tài chính định giá rủi ro chính xác hơn. Cơ sở dữ liệu cũng sẽ giúp chính phủ và các đối tác phát triển xác định tốt hơn các biện pháp can thiệp để có thể huy động tài chính và đầu tư tư nhân vào các dự án công nghệ năng lượng sạch có thể đang cần hỗ trợ thêm. Trước hết, cơ sở dữ liệu có thể thu thập thông tin về khối lượng tài trợ, chi phí vốn và các bên tham gia để cải thiện tính minh bạch của thị trường.

Việt Nam cam kết hỗ trợ xây dựng các thông lệ tài chính bền vững trong nước và đã triển khai một bộ quy định toàn diện áp dụng cho các phương pháp quản lý rủi ro ESG. Là thành viên của Mạng lưới ngân hàng bền vững, Việt Nam đang tham gia với các cơ quan quản lý tài chính và hiệp hội ngân hàng ở các quốc gia khác để cải thiện các phương pháp đánh giá rủi ro ESG và chia sẻ những thông lệ quốc tế tốt về phát triển tài chính bền vững.

Thực trạng Ngân hàng Xanh tại Việt Nam

Việt Nam đã đạt được những bước tiến ấn tượng trong việc thiết lập khuôn khổ ngân hàng xanh, góp phần cải thiện cho vay trong nước đối với các dự án năng lượng sạch bằng cách nâng cao nhận thức của ngành ngân hàng và khuyến khích phát triển các sản phẩm cho vay xanh nhằm tạo điều kiện cho các dự án năng lượng sạch tiếp cận nguồn vốn trong nước, Cuối năm 2020, 36 tổ chức tín dụng trong nước có dư nợ cho các dự án xanh là 333 nghìn tỷ đồng (14,5 tỷ USD), chủ yếu trong lĩnh vực nông nghiệp và các dự án năng lượng tái tạo. (SBV, 2021[12]) .

Dữ liệu từ cuối tháng 6/2019 cho thấy các dự án năng lượng sạch chiếm xấp xỉ 15% danh mục cho vay theo cơ chế ngân hàng xanh tại Việt Nam, chỉ đứng sau đề án nông nghiệp xanh chiếm gần một nửa tổng dư nợ tín dụng xanh (Hình 6.4). Mặc dù từ năm 2015 đến tháng 6/2019, số vốn cho các dự án xanh vay đã tăng hơn 4 lần, tín dụng xanh vẫn chiếm tỷ trọng rất nhỏ trong tổng khả năng cung cấp tín dụng tại Việt Nam, chỉ đạt hơn 4% vào tháng 6/2019.

Hình 6.4. Phát triển cho vay xanh ở Việt Nam và tỷ trọng theo ngành

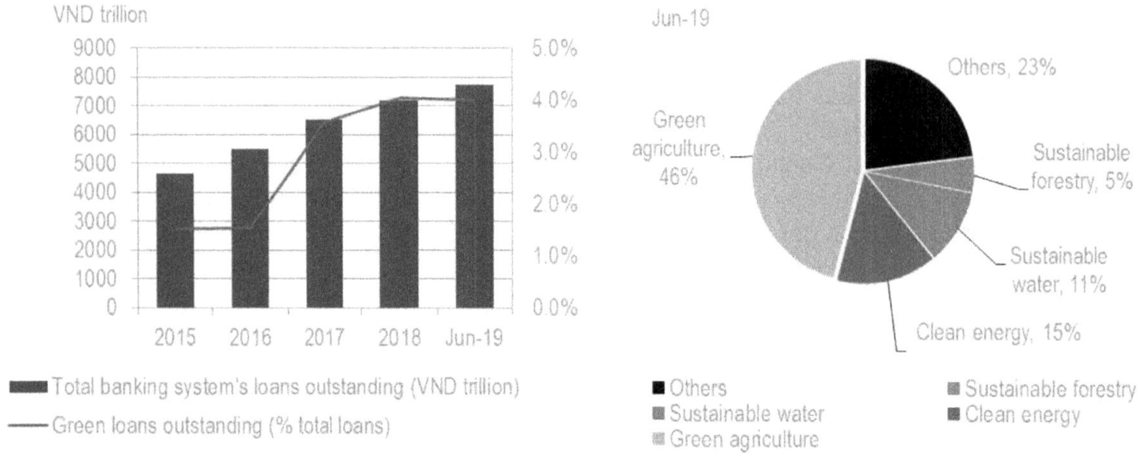

Nguồn: NHNNVN

StatLink https://stat.link/rtiu0g

NHNN đã đạt được thành công ban đầu trong nỗ lực xanh hóa ngành ngân hàng, thể hiện ở sự phát triển ấn tượng của thị trường năng lượng mặt trời, trong đó chủ yếu là các đơn vị phát triển trong nước và nguồn tài trợ trong nước. Đồng thời các đơn vị phát triển trong khu vực và các tổ chức tài trợ cũng đóng một vai trò quan trọng. Để đảm bảo động lực bền vững cho đầu tư vào năng lượng tái tạo và tăng tốc triển khai biện pháp hiệu quả năng lượng, chính phủ cần nỗ lực không ngừng để thúc đẩy ngân hàng xanh trong lĩnh vực tài chính và nâng cao nhận thức nhằm vượt qua các rào cản tiềm ẩn trong quá trình nỗ lực cải thiện và thực hiện các quy định thận trọng.

Lộ trình được nêu trong Thông tư 22 của NHNN cần lùi thời gian thực hiện các khoản vay tối đa từ ngắn hạn đến trung và dài hạn ở mức thấp hơn trong vòng một năm do nhu cầu nới lỏng khả năng cho vay để nâng cao khả năng cung cấp tín dụng cho các doanh nghiệp nhằm kiểm soát những thách thức trong kinh doanh liên quan đến COVID-19. Việc giảm dần từ mức 40% xuống 30% vào tháng 10/2023 nêu trong thông tư sẽ làm giảm đáng kể năng lực cung cấp tín dụng trung và dài hạn của các ngân hàng, cũng như làm giảm thanh khoản tín dụng của thị trường trong nước. Các quy định thận trọng này là bước cần thiết để đảm bảo tính bền vững tài chính của hệ thống ngân hàng, nhưng lại tạo thêm thách thức cho hoạt động tài trợ vốn cho các dự án năng lượng sạch và gây áp lực lên các ngân hàng trong việc huy động thêm nguồn vốn để có thể tăng vốn tài trợ.

Sự phát triển của các phương tiện thị trường vốn, như trái phiếu xanh, và tạo điều kiện cho chứng khoán hóa để tái cấp vốn cho các dự án đang hoạt động là một cách để giải quyết các vấn đề thanh khoản. Cần xây dựng quy định cho thị trường tài chính để tạo khung pháp lý toàn diện về trái phiếu xanh (việc phát triển trái phiếu xanh được thảo luận bên dưới) cũng như cho phép chứng khoán hóa các khoản vay hiện có. Đến nay, việc tái cấp vốn vẫn còn hạn chế và chủ yếu diễn ra thông qua các ngân hàng phát triển như việc tái cấp vốn năm 2021 cho dự án điện mặt trời 240 MW Dầu Tiếng 2[3] và thông qua các ngân hàng quốc doanh như Vietcombank, BIDV và Agribank đã tái cấp vốn cho các ngân hàng tham gia với lãi suất thấp hơn.

Trái phiếu xanh tạo ra cơ hội hấp dẫn để huy động vốn dài hạn trên quy mô lớn

Thị trường trái phiếu xanh của Việt Nam hầu như chưa được khai thác, trong đó mới chỉ có lượng nhỏ hai trái phiếu xanh đô thị được Thành phố Hồ Chí Minh và Vũng Tàu phát hành vào năm 2016. Được niêm yết trên Sở Giao dịch Chứng khoán Hà Nội, hai đợt phát hành thí điểm này đã huy động được lần lượt 25 triệu USD và 4 triệu USD để tài trợ cho cơ sở hạ tầng cấp nước. Kể từ đó chưa có trái phiếu xanh nào khác được phát hành. Một cuộc khảo sát về các ngân hàng thương mại tại Việt Nam do Viện Tăng trưởng Xanh Toàn cầu (GGGI) thực hiện vào năm 2020 cho thấy việc thiếu khung pháp lý về trái phiếu xanh là thách thức chính trong việc thúc đẩy thị trường trái phiếu xanh tại Việt Nam(GGGI, 2020[13]). Cuộc khảo sát này cũng nhấn mạnh việc chưa có thủ tục nội bộ cho các khoản đầu tư trái phiếu xanh cũng như danh mục dự án không đầy đủ (các tổ chức phát hành trái phiếu xanh) cũng là những trở ngại lớn.

Nghị định 163 do Chính phủ ban hành năm 2018 là khung pháp lý đầu tiên dành cho các đợt phát hành trái phiếu doanh nghiệp và hỗ trợ lộ trình phát triển thị trường trái phiếu của Việt Nam trong giai đoạn 2017-2020. Mặc dù nghị định này khuyến khích việc sử dụng trái phiếu doanh nghiệp cho các dự án xanh, nhưng vẫn chưa làm rõ các định nghĩa đã chuẩn hóa về dự án xanh. Công tác xây dựng khung pháp lý toàn diện cho trái phiếu xanh là cần thiết để thiết lập thị trường trái phiếu xanh tại Việt Nam. Đồng thời ngoài các định nghĩa chuẩn hóa, chính phủ cũng cần có hướng dẫn cho các đợt phát hành, khuôn khổ báo cáo và các tiêu chuẩn về công bố thông tin.

Diễn đàn Thị trường vốn ASEAN đã đưa ra Tiêu chuẩn về Trái phiếu Xanh, Xã hội và Bền vững dựa trên các Nguyên tắc Trái phiếu Xanh, Xã hội và Bền vững của ICMA. Với tư cách là thành viên của diễn đàn này, Việt Nam nên điều chỉnh các định nghĩa và chính sách về trái phiếu xanh trong tương lai cho phù hợp với tiêu chuẩn quốc tế này. Nhiều nền kinh tế thành viên ASEAN bao gồm Indonesia, Malaysia, Thái Lan và Philippines đã huy động được hàng tỷ USD vốn tài trợ quốc tế thông qua trái phiếu xanh. Việt Nam nên đánh giá tiềm năng này để đáp ứng các yêu cầu về vốn dài hạn của quốc gia thông qua trái phiếu xanh.

Việc phát hành trái phiếu xanh và khoản vay trên toàn cầu đạt 258 tỷ USD vào năm 2019, tăng hơn 50% so với năm 2018. Tại ASEAN, năm 2019 cũng chứng kiến sự gia tăng mạnh về phát hành trái phiếu xanh và khoản vay đạt 8,1 tỷ USD, tăng gần gấp đôi so với năm 2018 (Climate Bonds Initiative, 2020[14]) . Từ năm 2016 đến 2019, khu vực này đã thực hiện xong tổng cộng 39 đợt phát hành trái phiếu xanh/khoản vay/trái phiếu Sukuk với tổng giá trị tích lũy là 13,4 tỷ USD (Hình 6.5). Các lĩnh vực xây dựng và năng lượng chiếm 2/3 tổng số vốn huy động được từ các khoản vay và trái phiếu xanh tại ASEAN. Năm 2019, các đợt phát hành của công ty tài chính chiếm tỷ trọng lớn nhất là hơn 29% trong số tiền huy động được, tiếp theo là các công ty phi tài chính chiếm 27% và trái phiếu chính phủ chiếm 15% số vốn huy động được.

Hình 6.5. Các doanh nghiệp dẫn đầu các đợt phát hành trái phiếu xanh và khoản vay ở ASEAN

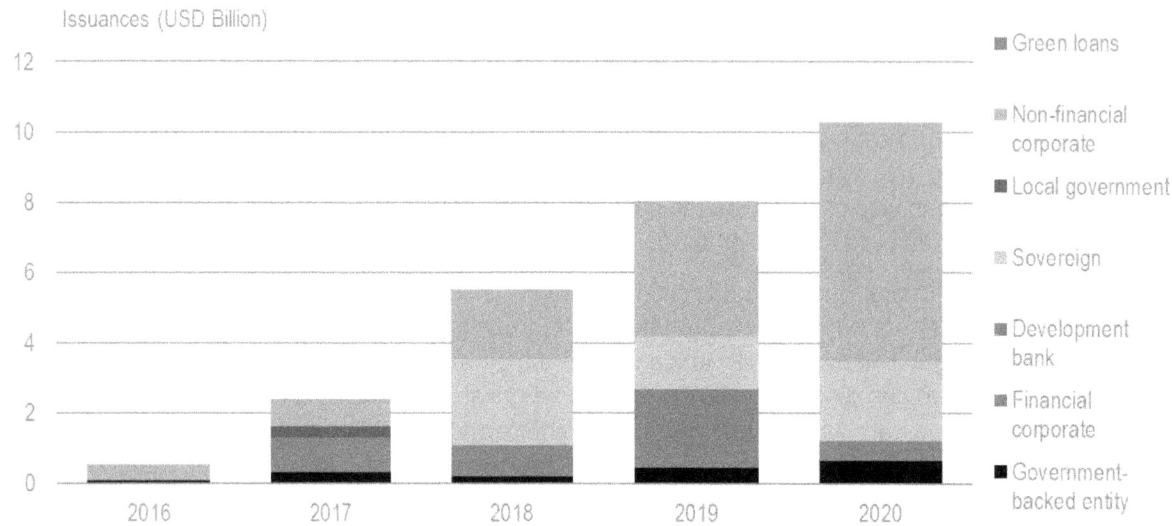

Nguồn: Sáng kiến Trái phiếu Khí hậu 2021

StatLink https://stat.link/sycowl

Cộng đồng tài chính phát triển có thể đóng vai trò quan trọng trong việc giúp Việt Nam tiếp cận nguồn vốn dài hạn thông qua thị trường trái phiếu xanh quốc tế. Điều này có thể đạt được thông qua gói hỗ trợ kỹ thuật để thiết lập khung pháp lý trái phiếu xanh phù hợp, chuẩn bị cho các đợt phát hành, nâng cao năng lực cho các tổ chức phát hành tiềm năng, xây dựng các công cụ giảm rủi ro (bảo lãnh hoặc điều chỉnh nợ) để tăng sức hút của các đợt phát hành đối với các nhà đầu tư quốc tế và thông qua trực tiếp đầu tư vào trái phiếu xanh (OECD, 2021[15]) . Nhiều đối tác phát triển và ngân hàng phát triển đa phương như Ngân hàng Phát triển Châu Á (ADB), Ngân hàng Thế giới (WB), GGGI của Đức và Anh hiện đang cung cấp gói hỗ trợ kỹ thuật cho Việt Nam để hỗ trợ phát triển thị trường trái phiếu xanh. Gói hỗ trợ kỹ thuật của ADB có mục tiêu hỗ trợ Việt Nam phát triển thị trường trái phiếu xanh trong nước có tiềm năng tăng trưởng đáng kể và là nguồn tài chính nội tệ tốt.

Ở những thị trường khác, các tổ chức tài chính phát triển đóng vai trò then chốt trong việc khởi động thị trường trái phiếu xanh. Các nhà đầu tư tư nhân mới gia nhập thị trường quan tâm tới việc cùng đầu tư với các tổ chức tài chính phát triển (DFI) vì các tổ chức này thường có ảnh hưởng chính trị mạnh mẽ tại quốc gia phát hành, nhờ đó có thể giảm rủi ro. Để thu hút hàng nghìn tỷ từ các nhà đầu tư thuộc tổ chức quốc tế, quốc gia cần triển khai ở quy mô lớn (thường là các đợt phát hành từ 500 triệu USD trở lên) và trái phiếu có mệnh giá bằng ngoại tệ mạnh. Mặc dù lĩnh vực năng lượng sạch của Việt Nam là thị trường rất hấp dẫn đối với các nhà đầu tư quốc tế đang tìm kiếm cơ hội đầu tư xanh, song các yêu cầu về tính thanh khoản và ngoại tệ mạnh đang là thách thức đối với hầu hết các doanh nghiệp và tổ chức phát hành trái phiếu trong nước trong lĩnh vực năng lượng sạch của Việt Nam và có thể cần sự tham gia của chính phủ trung ương.

Thị trường trái phiếu xanh của Indonesia được thúc đẩy bởi các đợt phát hành lớn trái phiếu chính phủ đã hỗ trợ đầu tư vào các dự án năng lượng sạch cùng với các dự án xanh khác. Cho đến nay, quốc gia này đã huy động được tổng cộng 3,2 tỷ USD từ các đợt phát hành trái phiếu xanh Green Sukuk, bao gồm 2,75 tỷ USD từ ba đợt phát hành quốc tế và 490 triệu USD (6,88 nghìn tỷ IDR) từ hai đợt phát hành trong nước. Ngoài các đợt phát hành trái phiếu chính phủ kể trên, cũng đã có ba tổ chức tài chính phát hành trái phiếu xanh doanh nghiệp. Tháng 11/2019, chính phủ Indonesia cũng phát hành trái phiếu chính phủ Green Sukuk xanh bán lẻ đầu tiên trên thế giới, huy động được 1,46 nghìn tỷ IDR (150 triệu USD) từ các nhà đầu tư bán lẻ tại thị trường trong nước. Tiếp nối thành công này, tháng 12/2020, chính phủ phát hành tiếp trái phiếu sukuk xanh bán lẻ thứ hai, huy động được 5,4 nghìn tỷ IDR (557 triệu USD), đạt được khối lượng mua cao nhất và thu hút số lượng nhà đầu tư lớn nhất trong lịch sử phát hành trái phiếu Savings Sukuk. Hơn một nửa số nhà đầu tư mới tham gia đợt phát hành này thuộc thế hệ Millennial (thế hệ Thiên niên kỷ) (chiếm (56,7%). Kinh nghiệm phát triển thị trường trái phiếu xanh của Indonesia có thể là những bài học bổ ích cho Việt Nam trong quá trình xem xét phát triển thị trường này (Hộp 6.2).

Hộp 6.2. Bài học từ kinh nghiệm phát triển thị trường trái phiếu xanh của Indonesia

Để hỗ trợ thực hiện quy định tài chính bền vững và tạo điều kiện cho việc chuyển dịch sang các sản phẩm tài chính bền vững, cơ quan dịch vụ tài chính Indonesia (OJK) đã ban hành Quy định số 60/2017 nêu rõ các điều kiện phát hành trái phiếu xanh tại thị trường trong nước. Quy định chỉ ra 11 lĩnh vực đủ điều kiện (bao gồm năng lượng tái tạo và hiệu quả năng lượng) được coi là dự án xanh và phù hợp với Nguyên tắc Trái phiếu Xanh và Tiêu chuẩn Trái phiếu Xanh ASEAN do Hiệp hội Thị trường Vốn Quốc tế (Capital Market Association) ban hành. Các tổ chức phát hành cũng được yêu cầu báo cáo về việc sử dụng tiền bán trái phiếu. Đồng thời, lợi ích môi trường từ các dự án này phải được báo cáo và xác minh bởi một bên thứ ba độc lập.

Indonesia là quốc gia đầu tiên phát hành trái phiếu xanh Green Sukuk của chính phủ vào năm 2018, huy động được 1,25 tỷ USD trên thị trường trái phiếu nước ngoài. Trong khi trái phiếu xanh cần đáp ứng các ngưỡng môi trường nhất định, trái phiếu xanh Green Sukuk cũng phải tuân thủ các nguyên tắc đầu tư của Sharia, trong đó không chỉ có các cân nhắc về môi trường mà còn bao gồm cả cân nhắc về tính bền vững và phúc lợi khác cũng như loại trừ một số khoản đầu tư không được phép theo luật Sharia. Sau đợt phát hành đầu tiên, Indonesia tiếp tục phát hành trái phiếu vào các năm 2019, 2020 và huy động được thêm 1,5 tỷ USD để tài trợ cho các dự án xanh bao gồm các dự án về hiệu quả năng lượng và năng lượng tái tạo. Việc phát hành trái phiếu xanh Green Sukuk trên thị trường toàn cầu trong năm 2020 đã đạt được những thành tựu đáng chú ý như đạt được mức trái tức thấp nhất cho kỳ hạn 5 năm, số lượng đăng ký vượt mức đạt 7,4 lần và thu hút được tỷ lệ Nhà đầu tư Xanh cao hơn (34% so với tỷ lệ 29% của 2 lần phát hành trước).

Cho đến nay, Indonesia đã huy động được tổng cộng 3,2 tỷ USD từ phát hành trái phiếu xanh Green Sukuk, bao gồm 2,75 tỷ USD từ ba đợt phát hành quốc tế và 490 triệu USD (6,88 nghìn tỷ IDR) từ hai đợt phát hành trong nước. Ngoài các đợt phát hành trái phiếu chính phủ kể trên, cũng đã có ba tổ chức tài chính phát hành trái phiếu xanh doanh nghiệp. Tháng 11/2019, chính phủ Indonesia cũng phát hành trái phiếu chính phủ Green Sukuk bán lẻ đầu tiên trên thế giới, huy động được 1,46 nghìn tỷ IDR (150 triệu USD) từ các nhà đầu tư bán lẻ tại thị trường địa phương. Tiếp nối thành công này, tháng 12/2020, chính phủ phát hành tiếp trái phiếu xanh Green Sukuk bán lẻ lần thứ hai, huy động được 5,4 nghìn tỷ IDR (557 triệu USD), đạt được khối lượng mua cao nhất và thu hút số lượng nhà đầu tư lớn nhất trong lịch sử phát hành trái phiếu Sukuk.

Hơn một nửa số nhà đầu tư mới tham gia đợt phát hành này thuộc thế hệ Milennial (thế hệ Thiên niên kỷ) (chiếm (56,7%). Mặc dù số tiền tương đối nhỏ và kỳ hạn ngắn chỉ 2 năm, nhưng đây là những dấu mốc quan trọng trong quá trình chuyển đổi sang hướng tài chính bền vững hơn. Thứ nhất, điều này chứng tỏ rằng các nhà đầu tư bán lẻ có nhu cầu mua trái phiếu xanh và cho phép đa dạng hóa danh mục nhà đầu tư, đặc biệt là các nhà đầu tư thế hệ millennial là đối tượng chính của đợt phát hành này; thứ hai, việc phát hành được thực hiện trực tuyến hoàn toàn bằng cách sử dụng một nền tảng do Bộ Tài chính phát triển, đặt nền móng cho các đợt phát hành tiếp theo với chi phí tương đối thấp, cho thấy năng lực của fintech trong việc giúp giảm chi phí tài chính cũng như tăng cường tài chính toàn diện; thứ ba, việc này giúp nâng cao nhận thức về tầm quan trọng khi đầu tư vào các giải pháp để đối phó với biến đổi khí hậu, cũng như vai trò của các cá nhân tham gia, là một phần của giải pháp vì giá trị đăng ký trái phiếu tối thiểu được cố định chỉ ở mức 1 triệu IDR (70 USD) khiến một bộ phận đáng kể dân số có thể tiếp cận trái phiếu này.

Vai trò của tài chính phát triển

Các tổ chức tài chính phát triển đã tích cực hỗ trợ Việt Nam phát triển ngành năng lượng sạch cả về cung cấp hỗ trợ kỹ thuật và tài trợ cho các dự án hiệu quả năng lượng và năng lượng tái tạo. Các ngân hàng phát triển đa phương như Ngân hàng Thế giới và ADB đã và đang hợp tác chặt chẽ với chính phủ để cung cấp hỗ trợ kỹ thuật cho các nhà hoạch định chính sách, các nhà phát triển dự án và khu vực tài chính nhằm góp phần củng cố hệ sinh thái năng lượng sạch của Việt Nam. Nhiều ngân hàng phát triển song phương như KfW (Ngân hàng Tái thiết Đức), AFD (Cơ quan Phát triển Pháp) và JBIC (Ngân hàng Hợp tác Quốc tế Nhật Bản) cùng nhiều ngân hàng khác cũng đang tài trợ cho các dự án năng lượng sạch và thông tin tổng quan về một số chương trình tài chính phát triển lớn được nêu trong Bảng 6.2 dưới đây.

Năm 2017, Chính phủ Việt Nam và các đối tác phát triển quốc tế đã thành lập Nhóm Đối tác Năng lượng Việt Nam (VEPG) để tăng cường đồng- hợp tác cũng như trao đổi chuyên môn và kiến thức về lĩnh vực năng lượng. Mục tiêu của VEPG là tạo điều kiện hỗ trợ quốc tế hiệu quả hơn nhằm giúp Việt Nam đạt được các mục tiêu năng lượng bền vững. Điều này đạt được thông qua cung cấp một nền tảng cho các cuộc đối thoại chính sách cấp cao, một nền tảng để điều chỉnh vốn ODA với các mục tiêu về năng lượng và khí hậu của Việt Nam, một nền tảng để điều phối hỗ trợ kỹ thuật và thông qua chia sẻ thông tin với các đối tác. Các hoạt động của VEPG được thực hiện bởi 5 nhóm công tác kỹ thuật chuyên đề bao gồm năng lượng tái tạo, hiệu quả năng lượng, cải cách ngành năng lượng, tiếp cận năng lượng và dữ liệu và thống kê năng lượng. Mỗi nhóm công tác được điều hành bởi hai đồng chủ tịch đại diện cho Bộ Công Thương và một trong những đối tác phát triển, điều này tạo điều kiện cho việc phối hợp và hỗ trợ hiệu quả hơn giữa các đối tác nhằm đáp ứng các ưu tiên về năng lượng sạch thông qua hỗ trợ kỹ thuật và tài chính có mục tiêu.

Bảng 6.2. Các chương trình năng lượng sạch tiêu biểu có hỗ trợ từ DFI

	Các chương trình tiêu biểu
ADB	Khoản vay 100 triệu USD để tài trợ cho dự án năng lượng từ rác thải đô thị Khoản vay 37 triệu USD để tài trợ cho dự án điện mặt trời nổi Đa Mi có công suất 47,5 MW Khoản vay 116 triệu USD (trong tổng số hợp vốn 173 triệu USD) để tài trợ cho dự án điện gió trên đất liền 144MW Khoản tín dụng xanh đầu tiên được chứng nhận của Việt Nam trị giá 27,9 triệu USD (trong tổng số hợp vốn 186 triệu USD) để tài trợ cho dự án điện mặt trời 257MW Khoản vay 24,5 triệu USD (trong tổng vốn hợp vốn 160,5 triệu USD) để tái cấp vốn cho dự án điện mặt trời 240MW Dầu Tiếng 2 - Tây Ninh
AFD	Khoản vay 24 triệu euro tài trợ cho EVN trong dự án điện mặt trời Sê San 4 và các khoản vay dự kiến khác cho EVN để mở rộng nhà máy thủy điện Laly và nâng cấp lưới điện
IFC	Khoản vay 57 triệu USD cho các dự án điện gió trên đất liền Phú Lạc 2 và Lợi Hải 2
JBIC	Hạn mức tín dụng 200 triệu USD cho Vietcombank để tài trợ các dự án năng lượng tái tạo
EU	Khoản tài trợ 100 triệu euro để hỗ trợ chính sách ngành năng lượng và tài trợ

	cho dự án tiếp cận năng lượng, năng lượng tái tạo, hiệu quả năng lượng và dữ liệu năng lượng
EU	Chương trình Chuyển đổi Năng lượng Bền vững - Khoản tài trợ 142 triệu Euro để hỗ trợ nâng cao hiệu quả năng lượng, tăng cơ cấu năng lượng tái tạo và cải thiện hệ thống thông tin năng lượng
KfW	Khoản tài trợ 14,5 triệu euro để bổ sung vốn cho các đơn vị sản xuất điện (IPP) mặt trời và điện gió độc lập
WB	Rất nhiều khoản tài trợ bao gồm lập bản đồ năng lượng tái tạo, phát triển điện mặt trời mái nhà, thiết kế và triển khai đấu thầu năng lượng mặt trời, và khoản vay/hỗ trợ hỗn hợp 411 triệu USD để tài trợ dự án Thủy điện Trung Sơn. WB cũng sẽ hỗ trợ phát triển thị trường tài trợ thương mại cho các khoản đầu tư vào hiệu quả năng lượng công nghiệp với khoản tài trợ trị giá 11,3 triệu USD kết hợp với khoản bảo lãnh 75 triệu USD của Quỹ khí hậu xanh nhằm thiết lập cơ sở chia sẻ rủi ro để mở rộng quy mô các khoản vay thương mại dành cho hiệu quả năng lượng.

Nguồn: Khảo sát đối tác Dự án VEPG 2020[4] và(World Bank, 2021[16]).

Từ năm 2001 đến 2017, các tổ chức tài chính phát triển đã hỗ trợ gần 2 tỷ USD cho các dự án năng lượng tái tạo, trong đó thủy điện chiếm tỷ trọng tài trợ lớn nhất trong giai đoạn này (Hình 6.5). Do phần lớn tiềm năng thủy điện trong nước hiện đã được khai thác , nên gần đây, nguồn tài chính đã chuyển sang các công nghệ năng lượng tái tạo khác như năng lượng mặt trời và sinh khối. Đặc biệt trong năm 2016 nổi bật lên các dự án năng lượng mặt trời do nhận được phần lớn tài trợ của DFI cho sản xuất điện từ năng lượng tái tạo. Những khoản đầu tư ban đầu này cho thấy các dự án điện mặt trời có tính khả thi và củng cố niềm tin của các ngân hàng trong nước khi cho các dự án năng lượng mặt trời vay vốn. Ngoài các giá trị được trình bày bên dưới, DFI còn là nguồn tài trợ quan trọng cho việc mở rộng cơ sở hạ tầng lưới điện truyền tải và phân phối của Việt Nam.

Hình 6.6. Tài trợ cho năng lượng tái tạo của các tổ chức tài chính phát triển

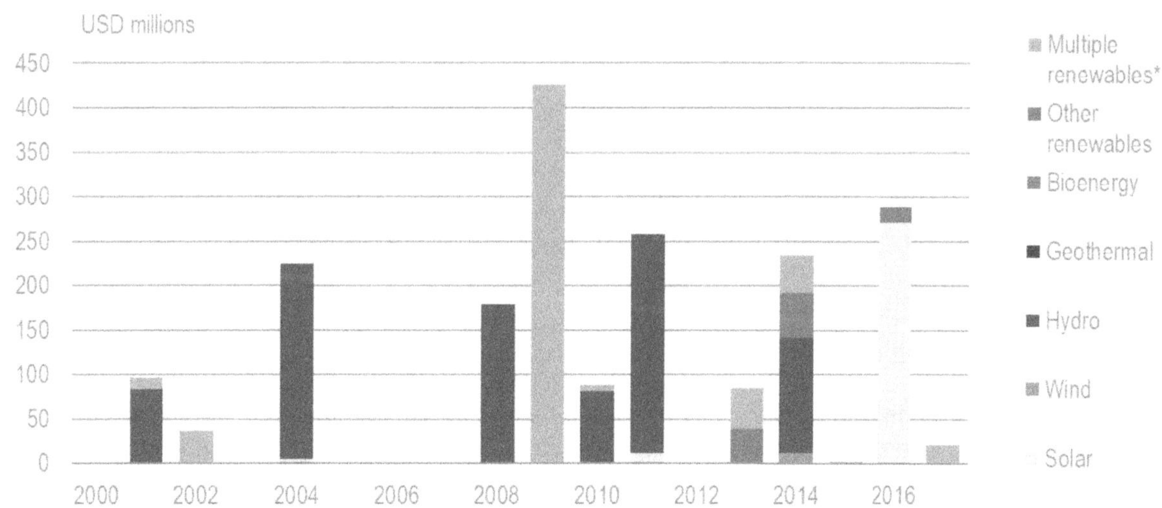

Nguồn: Dòng tài chính cho năng lượng tái tạo của IRENA (2020)

StatLink https://stat.link/m7nvf4

Do nền kinh tế Việt Nam phát triển và đạt mức thu nhập trung bình thấp, hỗ trợ ODA cho năng lượng sạch đã chuyển từ viện trợ không hoàn lại và cho vay ưu đãi sang vốn vay không ưu đãi và hỗ trợ kỹ thuật. Việc mở rộng thị trường điện mặt trời mái nhà và quy mô lớn gần đây được hưởng lợi nhờ khả năng cấp tín dụng trong nước và khu vực, với sự can thiệp của các tổ chức tài chính phát triển đóng vai trò trong các dự án rất lớn như dự án điện mặt trời 275 MW ở tỉnh Phú Yên hoặc hỗ trợ triển khai các công nghệ mới như dự án điện mặt trời nổi 47,5 MW tại tỉnh Bình Thuận. Cả hai dự án đều thu hút các ngân hàng quốc tế và cũng được hưởng lợi từ nguồn tài trợ của ADB và Quỹ Cơ sở hạ tầng Khu vực Tư nhân Châu Á, một quỹ đặc biệt do ADB thành lập để đồng tài trợ cho các dự án cơ sở hạ tầng không phải của chính phủ và được hỗ trợ bởi các đối tác phát triển như JICA.

Các chương trình hỗ trợ phát triển năng lượng sạch hiện nay tương đối tập trung vào các chương trình năng lượng tái tạo, trong đó giảm bớt chương trình hướng tới hiệu quả năng lượng và giảm tài trợ trực tiếp cho các dự án về hiệu quả năng lượng. Mặc dù các tổ chức tài chính phát triển đã tích cực hỗ trợ các dự án hiệu quả năng lượng, đặc biệt là hiệu quả năng lượng công nghiệp, tỷ lệ tài trợ tổng thể hiện tại và số lượng các dự án riêng lẻ ít hơn nhiều so với các dự án năng lượng tái tạo. Với đặc điểm quy mô nhỏ của dự án tiết kiệm năng lượng và sự đa dạng của các bên tham gia khiến việc tài trợ trở nên khó khăn hơn và yêu cầu có sự tham gia của chính phủ để tiếp cận nguồn vốn phát triển cũng tạo ra những hạn chế. Giải pháp để vượt qua những thách thức này là thiết lập các chương trình cho vay lại riêng thông qua các ngân hàng trong nước, cơ chế đấu thầu dự án hiệu quả năng lượng của chính phủ và hỗ trợ tài chính cho các công ty dịch vụ năng lượng.

Việt Nam đặt mục tiêu tăng 3-5 GW công suất điện gió ngoài khơi từ năm 2030. Với các dự án riêng lẻ cần vốn đầu tư từ 2-3 tỷ USD, việc tài trợ cho các dự án này sẽ vượt quá khả năng của các tổ chức tài chính trong nước. Việc tài trợ cho điện gió ngoài khơi đòi hỏi tới sự hợp tác giữa ngân hàng trong nước và quốc tế với các tổ chức tài chính phát triển và các cơ quan tín dụng xuất khẩu hỗ trợ thông qua việc cấp bảo lãnh để giúp giảm bớt rủi ro cho các dự án đầu tiên. Các công nghệ năng lượng sạch mới nổi khác như tích trữ năng lượng và các dự án năng lượng từ rác thải cũng sẽ cần được FDI hỗ trợ vì các tổ chức tài chính trong nước không có đủ năng lực kỹ thuật và kinh nghiệm để tài trợ cho các dự án đó.

Mặc dù cho đến nay các ngân hàng trong nước đã rất tích cực tài trợ cho các dự án điện mặt trời và điện gió, song nhiều người cho rằng việc thiếu nguồn vốn dài hạn là một trở ngại lớn. Quy định thận trọng về vốn ngắn hạn đến nợ trung và dài hạn hiện được thiết lập ở mức 30% sẽ cản trở ngành tiếp tục đáp ứng các nhu cầu vốn cho năng lượng sạch trong tương lai trừ khi ngành năng lượng có thể huy động vốn dài hạn. Một số FDI quan tâm hỗ trợ Việt Nam trong phát triển năng lượng sạch và tận dụng nguồn vốn chi phí thấp để tài trợ cho các dự án thông qua các chương trình cho các ngân hàng trong nước vay lại. Tuy nhiên, việc giảm số lượng ban hành bảo lãnh chính phủ theo luật quản lý nợ công đã ngăn cản việc lan rộng hình thức cho các ngân hàng quốc doanh vay lại nợ ưu đãi, trong khi hình thức cho các ngân hàng thương mại tư nhân vay lại thường bị hạn chế ở mức lãi suất gần lãi suất thương mại. Điều này cho đến nay đã hạn chế việc sử dụng các chương trình cho vay lại như một cách để tăng vốn dài hạn cho các dự án năng lượng sạch.

Cơ chế tài chính hỗn hợp để thu hút vốn tư nhân

Các cơ chế tài chính hỗn hợp sử dụng quỹ phát triển để hỗ trợ thúc đẩy tài chính tư nhân thông qua các công cụ giảm rủi ro bao gồm bảo lãnh rủi ro lần đầu và rủi ro một phần, hợp tác đầu tư và kết hợp giữa các bên khác chưa được áp dụng rộng rãi trong lĩnh vực năng lượng sạch ở Việt Nam, mặc dù có kinh nghiệm hay về tài trợ cho cơ sở hạ tầng nước trong nước[5]. Các cơ chế tài chính hỗn hợp khác bao gồm các khoản tài trợ để chuẩn bị dự án và xây dựng cấu trúc dự án. Các tổ chức tài chính phát triển có thể làm việc với chính phủ để xây dựng một nền tảng tài chính hỗn hợp nhiều nhà tài trợ, tương tự như Quỹ Mục tiêu Phát triển Bền vững (SDG) One Indonesia đã nhận được cam kết khoảng 3 tỷ USD.

Quỹ SDG One Indonesia được thiết kế để sử dụng nguồn vốn phát triển chiến lược nhằm thu hút vốn tư nhân. Một ví dụ đáng chú ý về năng lượng tái tạo là việc sử dụng khoản tài trợ của AFD để thiết lập cơ chế tổn thất đầu tiên hỗ trợ tối đa 15% giá trị khoản vay cho một nhà máy thủy điện nhỏ đã giúp giảm thiểu rủi ro và khuyến khích các ngân hàng thương mại khác tài trợ cho dự án. Quỹ SDG One Indonesia được triển khai bởi PT SMI, một doanh nghiệp nhà nước chịu trách nhiệm tài trợ cho các dự án cơ sở hạ tầng. Trong lĩnh vực năng lượng sạch, PT SMI đang xây dựng một chương trình tài chính bằng nguồn vốn tài trợ của AFD để thiết lập một chương trình cho vay chuyên biệt trị giá 150 triệu USD, trong đó có một hợp phần tài trợ bổ sung (5,6 triệu EUR) để hỗ trợ kỹ thuật trong chuẩn bị dự án(AFD, 2020[17]) .

Để các chương trình tài chính hỗn hợp thu về lợi ích tốt nhất, các dự án nên tập trung vào những cơ sở có tiềm năng xúc tác tốt có thể giúp tạo thị trường. Đặc biệt, khi có cơ hội nhân rộng và tiêu chuẩn hóa để chứng minh khả năng tồn tại trên thị trường và chứng minh các mô hình kinh doanh và tài chính mới cho năng lượng tái tạo hoặc các công nghệ tiết kiệm năng lượng chưa được thiết lập. Như được phản ánh trong các nguyên tắc tài chính hỗn hợp của OECD, chính phủ nên triển khai tài chính hỗn hợp để thoát khỏi tài chính ưu đãi và tài chính phát triển công nói chung (OECD, 2018[18]) .

Tại Việt Nam, các quỹ tài chính hỗn hợp có thể giúp hỗ trợ việc tạo ra các thị trường ban đầu cho công nghệ năng lượng sạch chưa phát triển như công nghệ phát điện từ chất thải rắn, công nghệ tích trữ năng lượng, công nghệ tiết kiệm năng lượng trong các tòa nhà thương mại, các dự án làm mát hiệu suất cao phát thải thấp, v.v. Đối với các dự án tiết kiệm năng lượng, các cơ chế cho vay lại đã hoạt động hiệu quả ở các quốc gia như Mông Cổ, trong đó Công ty Tài chính Xanh Mông Cổ (MGFC) được thành lập theo mô hình ngân hàng xanh với nguồn vốn từ Quỹ Khí hậu Xanh, Chính phủ Mông Cổ và liên minh của các ngân hàng thương mại. MGFC cung cấp vốn ưu đãi cho vay lại thông qua các ngân hàng và các tổ chức tài chính phi ngân hàng khác để kết hợp với nguồn vốn thương mại nhằm tài trợ cho các dự án hiệu quả năng lượng trong khu vực dân cư và cho các doanh nghiệp vừa và nhỏ (MGFC, 2020[19]) .

Các tổ chức tài chính chuyên trách và đổi mới thể chế giúp thúc đẩy năng lượng sạch

Quỹ Bảo vệ Môi trường Việt Nam (VEPF) trực thuộc Bộ Tài nguyên và Môi trường là một tổ chức tài chính nhà nước được thành lập để hỗ trợ tài chính cho các dự án hỗ trợ bảo vệ môi trường và đa dạng sinh học. Các hoạt động bao gồm triển khai - công nghệ thân thiện với môi trường, trong đó có các công nghệ về hiệu quả năng lượng và năng lượng tái tạo. VEPF được thành lập với số vốn 1 nghìn tỷ đồng (43 triệu USD), được tài trợ từ ngân sách nhà nước và thông qua thuế môi trường. Ngoài ra chính phủ đang tiến hành nhiều cuộc thảo luận để cho phép VEPF nhận tài trợ từ các tổ chức trong nước và quốc tế, đây có thể là một giải pháp cho việc thiết lập một cơ chế tài chính hỗn hợp chuyên trách như đã nêu ở trên.

VEPF cung cấp các khoản vay ưu đãi cho các dự án môi trường với thời hạn đến 10 năm và lãi suất cố định 2,6%/năm cho tối đa 70% tổng vốn đầu tư của dự án với hạn mức không vượt quá 50% vốn điều lệ của quỹ. Điều này tương đương với khoản vay tối đa khoảng 22 triệu USD cho bất kỳ dự án nào. VEPF cũng có thể đồng tài trợ cho các dự án, nhưng vẫn chưa thực hiện hình thức này. Khi mới thành lập, VEFP có thẩm quyền cấp bảo lãnh cho các dự án, mặc dù không có cơ cấu bảo lãnh nào được thực hiện và quyết định của Thủ tướng Chính phủ vạch ra nhiệm vụ hoạt động của quỹ đã loại bỏ phương án này. Nếu chính phủ và các nhà tài trợ quyết định thiết lập một cơ cấu tài chính hỗn hợp thông qua VEPF thì cần xem xét lại khả năng thực hiện các cơ chế bảo lãnh vì điều này đã được chứng minh là một trong những lợi thế chính của cơ chế tài chính hỗn hợp trong việc huy động vốn tư nhân.

Lĩnh vực năng lượng tái tạo, đặc biệt là các dự án điện mặt trời mái nhà, là một trong những lĩnh vực lớn nhất nhận được vốn tài trợ của VEPF với tổng số được cấp trong năm 2019 và 2020 là 210 tỷ đồng cho 14 dự án điện mặt trời mái nhà. Trong tương lai, VEPF có kế hoạch hỗ trợ các dự án điện mặt trời mái nhà, dự án điện từ chất thải và dự án điện gió. Mặc dù các dự án về hiệu quả năng lượng đủ điều kiện nhận tài trợ của VEPF, nhưng chưa có dự án nào được cấp vốn và cần được coi là ưu tiên trong tương lai. Giới hạn tài trợ hiện tại đối với các dự án riêng lẻ tạo thách thức cho việc đạt tới quy mô dựa trên mô hình tài trợ duy nhất hiện tại được VEPF áp dụng. Điều này cũng có nghĩa là cho đến nay nguồn tài trợ vẫn bị giới hạn ở các dự án năng lượng tái tạo phân tán quy mô nhỏ. Việc chuyển hướng sang đồng tài trợ và dự phòng giảm thiểu rủi ro nhiều hơn có thể cho phép VEPF chủ động hơn trong tài trợ cho các dự án năng lượng tái tạo quy mô lớn.

Các tổ chức tài chính khác do nhà nước kiểm soát có hỗ trợ các dự án năng lượng sạch gồm Ngân hàng Phát triển Việt Nam (VDB), Ngân hàng Đầu tư và Phát triển Việt Nam (BIDV) và nhiều tổ chức khác. Trong đó có một số ngân hàng có chương trình cho vay lại và đã áp dụng với các khoản vay đủ điều kiện ODA của chính phủ (ví dụ 250 triệu EUR từ Ngân hàng Đầu tư Châu Âu trong năm 2009-2012) để tài trợ cho các dự án giảm thiểu biến đổi khí hậu, như các dự án thủy điện nhỏ. Tuy nhiên, ngay sau đó, Việt Nam đã ngừng các khoản vay từ chính phủ cho chương trình cho vay lại vì mong muốn khu vực tư nhân đóng góp vào hoạt động phát triển năng lượng tái tạo cũng như các hạng mục đầu tư vào hiệu quả năng lượng. Tuy nhiên, tiềm năng của khu vực tư nhân bị hạn chế do khả năng tiếp cận tài chính của khu vực này. Để đáp ứng nhu cầu của khu vực tư nhân cũng như các doanh nghiệp nhà nước thiếu vốn, một số ngân hàng đã phải vay trực tiếp từ các nguồn tài trợ nước ngoài. Ngày 26/5/2021, BIDV và Cơ quan Phát triển Pháp (AFD) đã ký thỏa thuận hỗ trợ tín dụng trị giá 100 triệu USD nhằm thúc đẩy đầu tư xanh, tập trung vào các dự án năng lượng tái tạo và hiệu quả năng lượng. Sau khi Liên minh châu Âu mới đây thông qua quy chế Công cụ Hợp tác Quốc tế, Phát triển và Vùng lân cận (NDICI) giai đoạn 2021-2027, Ngân hàng Đầu tư Châu Âu đang xem xét các phương án để hỗ trợ hơn nữa các dự án giảm thiểu biến đổi khí hậu ở cả khu vực công và tư tại Việt Nam.

Cơ chế tài chính xanh có thể giúp thu hút nguồn vốn dài hạn và xây dựng năng lực địa phương

Cơ chế tài chính xanh có thể đóng vai trò quan trọng trong việc vượt qua các rào cản khi huy động tài trợ thương mại cho các dự án năng lượng sạch bằng cách sử dụng công quỹ để thu hút tài chính tư nhân. Mô hình cơ chế tài chính xanh (hay ngân hàng xanh) được thiết kế nhằm giải quyết những hạn chế của thị trường về tài chính cho các khoản đầu tư vào khí hậu. Cơ chế này sử dụng nguồn vốn ưu đãi để kết hợp quỹ công với vốn tư nhân nhằm tạo sự tin tưởng cho nhà đầu tư và giúp giảm chi phí vốn cho các công nghệ mới mang tới giải pháp giảm thiểu hoặc thích ứng với khí hậu. Các công cụ tài chính được sử dụng bởi các quốc gia có ngân hàng xanh hoặc cơ chế tài chính xanh bao gồm nguồn vốn chủ sở hữu và nợ phải trả, đầu tư vào trái phiếu xanh, đầu tư và lập các quỹ để cùng thực hiện các dự án, tài chính ưu đãi, cơ sở cho vay lại, tăng cường tín dụng thông qua khoản lỗ đầu tiên hoặc tài trợ thứ cấp và kéo dài thời hạn, các khoản tài trợ có hoàn lại. Các công cụ này giúp đơn vị phát triển dự án nhỏ hơn đáp ứng các yêu cầu về tài sản thế chấp và thế chấp xanh.

Các ngân hàng xanh hoặc các cơ sở tài chính xanh thường thiết lập các sản phẩm để cấp vốn lặp lại cho thị trường mục tiêu và mục tiêu của họ là huy động tài chính từ các tổ chức tài chính trong nước. Các đơn vị này nên tập trung tài trợ cho các dự án thương mại hoặc gần thương mại (mặc dù một số hỗ trợ các công nghệ mới đầy hứa hẹn để vượt qua các ràng buộc "thung lũng chết" liên quan đến việc triển khai công nghệ và tiếp cận quy mô) có tác động minh chứng mạnh mẽ hoặc tiềm năng có thể nhân rộng để tạo sự tin tưởng cho nhà đầu tư, cũng như xây dựng kiến thức và chuyên môn cho các nhà tài chính địa phương. Tài chính nên tập trung vào bổ sung và thu hút tài trợ thương mại vốn không tài trợ cho một dự án.

Việc hoạt động độc lập với chính phủ có thể giúp tránh được tính bất ổn về chính trị đi kèm từ những thay đổi trong chính phủ. Có thể đạt được sự độc lập này thông qua các khung pháp lý được thiết lập trong quá trình thành lập cơ sở hoặc tổ chức. Bằng phương pháp tiếp cận theo chương trình, cơ chế tài chính xanh cũng có thể giúp giải quyết những bất cập về năng lực (thiếu chuyên môn về năng lượng sạch) trong lĩnh vực tài chính, bao gồm cả việc xây dựng cấu trúc tài chính cũng có thể được hỗ trợ bằng các biện pháp giảm thiểu rủi ro.

Khi sử dụng các khoản viện trợ không hoàn lại hoặc nguồn vốn ưu đãi, các dự án đó phải có tác động xã hội đáng kể và đơn vị phát triển dự án phải được hưởng lợi trực tiếp từ mức lãi suất thấp Khi một lĩnh vực đã phát triển, cơ chế nên loại bỏ dần việc cấp vốn cho các dự án đó và chuyển sang tài trợ cho các lĩnh vực triển vọng khác không có khả năng tiếp cận nguồn vốn thương mại. Cần tiến hành đánh giá chi tiết nhu cầu thị trường để đảm bảo rằng các cơ chế mới đều có mục tiêu cụ thể và có các biện pháp phù hợp để xử lý các rủi ro. Cơ chế như vậy không thể khắc phục những khó khăn về tài chính liên quan đến các rào cản về quy định hoặc chính sách (chẳng hạn như các điều khoản về cấp phép quyền sử dụng đất hoặc PPA) và các cơ chế này không nên được áp dụng trong những tình huống như vậy.

Có thể thiết kế một cơ chế như vậy để tạo điều kiện cho các đơn vị tài trợ có thể sử dụng nguồn vốn có mục tiêu từ các tổ chức tài chính phát triển nhằm thu hút các nhà đầu tư tổ chức quốc tế cung cấp vốn dài hạn trực tiếp cho các dự án năng lượng sạch quy mô lớn hoặc bằng các chương trình cho vay lại thông qua các tổ chức tài chính trong nước. Chi phí nợ cao hiện nay ở Việt Nam là khía cạnh mà cơ chế tài chính xanh có thể hỗ trợ để giảm chi phí tài chính thông qua các cơ chế tài chính hỗn hợp có thể sử dụng tài chính phát triển với chi phí thấp hơn để tăng khả năng tiếp cận các nguồn vốn dài hạn hợp lý hơn.

Nhiều ngân hàng trong nước tại Việt Nam hiện đang hoạt động tích cực trong thị trường điện mặt trời mái nhà và điện mặt trời quy mô lớn cũng như thị trường điện gió trên đất liền. Tuy nhiên, cơ chế tài chính xanh có thể giúp xây dựng kinh nghiệm và bồi dưỡng năng lực về công nghệ năng lượng sạch mới nổi như tích trữ năng lượng, phát điện từ chất thải rắn và các dự án điện gió ngoài khơi có chi phí dự án riêng lẻ cao đòi hỏi phải giảm thiểu rủi ro để có thể huy động đủ vốn, cũng như các dự án hiệu quả năng lượng trong đó việc tổng hợp và tiêu chuẩn hóa dự án có thể giúp tạo điều kiện cho huy động vốn.

Tài liệu tham khảo

ADB (2021), *Regional Technical Assistance Program on Green, Social and sustainable Bond Market Development.* [11]

ADB (2020), *Projects and Tenders*, https://www.adb.org/projects (accessed on 22 December 2020). [23]

AFD (2020), *Promoting renewable energy and climate investments through a green credit line to PT SMI, a key public financial institution of Indonesia*, https://www.afd.fr/en/carte-des-projets/promoting-renewable-energy-and-climate-investments-through-green-credit-line-pt-smi-key-public-financial-institution-indonesia (accessed on 22 December 2020). [17]

Baker McKenzie (2021), *Vietnam: Key highlights of new draft of national power development plan (Draft PDP8).* [6]

Bloomberg (2021), *What Does $500 Billion for Clean Energy Mean for Climate Change?*, https://www.bloomberg.com/news/articles/2021-01-21/what-does-500-billion-for-clean-energy-mean-for-climate-change (accessed on 1 April 2021). [5]

Bold Magvan (2020), *Mongolia Green Finance Corporation*, https://www.slideshare.net/OECD_ENV/bold-magvan-mgfc-mongolia-green-finance-corporation (accessed on 18 December 2020). [28]

Climate Bonds Initiative (2020), *ASEAN Green Finance: State of the Market*, https://www.climatebonds.net/files/reports/cbi_asean_sotm_2019_final.pdf (accessed on 6 April 2021). [14]

Coleman, B. (n.d.), "Assessment of a Social Discount Rate and Financial Hurdle Rates for Energy System modelling in Viet Nam", OECD. [9]

Denimal, F. (2020), *Radical Steps Needed from Vietnam Banking Sector*, https://www.regulationasia.com/radical-steps-needed-from-vietnam-banking-sector/ (accessed on 5 April 2021). [3]

GGGI (2020), *Potential of Green Bond in Viet Nam.* [13]

GIH (2021), *Vietnam - Global Infrastructure Outlook*, https://outlook.gihub.org/countries/Vietnam (accessed on 5 April 2021). [4]

HSBC, C. (2020), *ASEAN Green Finance Report 2019: HSBC & Climate Bonds launch major analysis of green investment and policy directions in SE Asia | Climate Bonds Initiative*, https://www.climatebonds.net/2020/04/asean-green-finance-report-2019-hsbc-climate-bonds-launch-major-analysis-green-investment (accessed on 6 April 2021). [20]

IEA (2019), *Southeast Asia Energy Outlook 2019*, https://www.iea.org/reports/southeast-asia-energy-outlook-2019 (accessed on 12 April 2021). [8]

JBIC (2014), *Project Financing and Political Risk Guarantee for Sarulla Geothermal Power Plant Project in Indonesia*, https://www.jbic.go.jp/en/information/press/press-2013/0331-19526.html (accessed on 22 December 2020). [25]

Keuangan, I. (ed.) (2009), *Economic and fiscal policy strategies for climate change mitigation in Indonesia : Ministry of Finance green paper*, Ministry of Finance, Republic of Indonesia : Australia Indonesia Partnership. [22]

MGFC (2020), *Presentation by Bold Magvan, Mongolia Green Finance Corporation at OECD Focus Group Discussion on developing a green finance facility to catalyse private investment*, https://www.slideshare.net/OECD_ENV/bold-magvan-mgfc-mongolia-green-finance-corporation (accessed on 1 July 2021). [19]

Ministry of Finance, I. (2020), *Green Sukuk: Allocation and Impact Report*, https://www.djppr.kemenkeu.go.id/page/loadViewer?idViewer=9468&action=download (accessed on 8 March 2021). [21]

Muhammed Sayed (2020), *Climate Finance Facility*, Development Bank of Southern Africa, https://www.slideshare.net/OECD_ENV/muhammed-sayed-dbsa-climate-finance-facility (accessed on 18 December 2020). [26]

OECD (2021), *De-risking institutional investment in green infrastructure: 2021 progress update | en | OECD*, https://www.oecd.org/environment/de-risking-institutional-investment-in-green-infrastructure-357c027e-en.htm (accessed on 5 July 2021). [15]

OECD (2020), *Multi-dimensional Review of Viet Nam: Towards an Integrated, Transparent and Sustainable Economy*, OECD Development Pathways, OECD Publishing, Paris, https://dx.doi.org/10.1787/367b585c-en. [1]

OECD (2018), *Making Blended Finance Work for the Sustainable Development Goals*, OECD Publishing, Paris, https://dx.doi.org/10.1787/9789264288768-en. [18]

SBV (2021), "Presentation on bank credit policy contributing to the implementation of green growth". [12]

Steffen, B. (2020), "Estimating the cost of capital for renewable energy projects", http://dx.doi.org/10.1016/j.eneco.2020.104783. [10]

Sylvester, B. (2020), *About the Clean Energy Finance Corporation*, Clean Energy Finance Corporation, https://www.slideshare.net/OECD_ENV/bianca-sylvester-cefc-about-the-cefc-experience-setting-up-a-green-finance-facililty-in-australia (accessed on 18 December 2020). [27]

US International Development Finance Corporation (2019), *Information Summary for the Public PT Energi Bayu Jeneponto*. [24]

World Bank (2021), *Green Climate Fund provide Vietnam with US$86.3 million to spur energy efficiency investments*, https://www.worldbank.org/en/news/press-release/2021/03/08/wb-gcf-provide-vietnam-with-us863-million-to-spur-energy-efficiency-investments (accessed on 7 May 2021). [16]

World Bank (2020), *Vibrant Vietnam Forging the Foundation of a High-Income Economy Main Report*, https://www.mendeley.com/reference-manager/reader/6ed9f731-3ca4-3612-aa71-6e44bbfd64c8/62e8a610-2cba-9619-5bc4-e9e19d214633 (accessed on 12 April 2021). [7]

World Bank (2019), *Unlocking capital markets for Vietnam's future development FINANCE IN TRANSITION*. [2]

Ghi chú

[1] Quyết định số 1604/QĐ-NHNN (năm 2018) về việc phê duyệt đề án phát triển ngân hàng xanh tại Việt Nam https://www.vir.com.vn/green-banking-aims-push-forward-63006.html.

[2] https://www.giz.de/en/downloads/Decision_403-2014-TTg_EN.pdf.

[3] https://www.adb.org/projects/54013-001/main#project-pds.

[4] Danh sách đầy đủ các chương trình đối tác phát triển công bố trên VEPG website.

[5] OECD Progress update on Approaches to Mobilising Institutional investment for Sustainable Infrastructure.

7 Các vấn đề xuyên suốt

Chương này xem xét các vấn đề xuyên suốt có thể cải thiện khuôn khổ tài chính và đầu tư cho năng lượng sạch của Việt Nam, trong đó đánh giá những nỗ lực cải thiện khả năng tích hợp lưới điện trong khu vực nhằm tạo điều kiện thúc đẩy mở rộng nguồn năng lượng tái tạo, cũng như tăng cường đổi mới sáng tạo, nghiên cứu và phát triển năng lượng sạch, từ đó giúp giảm chi phí của công nghệ năng lượng sạch và hỗ trợ phát triển năng lượng sạch trong nước. Chương này cũng trình bày các chương trình giáo dục và đào tạo cần thiết để phát triển các kỹ năng về tài chính và đầu tư cho năng lượng sạch cùng các nỗ lực thúc đẩy bình đẳng giới trong lĩnh vực năng lượng sạch.

Tốc độ phát triển nhanh chóng của thị trường năng lượng tái tạo tại Việt Nam đã mang lại cả những cơ hội và thách thức mang tính xuyên suốt. Nếu không có kế hoạch dài hạn, kỹ lưỡng, những hạn chế về năng lực quản lý tấm quang điện cuối vòng đời có thể gây ra những tác động tiêu cực đến môi trường và làm suy giảm niềm tin của công chúng vào quá trình chuyển dịch năng lượng. Khi Việt Nam bước sang giai đoạn tiếp theo trong triển khai Quy hoạch Phát triển Điện 8, điều quan trọng là phải tạo môi trường thuận lợi để tránh những tác động tiêu cực này và thu được giá trị kinh tế tối đa từ việc quản lý và tái chế nguyên liệu thô. Các sáng kiến về tích hợp lưới điện trong khu vực mang lại nhiều hứa hẹn về hiệu quả về chi phí trong tích hợp năng lượng tái tạo biến thiên. Cho đến nay, mặc dù chưa tạo ra nhiều tiến triển nhưng các sáng kiến đổi mới tập trung vượt qua các thách thức để thiết lập thương mại đa phương cần được ưu tiên. Hoạt động đầu tư đáng kể vào cơ sở hạ tầng năng lượng sạch trong thập kỷ tới và định hình lại hệ thống năng lượng của Việt Nam sẽ mang lại cơ hội thúc đẩy phát triển kinh tế và xã hội trong khu vực. Mặt khác, đó cũng là thách thức cho các cộng đồng có sinh kế phụ thuộc vào các ngành công nghiệp đang giảm sút. Việt Nam cần lập kế hoạch dài hạn để hiểu rõ các khía cạnh xã hội của quá trình chuyển dịch năng lượng và xây dựng các chính sách phù hợp để hỗ trợ các cộng đồng dễ bị tổn thương.

Đánh giá và Khuyến nghị

Khu vực đã có những bước tiến khiêm tốn trong tích hợp hệ thống điện với các dịch vụ tài chính

Lưới điện ASEAN (APG) đang có tiềm năng trở thành nguồn tài nguyên linh hoạt (flexibility resource) chủ chốt, hỗ trợ tích hợp tỷ trọng ngày càng tăng của năng lượng tái tạo biến thiên. Cho tới nay, quá trình phát triển APG chủ yếu vẫn ở cấp độ song phương, các yếu tố hỗ trợ tích hợp năng lượng tái tạo biến thiên (vRE) như quy định hài hòa về đấu nối và thị trường khu vực vẫn đang ở giai đoạn sơ khai. Hầu hết các quốc gia thành viên ASEAN đều có các hình thức liên kết nhất định, với hình thức mua bán điện hầu hết chỉ giới hạn ở các giao dịch một chiều thông qua các thỏa thuận mua bán điện, hoặc giao dịch mua bán điện hai chiều không có đền bù tài chính. Các đường dây truyền tải liên kết xuyên biên giới với hoạt động mua bán điện đa phương, đa chiều trong khu vực ASEAN có thể giúp thúc đẩy hiệu quả sử dụng tài sản và chia sẻ tài nguyên, đem lại lợi ích cho các quốc gia thành viên cũng như toàn khu vực. Sự tham gia của Việt Nam có thể góp phần củng cố quá trình phát triển của APG, đồng thời hỗ trợ tích hợp tỷ trọng ngày càng tăng của năng lượng tái tạo theo Quy hoạch phát triển điện lực (PDP) VIII, đặc biệt là điện gió và điện mặt trời theo cách thức tiết kiệm, tin cậy và bền vững với môi trường.

Tính đến thời điểm hiện tại, quá trình tích hợp các dịch vụ tài chính trong Cộng đồng kinh tế ASEAN mới chỉ đạt được những bước tiến hết sức khiêm tốn. Khi chuyển sang áp dụng tiêu chuẩn BASEL II, các ngân hàng Việt Nam sẽ có cơ hội nắm bắt lợi ích từ quá trình hội nhập tăng cường thông qua Khung hội nhập ngân hàng ASEAN. Việc mở cửa cạnh tranh trong ngành sau khi các ngân hàng Việt Nam đã có đủ năng lực có thể thúc đẩy cao hơn hiệu quả ngành, chuyển giao công nghệ và chuyên môn, đầu tư từ nước ngoài và đa dạng hóa hình thức bảo lãnh cho khách hàng.

Quá trình đổi mới trong lĩnh vực năng lượng sạch sẽ hưởng lợi từ việc xây dựng vững chắc cơ cấu pháp lý vững chắc trong thập kỷ qua và có thể tăng tốc nhờ những hỗ trợ có trọng tâm

Trong thập kỷ qua, Việt Nam đã đạt được bước tiến đáng kể trong việc xây dựng khung pháp lý và môi trường kinh doanh để hỗ trợ đổi mới sáng tạo, đặc biệt là việc điều chỉnh quy định về quyền sở hữu trí tuệ theo chuẩn mực quốc tế và tham gia vào các công ước và hiệp ước quốc tế. Đổi mới trong lĩnh vực năng lượng sạch là điều đặc biệt quan trọng khi các điều kiện trong nước yêu cầu các giải pháp kỹ thuật phải phù hợp với từng quốc gia. Tại Đông Nam Á, công nghiệp điện gió ngoài khơi đang phải đối mặt với những thách thức mới do những yếu tố như động đất, sóng thần, bão cùng các điều kiện địa hình khác với ở châu Âu - nơi tập trung chủ yếu những đổi mới sáng tạo trước đây trong ngành này[1]. Khi điện gió ngoài khơi đạt được những bước tiến mới, hỗ trợ của chính phủ dành cho nghiên cứu và phát triển (R&D) sẽ có cơ hội giúp giảm chi phí năng lượng và tạo ra giá trị trong nước thông qua các giải pháp kỹ thuật thương mại hóa hoặc các quy trình, kỹ thuật hiệu quả hơn. Hoạt động đổi mới tại các mảng khác của lĩnh vực năng lượng sạch cũng có thể mang lại lợi ích, đặc biệt là việc mở rộng quy mô các chương trình đổi mới thí điểm do EVN chủ trì nhằm hỗ trợ quá trình tích hợp năng lượng tái tạo biến thiên. Những chương trình này bao gồm dự án thí điểm mô hình công ty dịch vụ năng lượng (ESCO) và dự án quản lý nhu cầu phụ tải, đều đã được thử nghiệm thành công. Các giải pháp đổi mới nhằm tích hợp các dòng chất thải từ tấm pin quang điện vào chuỗi giá trị tái chế hiện có cũng sẽ là một khía cạnh quan trọng khác được hưởng lợi từ việc lập kế hoạch dài hạn và khung hỗ trợ có mục tiêu.

Cần ưu tiên đảm bảo quá trình chuyển dịch công bằng và toàn diện

Để có được một quá trình chuyển dịch năng lượng sạch toàn diện, cần ưu tiên đảm bảo các cộng đồng địa phương cũng được hưởng lợi từ hoạt động đầu tư năng lượng sạch trên địa bàn. Không nên coi mối liên hệ giữa triển khai năng lượng tái tạo và sự phát triển kinh tế theo hướng nghiên cứu - phát triển, hay giữa kiến tạo việc làm và nâng cao vị thế của khu vực nông thôn là tất yếu. Khung chính sách có mục tiêu cùng với chiến lược dài hạn là những yếu tố tối quan trọng để giúp các cộng đồng nhận được lợi ích từ quá trình chuyển dịch năng lượng sạch transition (Clausen and Rudolph, 2020[1]). Cần ưu tiên thiết lập lộ trình chính sách cho quá trình chuyển dịch năng lượng công bằng xã hội, bao gồm tăng cường tối đa lợi ích chung từ năng lượng tái tạo biến thiên, phát triển công nghiệp xanh và tạo công ăn việc làm, hỗ trợ các doanh nghiệp do phụ nữ lãnh đạo đầu tư vào lĩnh vực năng lượng sạch và mở rộng cơ hội tiếp cận năng lượng sạch. Việt Nam cũng có thể cân nhắc đưa vào khung đấu thầu dành cho các dự án năng lượng tái tạo quy mô lớn những cơ chế với mục tiêu phục vụ lợi ích kinh tế - xã hội của địa phương, chẳng hạn như khuyến khích sự tham gia của cộng đồng (DIIS, 2021[2]).

Mặc dù hoạt động sản xuất điện tại Việt Nam trong các thập kỷ tới sẽ vẫn phụ thuộc vào than, nhưng chính phủ cần tính toán sẵn sàng cách thức chuyển dịch cho những khu vực phụ thuộc chủ yếu vào khai thác than khi ngành này đi vào suy thoái. Việc tái cơ cấu ngành trên quy mô khu vực là một quá trình dài hạn và phải mất hàng thập kỷ để thực hiện. Việt Nam có thể xây dựng tầm nhìn dài hạn cho quá trình dịch chuyển nền kinh tế và xây dựng lại kỹ năng cho đội ngũ lao động bị ảnh hưởng để tìm ra giải pháp hỗ trợ các cộng đồng địa phương, đồng thời hỗ trợ các hoạt động kinh tế đang hình thành, chẳng hạn như các chuỗi giá trị về hiệu quả năng lượng và năng lượng tái tạo.

Việc hỗ trợ các doanh nghiệp do phụ nữ làm chủ có thể giúp thúc đẩy thêm đầu tư vào năng lượng sạch

Để hỗ trợ quá trình chuyển dịch năng lượng bao trùm về giới, sẽ cần từng bước lồng ghép giới vào các nỗ lực giảm thiểu. Việc tăng cường sự đa dạng về giới trong các đội ngũ lãnh đạo sẽ giúp cải thiện chất lượng của hoạt động đổi mới và hiệu quả tài chính của các doanh nghiệp, sau cùng là giúp các nền kinh tế khai thác hiệu quả hơn tiềm năng đổi mới nhằm thúc đẩy chuyển dịch năng lượng sạch. So với các quốc gia có cùng mức độ phát triển, Việt Nam có một trong những môi trường kinh doanh cởi mở nhất với phụ nữ, song các doanh nhân nữ vẫn đang gặp phải nhiều khó khăn trong việc tiếp cận tín dụng và các mạng lưới kinh doanh. Thu thập dữ liệu phân tách theo giới là bước đầu tiên giúp tìm ra các vấn đề và xác định các cơ hội mới. Việt Nam nên được biểu dương với hoạt động thiết lập các Chỉ số Thống kê Quốc gia về phát triển giới nhưng cũng cần thực hiện thêm một bước nữa để xác định các chỉ số về sự tham gia của phụ nữ trong các nỗ lực giảm thiểu và về hoạt động cho vay vốn đối với các doanh nghiệp do phụ nữ lãnh đạo. Vấn đề đa dạng về giới nên được ưu tiên trong các hoạt động huy động đầu tư và cấp vốn cho lĩnh vực năng lượng sạch bằng cách tăng cường hỗ trợ đầu tư qua lăng kính giới (gender lens investing), từ đó đưa đa dạng giới lên làm vấn đề ưu tiên trong việc ra quyết định đầu tư, đồng thời áp dụng các chiến lược cho vay ưu tiên giới tại các ngân hàng. Tại Việt Nam, đã có nhiều hiệp hội hỗ trợ thành công các doanh nghiệp do phụ nữ lãnh đạo thông qua các cơ hội kết nối, cố vấn và đào tạo. Có thể củng cố thêm hoạt động này bằng cách phát triển các mạng lưới hỗ trợ phụ nữ hoạt động trong lĩnh vực công nghệ năng lượng sạch.

Các chương trình mở rộng về phát triển kỹ năng kỹ thuật và cơ chế tài chính xanh sẽ giúp thúc đẩy đầu tư vào năng lượng sạch và tạo đưa việc làm xanh về địa phương

Cũng giống như tại các nền kinh tế OECD, tài chính bền vững là một lĩnh vực mới trong đó các thông lệ tốt nhất vẫn đang thay đổi và thị trường đang thích ứng để phát triển các kỹ năng và chuyên môn cần thiết. Để tích hợp các hệ thống quản lý môi trường và xã hội, các ngân hàng sẽ phải không ngừng nâng cao năng lực, cụ thể là trong việc sử dụng các công cụ định lượng để phân tích rủi ro môi trường. Tính đến nay, các cơ cấu tài trợ dự án miễn truy đòi hoặc hạn chế truy đòi rất hiếm khi được áp dụng cho lĩnh vực năng lượng sạch tại Việt Nam. Việc tăng cường áp dụng các cơ cấu này sẽ hỗ trợ nâng cao hoạt động đầu tư trong nước vào lĩnh vực năng lượng sạch. Việc tài trợ dự án đòi hỏi phải có các nhóm chuyên trách và quy trình bảo lãnh để thực hiện thẩm định chuyên sâu đối với các dự án được xem xét, đánh giá rủi ro về dòng tiền, xây dựng cấu trúc và giảm thiểu rủi ro cho các giao dịch. Chính phủ cần cân nhắc hỗ trợ phát triển kỹ năng thông qua các chương trình đào tạo có mục tiêu trong lĩnh vực này. Giáo dục kỹ thuật và đào tạo nghề cũng là lĩnh vực chủ chốt trong đó các hoạt động đã đi vào triển khai thông qua phối hợp với nhiều đối tác phát triển. Với tốc độ phát triển của nền kinh tế xanh, cụ thể là trong lĩnh vực năng lượng sạch, sẽ có nguy cơ xảy ra sự mất cân đối thị trường lao động, kìm hãm sự phát triển của thị trường. Phương pháp phát triển từng phần các kỹ năng xanh thông qua các chương trình được chia nhỏ có thể làm tăng thêm nguy cơ này. Việt Nam hiện chưa có chiến lược phát triển các kỹ năng xanh giúp đánh giá nhu cầu phát triển kỹ năng, cũng như các hoạt động xây dựng cấu trúc dài hạn theo hướng tiếp cận tích hợp hơn tương ứng với quy hoạch ngành.

Hộp 7.1. Các khuyến nghị chính sách chính về vấn đề hoạt động xuyên suốt

- Đẩy nhanh quá trình tích hợp lưới điện khu vực hướng tới mục tiêu kinh doanh điện đa phương theo sáng kiến Lưới điện ASEAN. Điều này đóng vai trò tối quan trọng trong việc đáp ứng các nhu cầu dịch vụ linh hoạt cần thiết nhằm tăng tỷ trọng năng lượng tái tạo biến thiên trong giai đoạn Quy hoạch điện VIII.
- Đưa ra hỗ trợ có trọng tâm trong việc đổi mới sáng tạo lĩnh vực năng lượng sạch để giảm chi phí sản xuất và hỗ trợ tạo giá trị trong nước. Điều này có thể đặc biệt có ý nghĩa đối với ngành điện gió ngoài khơi, vốn cần có các giải pháp kỹ thuật sáng tạo để thích ứng với điều kiện môi trường địa phương.
- Bắt đầu lập kế hoạch và triển khai khung hỗ trợ phát triển ngành công nghiệp nội địa tái chế tấm pin quang điện dựa trên kinh nghiệm của EU và các thị trường đã phát triển.
- Thu thập dữ liệu phân tách theo giới về sự tham gia của phụ nữ trong lĩnh vực năng lượng sạch để lồng ghép giới vào các nỗ lực giảm thiểu đồng thời khai thác hiệu quả hơn tiềm năng đổi mới nhằm thúc đẩy quá trình chuyển dịch năng lượng sạch. Xây dựng các công cụ đầu tư qua lăng kính giới và chiến lược cho vay ưu tiên giới nhằm hỗ trợ các doanh nhân nữ thực hiện vai trò chủ động trong các hoạt động đầu tư vào lĩnh vực năng lượng sạch.
- Xây dựng chiến lược tích hợp về giáo dục, đào tạo kỹ thuật và dạy nghề cho ngành năng lượng sạch hoặc cho nền kinh tế xanh nói chung nhằm định hướng hoạt động đầu tư và phát triển chương trình.
- Mở rộng các chương trình phát triển kỹ năng trong lĩnh vực ngân hàng để xây dựng, tích hợp các hệ thống quản lý môi trường, xã hội và cơ chế huy động vốn dự án miễn truy đòi hoặc hạn chế truy đòi.

Hội nhập khu vực

Hoạt động mua bán điện trong khu vực có thể hỗ trợ quá trình tích hợp nguồn năng lượng tái tạo biến thiên đem lại hiệu quả về chi phí

Việc tăng cường hội nhập thị trường điện khu vực đem đến một số cơ hội quan trọng cho Việt Nam và các nước láng giềng trong khu vực. Việc mua bán điện giữa các quốc gia cho phép khai thác mang tính bổ sung lẫn nhau nguồn lực vốn có và tài sản hệ thống điện của mỗi quốc gia, đồng thời hỗ trợ tích hợp năng lượng tái tạo biến thiên (vRE) vào hệ thống một cách an toàn, đạt hiệu quả về chi phí. Việt Nam có thể cho phép xuất khẩu năng lượng tái tạo dư thừa trong thời kỳ cung vượt quá cầu, đồng thời cho phép tiếp cận các nguồn cung linh hoạt hơn, cụ thể là thủy điện từ các nước khác để hỗ trợ cân bằng hệ thống. Hoạt động mua bán điện trong khu vực đã trở thành một trong những yếu tố thúc đẩy chủ chốt giúp duy trì chất lượng điện và an ninh năng lượng trong các hệ thống điện đang có tỷ trọng năng lượng tái tạo biến thiên ngày càng tăng cao. Điều này đã được thể hiện đặc biệt rõ ràng ở EU với các giao dịch điện đa phương tại thị trường Nord Pool. Chính phủ Việt Nam hiện đang tham gia vào hai sáng kiến khu vực dài hạn hướng tới hội nhập thị trường điện bao gồm Lưới điện ASEAN (APG) với mục tiêu kết nối thị trường năng lượng của 10 quốc gia thành viên ASEAN và chương trình Tiểu vùng Mê-kông Mở rộng (GMS) với sự tham gia của Campuchia, Trung Quốc, Lào, Myanmar và Thái Lan.

Cả GMS và APG đều đang ở giai đoạn sơ khai, trong đó hầu hết các giao dịch đều chỉ có tính chất song phương, một chiều và có rất ít sự phối hợp do cả hai sáng kiến khu vực này phục vụ mục tiêu của các bên liên quan khác nhau. Việt Nam hiện đang tiến hành giao dịch song phương về điện với các nước láng giềng thông qua các thỏa thuận mua bán điện dài hạn sử dụng hai hình thức truyền tải liên kết qua biên giới. Hình thức thứ nhất là truyền tải điện từ một số nhà máy điện cao thế cụ thể, với có hai đường dây liên kết nhập khẩu điện từ các nhà máy thủy điện Xekaman 1, 3 của Lào (quy mô lần lượt là 290 MW và 250 MW) do Việt Nam tài trợ chính. Việt Nam hiện đang phối hợp với Lào tiến hành quy hoạch thêm các dự án thủy điện (Xekaman 4 và Nậm Mô) trong những năm tới theo biên bản ghi nhớ hợp tác được ký năm 2016 với mục tiêu thúc đẩy "hợp tác và phát triển các dự án thủy điện, liên kết các hệ thống điện và hoạt động mua bán điện" (EVN, 2017[3]). Hình thức liên kết thứ hai là xuất nhập khẩu điện lưới giữa hệ thống điện của hai nước láng giềng. Việt Nam hiện có hai đường dây cao thế ở miền Bắc để mua bán điện với Trung Quốc với công suất truyền tải là 300 MW và 200 MW và một đường dây liên kết điện cao thế mua bán điện với Campuchia với công suất truyền tải là 200MW.

Việc mua bán điện song phương trong các khu vực thuộc APG và GMS tạo ra nền tảng ban đầu quan trọng cho quá trình hội nhập sâu rộng vào thị trường điện, nhưng việc chuyển sang các thỏa thuận mua bán đa phương sẽ giúp các quốc gia hiện thực hóa đầy đủ hơn nữa hiệu quả chi phí và các lợi ích an ninh năng lượng mà hoạt động này có thể mang lại. Hành trình đạt tới thị trường điện đa phương sẽ có rất nhiều thách thức liên quan đến chính trị, kỹ thuật và thể chế. Các thị trường điện trong khu vực đang ở các giai đoạn khác nhau của quá trình phát triển với các cơ cấu quy định (về hoạt động mua bán điện, giá cả và các cơ chế, chính sách hỗ trợ), các yêu cầu về mặt kỹ thuật (như điện áp và tần số vận hành) của mỗi quốc gia là khác nhau, đòi hỏi phải có một quá trình hài hòa hóa. Ngoài ra, cũng cần có sự thống nhất về việc chia sẻ dữ liệu và thông tin - điều mang tính chất chính trị cao và có liên quan đến cơ sở hạ tầng thiết yếu nhạy cảm (Hình 7.1). Sự tham gia của Việt Nam vào giai đoạn sơ khai và có phần rời rạc hiện tại của hai sáng kiến này có thể giúp đẩy mạnh quá trình phát triển đang diễn ra, có tiềm năng hỗ trợ, mang lại sự phối hợp tốt hơn giữa hai sáng kiến.

Hình 7.1. Các điều kiện tiên quyết để xây dựng thị trường điện đa phương

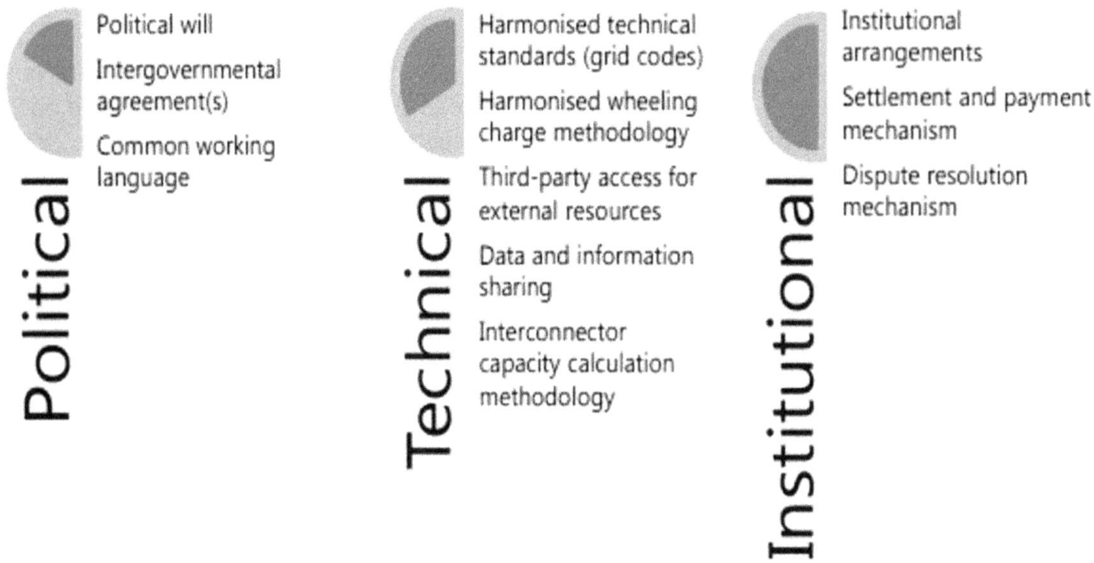

Nguồn: (IEA, 2019[4])

Tính đến thời điểm hiện tại, các hoạt động trong khuôn khổ GMS và APG đã đạt được một số bước tiến nhất định. Thông qua chương trình GMS, quy định dự thảo về đấu nối hài hòa và phương thức truyền tải điện dự thảo đã được ra đời. Tuy các quy định này chưa chính thức triển khai nhưng quá trình phát triển bao gồm năm trên tổng số mười quốc gia thành viên ASEAN đã cho thấy đây có thể là tiền đề khả quan cho việc xây dựng một bộ quy tắc đấu nối hài hòa cho toàn bộ khu vực ASEAN (IEA, 2019[4]). Việt Nam cũng đang thúc đẩy các kế hoạch tự do hóa và phát triển thị trường điện với khung thời gian cụ thể cho từng hoạt động trong những năm tới để chuyển sang thị trường điện bán buôn và bán lẻ tự do hóa hoàn toàn (xem chương 3). Việc thiết lập thị trường điện quốc gia mạnh mẽ và hiệu quả là điều kiện tiên quyết để giúp Việt Nam hội nhập sâu rộng hơn vào thị trường khu vực. Dự án Kết nối Điện giữa CHDCND Lào, Thái Lan, Malaysia, Singapore (LTMS-PIP) có thể đóng vai trò nền tảng giúp đẩy nhanh quá trình hội nhập vào thị trường điện. Trong khuôn khổ vận hành hiện tại của LTMS–PIP, CHDCND Lào sẽ bán điện cho Malaysia qua Thái Lan - quốc gia có vai trò trung chuyển, truyền tải. Tuy nhiên, trong 2 năm tới (2022-2024), chương trình sẽ được mở rộng thêm với việc Singapore xác nhận tham gia vào năm 2020. Hiện tại, Thái Lan đang là quốc gia "trạm trung chuyển" chính nền tảng này, tuy nhiên, các hạng mục đã bắt đầu được triển khai theo LTMS–PIP, chẳng hạn, việc xây dựng phương pháp tính phí truyền tải và các hoạt động đàm phán, sẽ được thực hiện trong hai năm tới có thể giúp hình thành một nền tảng chung hơn cho thị trường đa phương trong khu vực mà Việt Nam có thể hưởng lợi trong trung và dài hạn.

Hội nhập từng bước vào tài chính khu vực có thể đem lại hiệu quả và dòng vốn mạnh mẽ hơn

Kể từ năm 2003, các quốc gia thành viên ASEAN, trong đó có Việt Nam đã cam kết mở rộng và tăng cường hợp tác kinh tế khu vực thông qua tầm nhìn về một Cộng đồng Kinh tế ASEAN (AEC) "đưa ASEAN trở thành khu vực luân chuyển tự do các loại hàng hóa, dịch vụ, đầu tư, lao động có kỹ năng và dòng vốn tự do hơn". Lộ trình để đạt được tầm nhìn trên về AEC đã được đề ra trong bản Kế hoạch tổng thể xây dựng AEC (AEC Blueprint) và các bước để hội nhập thị trường tài chính đã được xây dựng chi tiết hơn trong Lộ trình hội nhập tài chính tiền tệ trong ASEAN (RIA-FIN). Các hoạt động trong RIA-FIN được sắp xếp xoay quanh ba chủ đề là tự do hóa dịch vụ tài chính, phát triển thị trường vốn và tự do hóa tài khoản vốn (loại bỏ các biện pháp kiểm soát vốn và hạn chế dòng vốn).

Đến cuối năm 2015, các quốc gia thành viên ASEAN đã hoàn thành 87% tất cả các biện pháp theo Kế hoạch tổng thể xây dựng AEC và AEC đã chính thức được thành lập (Rillo, 2018[5]). Mặc dù đã đạt được những thành tựu như vừa nêu, quá trình hội nhập tài chính, không chỉ giữa Việt Nam và các nước láng giềng ASEAN mà còn trong toàn khu vực vẫn còn rời rạc, đặc biệt là so với những bước tiến đáng kể đã đạt được trong lĩnh vực tự do hóa thương mại (Thanh, 2015[6]). Tình trạng này có thể xuất phát từ tâm lý cẩn trọng sau cuộc khủng hoảng tài chính tại Châu Á vào cuối những năm 1990 và sự cần thiết phải có một cách tiếp cận dài hạn theo từng bước do sự khác biệt trong việc xây dựng quy định, chính sách giữa các quốc gia thành viên. Việc tăng cường hội nhập tài chính có thể đem đến lợi ích cho Việt Nam dưới nhiều hình thức, bao gồm thu hút dòng vốn lớn hơn, cải thiện hiệu quả phân bổ vốn và chi phí huy động vốn thông qua sự cạnh tranh gay gắt hơn, khả năng phục hồi kinh tế vĩ mô cao hơn, hoạt động chuyển giao công nghệ và chuyên môn quản lý. Tuy nhiên, việc tiến hành hội nhập trước khi thị trường tài chính và hệ thống quy định, chính sách cũng như cơ chế quản trị được phát triển đầy đủ cũng tiềm ẩn một số nguy cơ. Trong trường hợp này, sự liên kết giữa các thị trường có thể chống lại sự ổn định của nền kinh tế vĩ mô khi các cú sốc bên ngoài dễ dàng lan rộng hơn trong khu vực, đặc biệt là khi các lựa chọn đa dạng hóa rủi ro bị hạn chế (Stiglitz, 2010[7]). Điều này có thể đúng với Việt Nam trong ngắn hạn khi thị trường vốn tiếp tục phát triển và ngành ngân hàng phục hồi hoàn toàn sau cuộc khủng hoảng nợ đạt đỉnh điểm vào năm 2012.

Việc tiếp tục tập trung vào tăng cường hội nhập tài chính sau năm 2015 đã được tái khẳng định trong bản cập nhật Kế hoạch tổng thể xây dựng AEC cho giai đoạn đến năm 2025, trong đó, giữa các lĩnh vực hội nhập, ưu tiên các biện pháp để đạt được “vai trò gia tăng của các ngân hàng bản địa ASEAN, thị trường bảo hiểm tích hợp hơn và có thêm các thị trường vốn được kết nối”. Việc gia tăng số lượng các ngân hàng ASEAN đạt tiêu chuẩn (QAB) là mục tiêu hàng đầu. Khái niệm QAB được giới thiệu trong Khuôn khổ Hội nhập Ngân hàng ASEAN được phê duyệt năm 2014. Tùy thuộc vào kết quả đàm phán các thỏa thuận song phương giữa các quốc gia thành viên, các ngân hàng có khả năng đáp ứng các điều kiện tiên quyết về các chỉ số liên quan đến quyền sở hữu đa số thuộc ASEAN, tỷ lệ an toàn vốn và các tiêu chuẩn quản trị doanh nghiệp sẽ được công nhận là QAB và nhận được ưu đãi theo khung pháp lý ngang bằng với các ngân hàng trong nước. ABIF xây dựng khả năng linh hoạt nhằm ghi nhận mức độ sẵn sàng của từng quốc gia thành viên và sự cần thiết của việc tiến hành trên cơ sở song phương từng bước thay vì đa phương. Mặc dù đã đặt ra mục tiêu thành lập được một thỏa thuận song phương vào năm 2020 theo khuôn khổ của ABIF nhưng Việt Nam đến nay vẫn chưa ký bất cứ thỏa thuận nào thuộc loại này với các quốc gia thành viên khác nên vẫn chưa có bất cứ một QAB nào. Ngoài ra, Chiến lược Phát triển Ngành Ngân hàng Việt Nam đến năm 2020 vẫn chưa có mục tiêu cụ thể liên quan trực tiếp đến việc hội nhập khu vực hay cụ thể hơn là chiến lược để có được các QAB. Khi các ngân hàng của Việt Nam đã có đủ năng lực và đạt được tiêu chuẩn BASEL II, việc hội nhập khu vực sẽ giúp các ngân hàng phát triển nhất ở Việt Nam nâng cao hơn nữa năng lực thông qua vị thế là QAB, đặc biệt là khi các nhu cầu đầu tư vào lĩnh vực năng lượng sạch và cơ sở hạ tầng khác tiếp tục mở rộng và lĩnh vực ngân hàng vẫn là nguồn cung cấp tài chính quan trọng nhất.

Nghiên cứu, phát triển và đổi mới

Quy định về quyền sở hữu trí tuệ đã được củng cố nhưng vẫn cần đẩy mạnh quá trình thực thi

Trong hai thập kỷ qua đã có những cải tiến đáng kể nhằm bảo vệ quyền sở hữu trí tuệ (IP) với sự công nhận của chính phủ về tầm quan trọng của quyền này trong việc hình thành môi trường kinh doanh hấp dẫn nhằm thúc đẩy chuyển giao công nghệ thông qua đầu tư trực tiếp từ nước ngoài (FDI) và hoạt động cấp bằng sáng chế, cũng như tăng cường thương mại hóa hoạt động nghiên cứu và phát triển trong nước. OECD đã tìm ra mối liên quan mật thiết giữa mức độ nghiêm ngặt trong quy định về quyền sáng chế tại một quốc gia với dòng vốn FDI đi vào, trong đó 1% mức tăng về việc bảo hộ quyền sáng chế tương ứng với 2,8% mức tăng vốn FDI (Park and Lippoldt, 2008[8]). Ngoài ra, cũng có những bằng chứng cho thấy quy định vững chắc về quyền sở hữu trí tuệ hỗ trợ chuyển giao công nghệ thông qua việc tăng cường hoạt động cấp bằng sáng chế. Cần lưu ý rằng các bằng chứng cho thấy những lợi ích như vừa nêu cũng tùy thuộc và các yếu tố hỗ trợ ở quy mô rộng hơn như hiệu quả quản lý của chính phủ, khả năng thực thi hợp đồng và mức độ tham nhũng (Arora, 2007[9]).

Chế độ pháp lý của Việt Nam về lĩnh vực này bao gồm một số văn kiện luật như Bộ luật Dân sự năm 2005, Bộ luật Hình sự, Luật Sở hữu trí tuệ năm 2005, sửa đổi bổ sung năm 2009 và các quy định thi hành của từng bộ luật. Năm 2019, Chính phủ Việt Nam ban hành Chiến lược quốc gia về sở hữu trí tuệ với tầm nhìn đến năm 2030 để hướng dẫn các bộ, ngành và cơ quan nhà nước trong việc nâng cao hơn nữa quyền sở hữu trí tuệ. Luật sở hữu trí tuệ trong nước của Việt Nam nhìn chung phù hợp với các chuẩn mực quốc tế; Việt Nam cũng là nước ký kết tham gia Công ước Paris về bảo hộ sở hữu công nghiệp, Hiệp định về các khía cạnh liên quan đến thương mại của quyền sở hữu trí tuệ (WTO TRIPS), Tổ chức Sở hữu Trí tuệ Thế giới, Hiệp ước Hợp tác Sáng chế, Nghị định thư Madrid và Thoả ước La Hay về Đăng ký quốc tế kiểu dáng công nghiệp. Hoạt động này đã được củng cố thêm trong Hiệp định thương mại tự do Việt Nam – EU năm 2020, theo đó Việt Nam đã đồng ý đáp ứng vượt các tiêu chuẩn theo hiệp định TRIP của WTO, đặc biệt là về các điều khoản thực thi (European Commission, 2015[10]).

Tuy đã đạt được một số bước tiến đáng kể nhưng việc tăng cường thực thi khung pháp lý về luật sở hữu trí tuệ và củng cố các quy định chính sách vẫn cần được cải thiện thêm. Văn phòng sở hữu trí tuệ cung cấp, quản lý ở cấp nhà nước các dịch vụ trong lĩnh vực sở hữu trí tuệ, bao gồm dịch vụ đăng ký quyền sở hữu trí tuệ và dịch vụ thẩm định pháp lý cơ bản để giải quyết các tranh chấp. Hiện chưa có tòa án chuyên về sở hữu trí tuệ, phần lớn các tranh chấp liên quan đến quyền sở hữu trí tuệ được giải quyết thông qua công tác xử lý hành chính thay vì khởi tố dân sự hoặc hình sự. Việt Nam đứng thứ 43 trên tổng số 45 quốc gia xét về chỉ số sở hữu trí tuệ hàng năm do Phòng Thương mại Hoa Kỳ công bố, cho thấy những hạn chế trong công tác thực thi quyền sở hữu trí tuệ cũng như tính răn đe của các hình phạt. Theo công bố trong ấn bản thứ năm về Chỉ số Sở hữu Trí tuệ Toàn cầu (GIPI), Việt Nam đứng thứ 35 trong tổng số 43 quốc gia xét về chế độ pháp lý đối với quyền sở hữu trí tuệ, cho thấy những hạn chế trong công tác thực thi cùng nhận xét về việc thiếu hướng dẫn tư pháp đối với việc đánh giá các thiệt hại và sự phức tạp trong các quy trình, thủ tục tòa án (International Chambers of Commerce, 2019[11]). Năm 2014, Ban Chỉ đạo 389 Quốc gia được thành lập nhằm hỗ trợ các cơ quan thực thi công tác đấu tranh chống vi phạm quyền sở hữu trí tuệ. Ban chỉ đạo đã thông qua quy định quan trọng vào năm 2020 (Quyết định số 195/QĐ-BCĐ 389) xác lập phương thức phối hợp tác giữa các ban chỉ đạo ở cấp quốc gia, cấp bộ và cấp tỉnh, và cách thức phối hợp của ban chỉ đạo với chính quyền trong việc chia sẻ thông tin và giám sát quá trình xử lý vụ việc.

Tuy cần thực hiện thêm các bước để củng cố môi trường thực thi nhưng thực tế cũng cho thấy những thành tựu đạt được cho đến thời điểm hiện tại đã mang lại những kết quả thuận lợi cho quá trình chuyển giao công nghệ năng lượng sạch. Số lượng đơn đăng ký bằng sáng chế công nghệ xanh đã tăng từ 143 năm 2000 lên 886 vào năm 2018. Trong đó, đơn đăng ký từ các công ty và tổ chức Nhật Bản chiếm gần một phần tư trên tổng số đơn đăng ký, tiếp theo là Hoa Kỳ với 15% và sau đó là Việt Nam với 13%. Trong số các đơn đăng ký bằng sáng chế trong lĩnh vực sản xuất năng lượng thay thế, số lượng đơn đăng ký đối với nhiên liệu sinh học chiếm 60%, tiếp theo là năng lượng mặt trời, năng lượng gió, thủy điện và địa nhiệt với tỷ lệ lần lượt là 14%, 10%, 6% và 3%. Hơn ba phần tư số đơn đăng ký là theo Hiệp ước Hợp tác về Sáng chế (PCT), nghĩa là các bằng sáng chế này có tác dụng bảo hộ cho một sáng chế đồng thời ở hơn 150 quốc gia bị ràng buộc bởi hệ thống PCT của Tổ chức Sở hữu Trí tuệ Thế giới (WIPO) (Duong, 2020[12]).

Hình 7.2. Bằng sáng chế công nghệ xanh tại Việt Nam giai đoạn 2000-2018

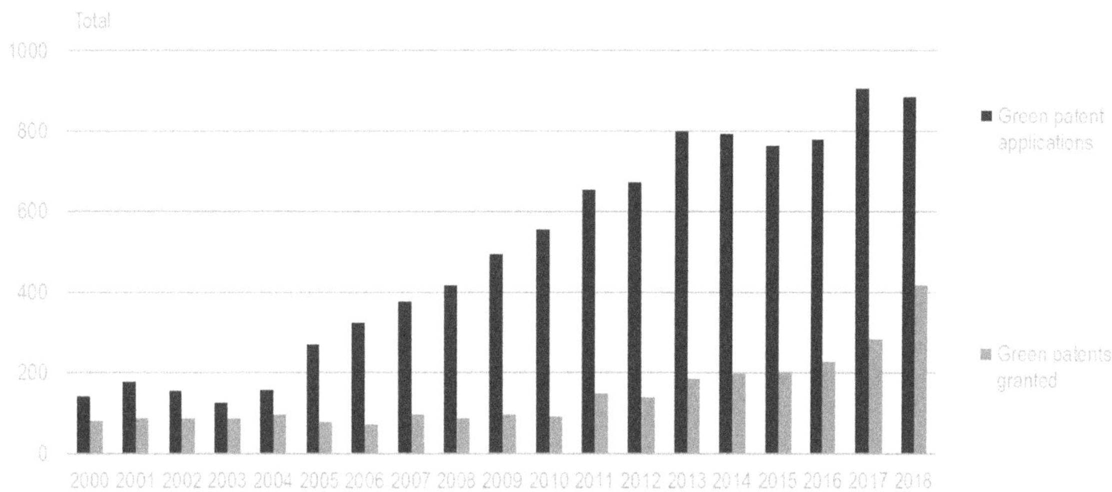

Nguồn: (Duong, 2020[12])

StatLink https://stat.link/sfm64c

Sự hỗ trợ chiến lược của chính phủ đối với hoạt động đổi mới trong lĩnh vực năng lượng sạch có thể thúc đẩy việc giảm thiểu chi phí, phổ biến công nghệ và tạo ra chuỗi giá trị mới

Các thị trường có thể không cung cấp đủ lượng tài nguyên hiệu quả về mặt xã hội nhằm tạo ra kiến thức khoa học và công nghệ mới. Những kiến thức này thường có đặc điểm là tốt cho cộng đồng, đồng nghĩa với việc sự lan tỏa kiến thức mang lại lợi ích cho toàn thể công chúng nhưng không mang lại lợi ích cho người sáng tạo ra chúng (Duong, 2020[12]). Nhận định có thể đúng với lĩnh vực năng lượng sạch, đặc biệt là khi điều kiện tại từng quốc gia đặt ra yêu cầu về các giải pháp và quy trình kỹ thuật phải được được bản địa hóa. Điều này đặc biệt đúng với ngành điện gió ngoài khơi khi các dự án ngoài khơi đòi hỏi nhiều thiết bị và kỹ thuật chuyên biệt hơn cho hoạt động phát triển, xây dựng, vận hành và bảo trì (O&M). Tại Đông Nam Á, công nghiệp điện gió ngoài khơi đang phải đối mặt với những thách thức mới do những yếu tố như động đất, sóng thần, bão cùng các điều kiện địa hình khác với ở châu Âu - nơi thường tập trung những đổi mới sáng tạo trước đây trong ngành này. Khi ngành công nghiệp điện gió ngoài khơi đạt được những bước tiến mới, hỗ trợ của chính phủ dành cho nghiên cứu và phát triển (R&D) sẽ có cơ hội giúp giảm thiểu chi phí năng lượng và tạo ra giá trị trong nước thông qua các giải pháp kỹ thuật thương mại hóa phù hợp với bối cảnh thị trường Việt Nam (BVG Associates, 2020[14]). Việc thiết lập và hỗ trợ các hoạt động nghiên cứu và phát triển trong nước tại các cơ quan chính phủ và khu vực tư nhân, bên cạnh quan hệ đối tác quốc tế ở các trường đại học, sẽ là chìa khóa giúp Việt Nam chuẩn bị cho lộ trình triển khai ngành công nghiệp điện gió ngoài khơi có chi phí cạnh tranh.

Ngoài ra, việc đổi mới mô hình kinh doanh và phương pháp tiếp cận phát triển ngành nhằm hỗ trợ phổ biến rộng rãi hơn về công nghệ năng lượng sạch cũng là một yêu cầu được đặt ra. Điều này đặc biệt đúng đối với lĩnh vực sinh khối đang phải đối mặt với các chuỗi cung ứng phức tạp và không chính thức, cũng như lĩnh vực hiệu quả năng lượng đang phải đối mặt với nhiều rào cản về hành vi và kinh tế. Nguồn cung thức ăn chăn nuôi sinh khối ở Việt Nam rất dồi dào; trấu, rơm rạ, sơ dừa, bã mía và chất thải cà phê đều là những nguồn có tiềm năng rất lớn, tuy nhiên, dòng chất thải này của các nguồn này rất phân tán và thường được quản lý theo cách không an toàn với môi trường (NL Agency, 2013[15]). Do đó, việc tận dụng các nguồn tài nguyên này là một cơ hội kinh doanh và đem lại lợi ích môi trường, nhưng đòi hỏi phải có sự tham gia của các cộng đồng nông thôn nơi có ít tài nguyên và nhận thức về kỹ thuật còn hạn chế. Bên cạnh đo, do các cộng đồng này thiếu năng lực đối phó với những thay đổi lớn, cần thận trọng khi đưa vào sử dụng các quy trình và công nghệ mới. Những phương pháp tiến hành đổi mới mang tính xã hội, theo đó công nghệ, quy trình, kỹ thuật mới được đồng sáng tạo trong quan hệ cộng tác với người dùng cuối sẽ là giải pháp phù hợp giúp tìm hiểu cách thức tham gia của đối tượng là người nông dân và cộng đồng địa phương. Quan điểm này cũng đúng cho quá trình tập trung và chính thức hóa chuỗi cung ứng sinh khối làm nguyên liệu dành cho các nhà máy điện sinh khối tập trung, cũng như hoạt động phổ biến các công nghệ sinh khối phân tán như thiết bị khí hóa quy mô nhỏ và thiết bị phân hủy yếm khí.

Lập kế hoạch phát triển thị trường tái chế tấm pin quang điện mặt trời là một yếu tố quan trọng trong quá trình chuyển dịch năng lượng sạch

Thị trường điện mặt trời tại Việt Nam đã phát triển theo cấp số nhân trong hai năm qua và việc triển khai quy mô lớn sẽ tiếp tục được áp dụng trong giai đoạn triển khai Quy hoạch điện VIII. Pin quang điện thường có tuổi thọ trong khoảng 20-30 năm cùng một tỷ lệ nhỏ bị hỏng sớm. Điều này đồng nghĩa với lượng rác từ pin quang điện hư hỏng mà lĩnh vực điện mặt trời thải ra môi trường sẽ ngày càng tăng và tới khoảng năm 2040, rác thải pin quang điện sẽ tăng theo cấp số nhân khi vòng đời của những tấm pin đầu tiên kết thúc. Rác thải từ tấm pin quang điện là một thách thức về mặt môi trường nhưng cũng là cơ hội để phát triển các ngành mới, các hoạt động gia tăng giá trị và tạo công ăn việc làm. Ngành tái chế tấm pin quang điện sẽ là ngành vô cùng quan trọng trong quá trình chuyển dịch sang hệ thống năng lượng bền vững dựa trên năng lượng tái tạo của Việt Nam. Việc tái chế các tấm pin quang điện đã ngừng hoạt động có thể giúp đáp ứng cả nhu cầu trong nước lẫn quốc tế về nguyên vật liệu và tránh các tác động tác động môi trường tiềm ẩn từ hoạt động chôn lấp. Các mô-đun silicon tinh thể chứa một lượng nhỏ chì và thiếc có thể gây xáo trộn các chức năng của đất, gây hại cho hệ sinh thái thủy sinh và gây ra các rối loạn phát triển và hành vi ở trẻ em (Mahmoudi, Huda and Behnia, 2020[16]). Các mô-đun màng mỏng chứa những lượng vết các kim loại nặng như gali và cadmium. Đây là những chất có độc tính cao và cũng cần được quản lý chặt chẽ. Để có thể quản lý chất thải hiệu quả và mở ra những lợi ích từ ngành tái chế, công tác chuẩn bị cần được hoàn thiện từ trước nhằm đảm bảo sẵn sàng khung pháp lý hỗ trợ cho quá trình phát triển thị trường.

Yếu tố cốt lõi của khung hỗ trợ là chính sách cụ thể đối với tấm pin quang điện, trong đó thiết lập các chỉ tiêu quản lý chất thải và bộ quy định hỗ trợ xác định rõ vai trò và trách nhiệm của nhà sản xuất, người tiêu dùng và rộng hơn là xã hội trong từng khâu của chuỗi giá trị tái chế. Hiện tại, Liên minh Châu Âu (EU) - một trong những thị trường khu vực tiên tiến về năng lượng tái tạo đã áp dụng các quy định quản lý chất thải dành riêng cho tấm pin quang điện. Chỉ thị của Liên minh Châu Âu về thiết bị điện và điện tử thải bỏ (WEEE) dựa trên nguyên tắc trách nhiệm mở rộng của nhà sản xuất và yêu cầu tất cả các nhà sản xuất cung cấp tấm pin quang điện sang thị trường EU (bất kể nơi đặt trụ sở của nhà sản xuất) để phải chịu trách nhiệm về chi phí thu gom và tái chế (Hộp 7.2).

Hộp 7.2. Nghiên cứu điển hình: Chỉ thị WEEE của EU đối với việc quản lý tấm pin quang điện hết vòng đời

Chỉ thị WEEE thiết lập khung pháp lý chung trên toàn EU đối với hoạt động quản lý tấm pin quang điện hết vòng đời với nguyên tắc trách nhiệm mở rộng dành cho nhà sản xuất. Tất cả các nhà sản xuất trên thị trường EU phải chịu trách nhiệm về mặt pháp lý trong việc quản lý sản phẩm sau khi hết vòng đời cho dù cơ sở sản xuất của nhà sản xuất đó có đặt tại EU hay không. Trách nhiệm pháp lý tổng hợp của nhà sản xuất về kế hoạch huy động vốn, hoạt động thu gom, thu hồi vật liệu và tái chế, cùng với các tiêu chuẩn xử lý là điểm tham chiếu cho quá trình xây dựng các quy định về quản lý rác thải từ tấm pin quang điện trên toàn cầu. Trách nhiệm quản lý ở cuối vòng đời được nêu trong chỉ thị bao gồm ba lĩnh vực lớn như sau:

1. **Trách nhiệm tài chính**: Nhà sản xuất chịu trách nhiệm thông qua bảo lãnh tài chính và phí bảo hiểm, trang trải chi phí thu gom và tái chế sản phẩm bán cho các hộ gia đình.
2. **Trách nhiệm báo cáo**: Các nhà sản xuất có nghĩa vụ báo cáo về các tấm pin bán ra, thu hồi và gửi đi xử lý. Báo cáo xử lý chất thải của các sản phẩm cũng là một yêu cầu (số tấn được xử lý, thu gom, tái chế và tiêu hủy theo từng thành phần, chẳng hạn như thủy tinh, chất thải nhựa hỗn hợp, kim loại).
3. **Trách nhiệm cung cấp thông tin**: Nhà sản xuất phải gắn nhãn lên tấm pin để thông báo cho người mua về các quy trình thải bỏ đúng cách. Nhà sản xuất cũng phải cung cấp thông tin cho các công ty xử lý rác thải về cách xử lý tấm pin quang điện trong quá trình thu gom, lưu trữ, tháo rời và xử lý.

Chỉ thị quy định cơ chế huy động vốn tùy thuộc vào người mua sản phẩm. Đối với các tấm pin bán cho các hộ gia đình (B2C), nhà sản xuất phải huy động vốn thu hồi và tái chế thông qua hình thức áp dụng thống nhất "Dùng bao nhiêu, trả bấy nhiêu" (PAYG) kết hợp với chi phí bảo hiểm. Đối với các giao dịch giữa doanh nghiệp với doanh nghiệp (B2B), cả khách hàng lẫn nhà sản xuất đều có thể đảm nhận công tác thu hồi và tái chế. Ví dụ, chủ sở hữu nhà máy pin quang điện có thể là bên phù hợp nhất để hoàn thành nghĩa vụ tái chế bằng cách sử dụng dòng tiền của dự án thuê nhà sản xuất ban đầu hoặc bên nghiệp vụ thứ ba thực hiện.

Hình 7.3. Cơ cấu huy động vốn cho tái chế giữa doanh nghiệp với người tiêu dùng tại Đức

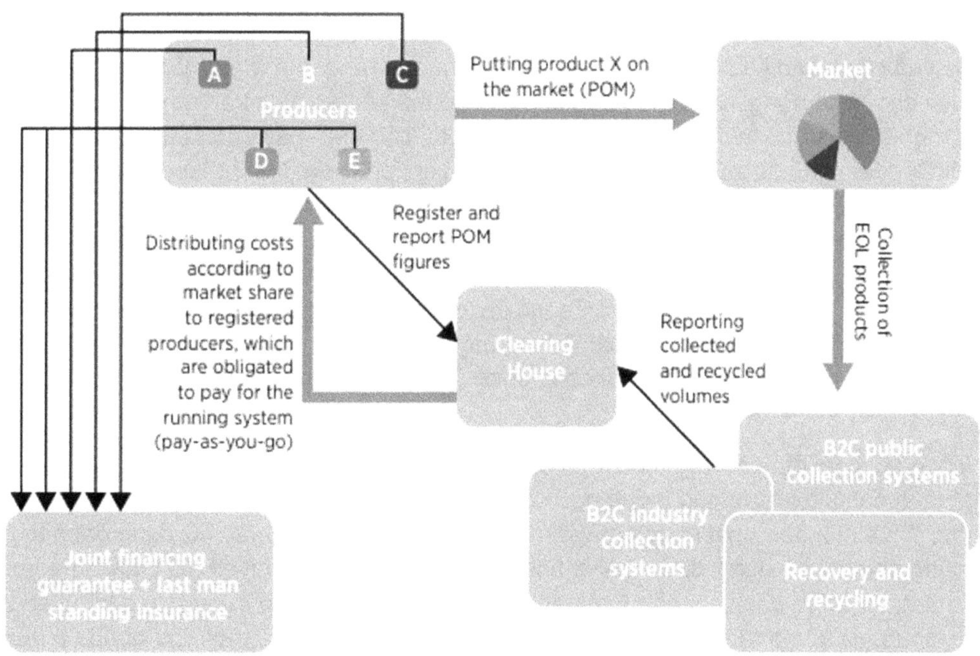

Nguồn: Cơ cấu huy động vốn cho tái chế giữa doanh nghiệp với người tiêu dùng tại Đức

Việc quy định các nhà sản xuất là bên chịu chi phí khi kết thúc vòng đời của tấm pin sẽ thúc đẩy sự đổi mới và cắt giảm chi phí, khiến các tấm pin được thiết kế với tiêu chí chủ đạo là tối ưu chi phí tái chế. Cách sắp xếp này cũng được cho là dễ dàng giám sát và thực thi hơn so với cách quy nghĩa vụ huy động vốn cho người tiêu dùng. Khung pháp lý cũng cần được thiết lập những tiêu chuẩn chung về thu gom và tái chế cũng như các hình thức hợp đồng được phép áp dụng cho việc huy động vốn thực hiện trách nhiệm xử lý cuối vòng đời sản phẩm giữa nhà sản xuất với các phân khúc khách hàng khác nhau (hộ gia đình và doanh nghiệp). Việc tái chế tấm pin quang điện có thể khả thi về mặt thương mại tùy thuộc vào các biện pháp khuyến khích và cơ cấu tính phí phù hợp.

Chuyển dịch năng lượng sạch đảm bảo công bằng xã hội

Chính sách đặt ra cần đảm bảo rằng quá trình chuyển dịch năng lượng sạch mang lại lợi ích cho các cộng đồng địa phương

Đầu tư vào năng lượng sạch sẽ giúp Việt Nam đáp ứng các mục tiêu giảm thiểu và mục tiêu về an ninh năng lượng, đồng thời là cơ hội mang đến lợi ích xã hội rộng lớn hơn. Những lợi ích kinh tế - xã hội mà quá trình phát triển dự án năng lượng tái tạo đem lại có thể được tăng cường tối đa thông qua hoạt động quy hoạch tích hợp và bền vững, trong đó ưu tiên dành cơ hội cho các bên tham gia của địa phương trong chuỗi giá trị và lợi ích cho các cộng đồng địa phương. Không nên xem nhẹ các lợi ích này và cần có khung chính sách mục tiêu cũng như chiến lược dài hạn để tăng cường lợi ích và đảm bảo rằng các cộng đồng cũng được hưởng lợi từ quá trình chuyển dịch năng lượng. Một số nội dung cân nhắc, thảo luận ở các mục tiếp theo cũng nhằm mục đích đảm bảm quá trình dịch chuyển năng lượng công bằng, trong đó cần tạo cơ hội cho cả hai giới và phụ nữ không bị bỏ lại phía sau, đồng thời hỗ trợ ngành công nghiệp xanh và việc làm xanh tại địa phương, tập trung vào giáo dục kỹ thuật và đào tạo nghề nhằm xây dựng nguồn vốn nhân lực. Tương tự, điều quan trọng là phải đảm bảo rằng các cộng đồng không phải chịu những gánh nặng không công bằng, chẳng hạn như trách nhiệm tháo dỡ tấm pin quang điện hay khôi phục đất đai sau dự án.

Mỗi quốc gia đều đã có những hướng tiếp cận riêng để đảm bảo rằng quá trình triển khai năng lượng tái tạo đem lại lợi ích cho cộng đồng. Những hướng tiếp cận có thể kể đến như trao quyền đồng sở hữu cho các cộng đồng, nghĩa là các cộng đồng trở thành cổ đông tại các nhà máy sản xuất năng lượng tái tạo, cho phép một phần doanh thu được giữ lại và tái phân bổ tại địa phương. Một hướng tiếp cận khác là đưa lợi ích cộng đồng làm tiêu chí lựa chọn trong đấu thầu các dự án công đối với các doanh nghiệp sản xuất điện tư nhân. Điều này có thể sẽ khuyến khích các đơn vị phát triển đưa ra các phương án hỗ trợ các hoạt động phát triển cộng đồng địa phương gần dự án, ví dụ thông qua khoản thanh toán tài chính do một cơ quan địa phương quản lý. Cuối cùng, các dự án năng lượng tái tạo có thể rút kinh nghiệm từ ngành năng lượng và các lĩnh vực khác trong xây dựng các khung quy định về trao đổi thông tin để từ đó hình thành mối liên hệ giữa các dự án năng lượng lớn với cộng đồng (Hộp 7.3) (Clausen and Rudolph, 2020[1]) (DIIS, 2021[2]).

Ngoài ra, các cộng đồng tại địa phương triển khai các dự án năng lượng tái tạo có thể được hưởng lợi từ hoạt động phát triển năng lượng tái tạo thông qua cơ cấu thuế và các khoản thanh toán phí đất đai được thiết kế phù hợp. Thuế nhà đất, hoạt động chuyển nhượng quyền sử dụng đất, sử dụng đất nông nghiệp và giấy phép, cũng như phí sử dụng, cho thuê và đăng ký đất đai do chính quyền địa phương quản lý. Tùy thuộc vào khả năng tài chính của tỉnh, chính quyền cấp địa phương và cấp trung ương cũng có thể chia sẻ nguồn thu từ thuế giá trị gia tăng (VAT), thuế thu nhập doanh nghiệp và thuế thu nhập cá nhân cũng như các khoản thuế trên lợi nhuận chuyển ra nước ngoài (Morgan and Trinh, 2016[18]). Nếu áp dụng các mô hình công viên năng lượng mặt trời hoặc đấu thầu theo trạm biến áp, cơ chế mới về hoạt động đấu thầu điện mặt trời (được thảo luận trong chương 3 và 5) có thể giúp các tỉnh có được tầm nhìn xa hơn về doanh thu nhận được từ các khoản thuế và phí. Điều này có thể tạo điều kiện lập kế hoạch sử dụng các nguồn này hiệu quả hơn để phát triển kinh tế - xã hội ở các cộng đồng địa phương hoặc để thực hiện đầu tư công về sử dụng năng lượng hiệu quả.

Hộp 7.3. Lợi ích từ năng lượng tái tạo cho cộng đồng được tích hợp trong thiết kế đấu thầu: Bài học từ Cộng hòa Nam Phi

Từ năm 2011, phát triển cộng đồng đã là một thành phần của chương trình quốc gia về đấu thầu năng lượng tái tạo của Nam Phi, Chương trình Đấu thầu các đơn vị sản xuất điện độc lập từ năng lượng tái tạo Nam Phi (REIPPPP). Xuất phát từ thực tế các dự án năng lượng tái tạo chủ yếu được triển khai tại các khu vực nông thôn và vùng biên, REIPPPP đã thiết lập khung pháp lý khuyến khích các đơn vị sản xuất điện độc lập (IPP) từ năng lượng mặt trời, gió và sinh khối nhằm mang lại lợi ích cho các cộng đồng xung quanh khu vực có dự án. Trong thời gian thực hiện các thỏa thuận mua bán điện, các IPP phải phân bổ tỷ lệ phần trăm doanh thu từ sản xuất điện cho các dự án phát triển kinh tế - xã hội và phát triển doanh nghiệp, đồng thời chia sẻ quyền sở hữu tại doanh nghiệp dự án với các cộng đồng địa phương.

REIPPPP đã đáp ứng yêu cầu này thông qua việc đánh giá hồ sơ dự thầu với 70% số điểm dựa trên tiêu chí giá cả và 30% dựa trên một bộ tiêu chí về khả năng phát triển kinh tế - xã hội với quy định rõ ràng về tỷ lệ phần trăm cụ thể dành cho các cấu phần như khả năng tạo công ăn việc làm, hàm lượng nội địa, quyền sở hữu của cộng đồng, kiểm soát công tác quản lý, mua sắm có mục tiêu từ các doanh nghiệp địa phương, phát triển doanh nghiệp và phát triển kinh tế xã hội, đặc biệt là trong phạm vi 50 km hoặc trong ranh giới quận, huyện nơi có dự án. Điều này bao gồm kế hoạch tài trợ cho các dự án phát triển về giáo dục, phúc lợi xã hội, chăm sóc sức khỏe, phát triển và quản lý doanh nghiệp, cũng như kế hoạch phân bổ doanh thu của dự án cho Quỹ Tín thác Cộng đồng và phân bổ cổ phần của doanh nghiệp dự án cho cộng đồng. Để tạo điều kiện thuận lợi cho công tác này, các IPP trong chương trình đã tận dụng sự tham gia của cộng đồng để hỗ trợ quá trình trao đổi thông tin và giám sát việc thực hiện các dự án cộng đồng (Morgan and Trinh, 2016[18]).

Trong giai đoạn 2011-2020, REIPPPP đã đấu thầu hơn 6.000 MW điện từ 112 doanh nghiệp dự án năng lượng gió và mặt trời, mang lại 14 tỷ USD đầu tư tư nhân, 20% trong số đó là các vốn FDI. Tính đến năm 2020, REIPPP đã mang lại 82 triệu USD đầu tư vào các biện pháp phát triển kinh tế - xã hội (DIIS, 2021[2]). Ước tính đến năm 2050, chương trình sẽ hỗ trợ các cộng đồng chưa được quan tâm thông qua 3.000 doanh nghiệp địa phương, tạo ra 10.000 việc làm tại địa phương và đem lại lợi ích cho 30.000 cá nhân thông qua việc tiếp cận các chương trình liên quan đến giáo dục (Koffer, 2019[20]). Liên quan đến các Mục tiêu phát triển bền vững (SDG) vào năm 2030 của Liên hợp quốc, ngành năng lượng tái tạo ở Nam Phi hướng tới đóng góp vào Mục tiêu SDG 7 về Năng lượng bền vững cho tất cả mọi người, SDG 1 về Xóa đói nghèo, SDG 4 về Đảm bảo giáo dục có chất lượng, SDG 8 về Công việc thỏa đáng và Tăng trưởng kinh tế và SDG 10 về Giảm bất bình đẳng. Thông qua các mục tiêu tuyển dụng bao trùm về giới, REIPPPP cũng nhằm hỗ trợ SDG 5 về Bình đẳng giới.

Mặc dù khung đấu thầu cạnh tranh cho các dự án năng lượng tái tạo ở Việt Nam vẫn đang trong giai đoạn xây dựng, REIPPPP đem đến kinh nghiệm 10 năm xây dựng chương trình đấu thầu cạnh tranh cân bằng giữa khả năng được cấp vốn và tính cạnh tranh về chi phí, trong khi vẫn mang lại lợi ích thực sự cho cộng đồng. REIPPPP cũng nêu bật tầm quan trọng của việc thiết lập cơ chế phối hợp giữa chính phủ, các IPP và cộng đồng để các sáng kiến có thể tối đa hóa lợi ích từ hoạt động đầu tư, đồng thời giảm thiểu tình trạng dư thừa hoặc kém hiệu quả. Ví dụ: tuy sẽ đánh giá nhu cầu kinh tế xã hội của cộng đồng để đệ trình kế hoạch đấu thầu nhưng các IPP có thể không có đủ năng lực nhân sự để xác định chính xác các lĩnh vực chủ chốt cũng như giám sát quá trình triển khai. Do đặc thù cạnh tranh trong quá trình đấu thầu dự án, cơ hội hợp tác giữa các IPP có thể bị bỏ lỡ hoặc các nỗ lực vì cộng đồng bị trùng lặp. Điều cũng quan trọng không kém là sự phối hợp giữa các cộng đồng địa phương và chính quyền khu vực, do chính quyền có thể sẽ ưu tiên các dự án khác phù hợp với mối quan tâm trước mắt và quy hoạch phát triển vùng. Việc tạo ra những nền tảng để chia sẻ thông tin và rút kinh nghiệm thông qua hợp tác giữa các bên liên quan có thể giúp chính quyền địa phương tối đa hóa lợi ích từ các chương trình phát triển. Mặc dù REIPPPP đã giúp Nam Phi thu được các lợi ích kinh tế - xã hội tại địa phương từ các dự án điện mặt trời và điện gió, điều quan trọng cần lưu ý là phải đảm bảo quá trình chuyển dịch năng lượng công bằng về mặt xã hội vượt ra ngoài các thông lệ đấu thầu và đòi hỏi một cách tiếp cận chính sách kết hợp hài hòa giữa chính sách ngành, chính sách kinh tế, xã hội.

Cần xây dựng tầm nhìn dài hạn trong quá trình chuyển dịch cho những vùng kinh tế phụ thuộc vào than

Theo dự thảo Quy hoạch điện VIII, mặc dù tỷ trọng quy hoạch công suất nhiệt điện than năm 2030 đã giảm so với trong Quy hoạch điện VII điều chỉnh trước đó nhưng quy mô công suất vẫn ở mức 37 GW. Năm 2020, chỉ riêng Tập đoàn Công nghiệp Than - Khoáng sản Việt Nam (Vinacomin) đã sử dụng 96.000 lao động (VietnamPlus, 2021[21]). Mặc dù mức độ phụ thuộc vào nhập khẩu than đang ngày càng tăng, Việt Nam vẫn đang tập trung tăng năng suất khai thác trong nước. Điều này cho thấy ngành khai thác than sẽ khó có khả năng suy giảm trong ngắn hạn. Tuy nhiên, với tầm quan trọng của ngành khai thác than tại Việt Nam, chính phủ cần bắt đầu ngay việc cân nhắc những ưu tiên trong quá trình chuyển dịch công bằng, một quá trình chuyển dịch năng lượng hợp lý và toàn diện, không ai bị bỏ lại phía sau.

Tái cơ cấu mỗi vùng công nghiệp là một quá trình dài hạn. Các ví dụ từ thực tiễn trong quá khứ cho thấy có thể mất nhiều thập kỷ để thiết lập các hoạt động kinh tế thay thế tại những vùng vốn dựa vào khai thác than, đặc biệt là khi quá trình chuyển dịch cần được quản lý theo cách tránh để xảy ra tình trạng mất việc hàng loạt hoặc thậm chí là di cư khỏi khu vực (Sartor, 2018[22]). Điều này có nghĩa là cần tính đến những cộng đồng sẽ bị ảnh hưởng bởi quá trình phi carbon hóa, có thu nhập phụ thuộc đáng kể vào hoạt động khai thác và sử dụng than, đặc biệt ở khu vực bể than Quảng Ninh, Đồng bằng sông Hồng, Thái Nguyên, Bắc Kạn, Đường mòn phía Bắc, Sông Đà, sông Cả, Na Dương, Nông Sơn, sông Ba và Đồng bằng sông Cửu Long (Mijał, 2018[23]). Chính phủ có thể đặt sẵn nền móng cho quá trình chuyển dịch công bằng hướng tới các nguồn năng lượng carbon thấp thông qua việc lập quy hoạch trung và dài hạn. Các khu vực khác như EU và Bắc Mỹ hiện đang giải quyết những vấn đề này bằng cách xây dựng các quỹ và chương trình chuyển dịch công bằng về xây dựng lại kỹ năng cho nhân viên cũng như các hoạt động phục hồi và chuyển đổi mục đích trong lĩnh vực môi trường. Bằng cách học hỏi kinh nghiệm của các nước khác và phát triển nguồn nhân lực có tay nghề cao hơn, Việt Nam có thể xác định các chiến lược dài hạn và hiệu quả về mặt chi phí để hỗ trợ người lao động và cộng đồng bị ảnh hưởng tại các vùng sản xuất điện than của đất nước, đồng thời hỗ trợ các lĩnh vực hoạt động đang phát triển như chuỗi giá trị về sử dụng năng lượng hiệu quả và năng lượng tái tạo[2].

Hộp 7.4. Tổng quan Hướng dẫn về Chuyển dịch Công bằng của ILO

Các hướng dẫn về chuyển dịch công bằng bao gồm:

- các chính sách bảo trợ xã hội nhằm tăng cường khả năng chống chịu phục hồi và bảo vệ người lao động khỏi các tác động tiêu cực của biến đổi khí hậu, tái cơ cấu nền kinh tế và các hạn chế về nguồn lực
- các chính sách về thị trường lao động có sự chủ động kiến tạo việc làm, hạn chế tình trạng mất việc làm và đảm bảo quản lý hiệu quả các điều chỉnh liên quan đến chính sách xanh hóa
- chính sách an toàn và sức khỏe nghề nghiệp để bảo vệ người lao động khỏi các nguy cơ và rủi ro nghề nghiệp
- phát triển kỹ năng nhằm đảm bảo trang bị đủ kỹ năng ở tất cả các cấp để thúc đẩy quá trình xanh hóa nền kinh tế
- thiết lập các cơ chế đối thoại xã hội trong suốt quá trình hoạch định chính sách ở tất cả các cấp

- đảm báo tính nhất quán trong các chính sách và xây dựng quy định để lồng ghép vào hoạt động phát triển bền vững, đồng thời đảm bảo cơ hội đối thoại và hợp tác cho các bên liên quan giữa các lĩnh vực chính sách.

Nguồn: Việc làm xanh và Chuyển dịch công bằng vì Khí hậu ở Châu Á và Thái Bình Dương năm 2019 của ILO

Đa dạng về giới và hỗ trợ các doanh nhân nữ

Dữ liệu phân tách theo giới có thể góp phần vào quá trình chuyển dịch năng lượng sạch bao trùm về giới

Việt Nam cần được biểu dương với hoạt động xây dựng Chiến lược quốc gia về bình đẳng giới (NSGE) giai đoạn 2011-2020 cùng kế hoạch cho giai đoạn 2021-2030. Với chủ trương xác định các vấn đề bất bình đẳng về giới cần xử lý và đánh giá tác động của các chính sách hiện tại, trong năm 2019, Bộ Kế hoạch và Đầu tư đã thiết lập một số các chỉ số về giới. Đó là các chỉ số về vai trò lãnh đạo của phụ nữ trong các cơ quan chính phủ, quốc hội, ủy ban và doanh nghiệp tư nhân, đồng thời đáp ứng các Mục tiêu phát triển bền vững (Thông tư số 03/2019/TTBKHDT). Tiếp theo là Bộ chỉ tiêu thống kê phát triển giới quốc gia (Thông tư số 10/2019/TTBKHDT) quy định một số chỉ tiêu về các lĩnh vực kinh tế - xã hội ưu tiên.

Các số liệu thống kê sơ bộ về giới cho thấy một bức tranh tương đối tích cực, đặc biệt là so với các quốc gia có cùng mức độ phát triển trong khu vực, nhưng điều này cũng đồng nghĩa với tình trang vấn đề bất bình đẳng giới ở Việt Nam thường không được ưu tiên. Điều này có thể tạo ra quan điểm rằng phụ nữ không phải đối mặt với các rào cản trong kinh doanh, mặc dù phụ nữ đang phải chịu những ảnh hưởng không tương xứng từ tình trạng thiếu việc làm, thất nghiệp và điều kiện làm việc không ổn định và đang chiếm đa số trong nhóm người lao động nghèo ở Việt Nam. Việc đưa thêm nhiều chỉ báo phát triển giới vào số liệu thống kê chính thức là điều rất quan trọng vì điều này giúp chính phủ có được thước đo thực tế về tình trạng bất bình đẳng giới và buộc các bộ chủ quản phải báo cáo về tiến độ trong các lĩnh vực này. Đối với bản đánh giá Đóng góp do Quốc gia tự quyết định (NDC) của Việt Nam, Chương trình Phát triển Liên hợp quốc đã đề xuất một số chỉ số hỗ trợ việc lồng ghép phát triển giới vào nỗ lực giảm thiểu. Chẳng hạn, các chỉ số đề xuất xem xét số lượng nam giới và nữ giới được tuyển dụng hoặc nắm giữ các vị trí lãnh đạo trong lĩnh vực năng lượng tái tạo hoặc số lượng các doanh nghiệp do nam giới và phụ nữ lãnh đạo chọn lắp đặt hệ thống điện mặt trời mái nhà (UNDP, 2020[24]). Những thông tin này có thể giúp xác định cách thức phụ nữ tham gia vào lĩnh vực năng lượng sạch tại Việt Nam và cung cấp thông tin về các chính sách có mục tiêu nhằm hỗ trợ quá trình chuyển dịch năng lượng bao trùm về giới. Hiện tại, ngành năng lượng ở Việt Nam chưa tiến hành thu thập loại dữ liệu phân tách theo giới này.

Mạng lưới kinh doanh và đầu tư qua lăng kính giới có thể hỗ trợ các doanh nghiệp do phụ nữ lãnh đạo trong lĩnh vực năng lượng sạch

Phụ nữ có thể đóng vai trò trung tâm trong chuyển dịch năng lượng sạch nhưng họ còn phải vượt qua rất nhiều khó khăn, chẳng hạn như những định kiến vô thức để có thể tham gia sâu rộng hơn vào các lĩnh vực năng lượng và công nghệ - những lĩnh vực vốn thường có tỷ lệ tham gia áp đảo của nam giới. Việc thực hiện các bước nhằm hỗ trợ các doanh nhân nữ trong lĩnh vực năng lượng sạch có thể đem lại lợi thế kép thúc đẩy chương trình giảm thiểu đồng thời nâng cao triển vọng việc làm cho phụ nữ. Môi trường đầu tư ở Việt Nam nhìn chung là ủng hộ nữ giới khi phụ nữ sở hữu khoảng 20% doanh nghiệp chính thức, nhưng vẫn cần thực hiện thêm các bước lồng ghép giới vào các hoạt động huy động vốn và đầu tư, đồng thời khuyến khích các ngân hàng tăng cường khả năng tiếp cận vốn cho các doanh nghiệp do phụ nữ làm chủ và lãnh đạo. Rào cản văn hóa và khoảng cách về giới vẫn gây cản trở cho các doanh nhân nữ tại Việt

Nam trong quá trình tiếp cận nguồn vốn và mạng lưới cần thiết cho hoạt động kinh doanh thành công (UNDP, 2020[24]).

Mặc dù nhu cầu tín dụng ở nhóm khách hàng là phụ nữ chưa được khai thác hiệu quả nhưng theo khảo sát của Tổ chức Tài chính Quốc tế (IFC), các ngân hàng tại Việt Nam vẫn chưa chủ động xây dựng các chiến lược cho vay cụ thể theo giới và vẫn có nhận định thiên lệch rằng các doanh nghiệp do phụ nữphụ nữ lãnh đạo thường kém thành công hơn (IFC, 2017[26]). Thực hiện đầu tư qua lăng kính giới có thể giúp thu hẹp khoảng cách tín dụng giữa các doanh nhân nam và nữ bằng cách xem xét các tác động đối với phụ nữ cũng như lợi tức đầu tư. Chương trình "Đầu tư vào Phụ nữ' của Úc là một ví dụ về hoạt động hỗ trợ để kêu gọi các nhà đầu tư hướng nguồn vốn vào các doanh nhân nữ ở Việt Nam và các nước ASEAN khác. Hoạt động đầu tư qua lăng kính giới tại Việt Nam đang ở giai đoạn sơ khai và hiện có rất ít quỹ và các nhà đầu tư tư nhân lớn quan tâm. Việc cung cấp những dữ liệu có giá trị hơn về hoạt động cho vay đối với các doanh nghiệp do phụ nữ lãnh đạo và về sự tham gia của phụ nữ trong lĩnh vực tài chính có thể giúp các nhà đầu tư và các chuyên gia tài chính xác định các cơ hội nhằm hỗ trợ mục tiêu giảm thiểu và giải quyết các vấn đề về giới. Từ năm 2017 đến 2019, tại Việt Nam có 7 dự án đầu tư theo lăng kính giới, hầu hết đều có trị giá dưới 500.000 USD nhưng một dự án IFC rất lớn đã nâng quy mô đầu tư trung bình của nhóm dự án này lên mức 6 triệu USD. Điều này đã góp phần nêu bật vai trò trung tâm của các tổ chức tài chính phát triển trong việc thúc đẩy hoạt động đầu tư theo lăng kính giới. (IFC, 2017[26]).

Tại Việt Nam đã có rất nhiều hiệp hội hỗ trợ thành công các doanh nghiệp do phụ nữ lãnh đạo thông qua các cơ hội kết nối, cố vấn và đào tạo. Một số ví dụ điển hình có thể kể đến là Hiệp hội Nữ doanh nhân Việt Nam (VAWE), Sáng kiến Hỗ trợ Phụ nữ Khởi nghiệp và Kinh doanh (WISE) hay Tăng cường khối doanh nhân nữ Việt Nam (SWEV). Hoạt động này có thể được tăng cường hơn nữa thông qua hỗ trợ cơ hội kết nối cho phụ nữ đang công tác trong lĩnh vực công nghệ năng lượng sạch,cũng như hỗ trợ ở giai đoạn ban đầu bằng các chương trình giới thiệu cơ hội nghề nghiệp cho những người học là nữ đang cân nhắc lộ trình học tập chuyên nghiệp.

Giáo dục, Đào tạo và Phát triển kỹ năng

Thúc đẩy tạo việc làm thông qua đầu tư vào lĩnh vực năng lượng sạch

Chi tiêu chính phủ dành cho lĩnh vực năng lượng tái tạo và sử dụng năng lượng hiệu quả giúp tạo ra việc làm nhiều hơn gấp ba lần so với ngân sách chi cho lĩnh vực nhiên liệu hóa thạch, và việc làm được kiến tạo trong tất cả các khâu của chuỗi cung ứng (McKinsey, 2020[27]). Cả hai lĩnh vực đều có nhu cầu nhân lực đa dạng, từ lao động có chuyên môn đến lao động giản đơn, đồng nghĩa với việc quá trình tạo việc làm có thể được thực hiện trong thời gian ngắn, nhưng cũng có thể yêu cầu một quá trình đào tạo và phát triển kỹ năng có hệ thống trong dài hạn. Việt Nam đã trở thành một trong số ít quốc gia trên thế giới duy trì mức tăng trưởng dương trong năm 2020 và được dự báo sẽ phục hồi về mức tăng trưởng GDP cũ sau đại dịch COVID-19. Dù vậy, đại dịch đem lại cơ hội để tái tập trung chính sách vào việc thúc đẩy tăng trưởng bền vững và có khả năng phục hồi. Lợi tức đầu tư thu về trong lĩnh vực chuyển dịch năng lượng có thể gấp từ 3 đến 8 lần so với giá trị đầu tư ban đầu. So với các biện pháp kích thích tài khóa thông thường, các dự án được thiết kế hiệu quả xoay quanh tài sản năng lượng tái tạo, hiện đại hóa lưới điện và nâng cấp xây dựng hiệu quả năng lượng có thể giúp tạo ra tỷ lệ việc làm và lợi tức đầu tư ngắn hạn cao hơn (IRENA, 2020[28]).

Bằng cách tạo môi trường đầu tư thuận lợi cho lĩnh vực hiệu quả năng lượng, Việt Nam sẽ tạo ra cơ hội cho các doanh nghiệp vừa và nhỏ cũng như người lao động tại địa phương tham gia vào lĩnh vực sản xuất thiết bị gia dụng, vật liệu xây dựng tiết kiệm năng lượng, hiệu quả năng lượng trong công nghiệp và nâng cấp công trình xây dựng. Tùy vào từng ngành, mỗi một triệu USD đầu tư vào hiệu quả năng lượng có thể tạo trung bình từ 6 đến 15 việc làm do tính chất thâm dụng lao động của nhiều hoạt động nâng cao hiệu quả năng lượng. Ngoài ra, việc huy động các dự án đầu tư vào hiệu quả năng lượng thường rất nhanh chóng, tạo thành cơ hội hấp dẫn để chính phủ bảo vệ số lượng việc làm hiện có hoặc tạo việc làm mới trong những thời điểm kinh tế suy thoái (IEA, 2020[29]).

Trong lĩnh vực năng lượng tái tạo, việc làm có thể đến từ hoạt động xây dựng và vận hành các dự án năng lượng tái tạo nhưng cũng có ở hoạt động sản xuất thiết bị. Lao động trong lĩnh vực điện mặt trời của Việt Nam năm 2019 đã đạt mức 56.700 việc làm, 25.000 việc làm trong số này là thuộc lĩnh vực sản xuất (IRENA, 2020[30]). Do nhiều công việc tạo ra là để phục vụ cho quá trình xây dựng các nhà máy phát điện nên về bản chất, những công việc này thường mang tính tạm thời và sẽ kết thúc khi hoàn thành xây dựng nhà máy. Các công việc vận hành và bảo trì có thể kéo dài trong suốt vòng đời của nhà máy nhưng có thường ít hơn về số lượng. Việc làm trong lĩnh vực sản xuất cho thấy tiềm năng dài hạn cao hơn do lĩnh vực này hướng tới xuất khẩu và không phụ thuộc vào việc lắp đặt hệ thống điện mặt trời tại địa phương. Tính đến nay, các mô-đun ở Việt Nam đều được sản xuất thông qua hợp tác với các nhà sản xuất Trung Quốc và Mỹ. Năm 2017, lượng mô-đun sản xuất được lên tới 5 GW tấm, chiếm 7% thị trường toàn cầu. Trong bối cảnh cạnh tranh mạnh mẽ trong khu vực từ các quốc gia như Trung Quốc, Malaysia và Thái Lan, các tư liệu sản xuất của Việt Nam, đặc biệt là thép, giá điện và lao động đã mang lại lợi thế cạnh tranh trong sản xuất một số thành phần nhất định (World Bank Group, 2019[31]). Năm 2020, Việt Nam nằm trong số 10 nhà tuyển dụng hàng đầu đang nắm giữ 87% tổng số việc làm trong lĩnh vực quang điện mặt trời (IRENA, 2020[30]).

Hình 7.4. Việc làm trong lĩnh vực quang điện mặt trời tại 10 quốc gia dẫn đầu

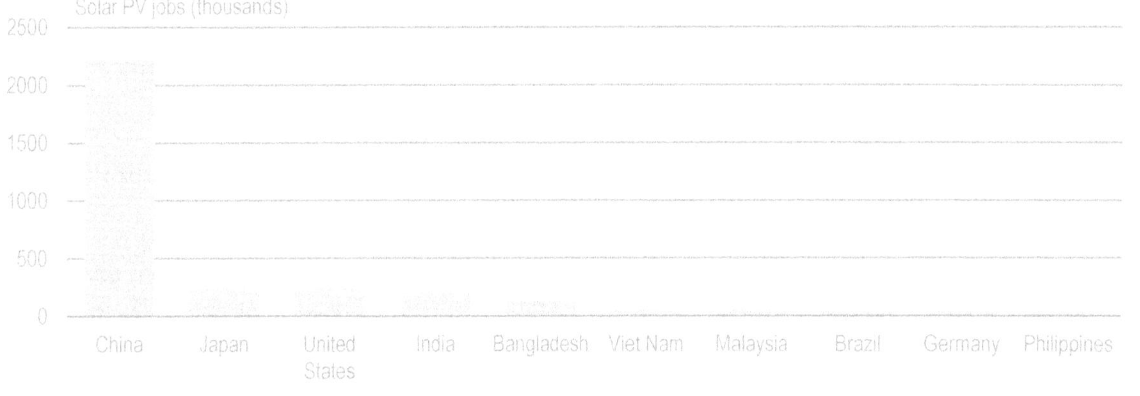

Ghi chu: 10 quốc gia dẫn đầu chiếm 87% tổng số việc làm trong lĩnh vực quang điện mặt trời trên toàn thế giới
Nguồn: Việc làm trong lĩnh vực năng lượng tái tạo theo quốc gia của IRENA (2020) (cơ sở dữ liệu)

StatLink https://stat.link/oihlxj

Hiện đại hóa và xanh hóa hoạt động giáo dục kỹ thuật và đào tạo nghề

Mở rộng hoạt động giáo dục kỹ thuật và đào tạo nghề (TVET) theo cách chiến lược và liên ngành sẽ là yếu tố quan trọng giúp Việt Nam đảm bảo lực lượng lao động có đủ kỹ năng và năng lực để đáp ứng các nhu cầu của một nền kinh tế xanh. Lĩnh vực điện gió ngoài khơi là một ví dụ điển hình về nhu cầu lao động cao cho quá trình phát triển, xây dựng và vận hành quy mô công suất nhiều GW của các trang trại điện gió ngoài khơi. Chỉ riêng vận hành và bảo dưỡng - hoạt động chiếm khoảng 35% tổng chi phí liên quan đến một trang trại điện gió ngoài khơi đã là động lực tạo ra các công việc lâu dài và ổn định tại địa phương. Cần xây dựng một đội ngũ lao động gồm thợ hàn, thợ lắp đặt, thanh tra và thủy thủ, cùng với các chuyên gia văn phòng có kỹ năng để hỗ trợ quá trình phát triển ngành trong dài hạn tại Việt Nam và các hoạt động có liên quan, từ nâng cấp cảng và đánh giá môi trường đến chế tạo và bảo trì kỹ thuật của cơ sở hạ tầng (Danish Energy Agency, 2020[32]).

TVET được ưu tiên cụ thể trong Chiến lược Tăng trưởng Xanh cũng như trong Kế hoạch Hành động Tăng trưởng Xanh nhưng cho đến nay vẫn chưa có chiến lược tổng hợp về phát triển kỹ năng xanh để định hướng việc hình thành các chương trình và đầu tư trong lĩnh vực này. Cách tiếp cận theo hướng tùy biến trong việc phát triển kỹ năng có thể dẫn đến tình trạng thiếu kỹ năng và làm mất cơ hội phát triển kinh tế cũng như cơ hội việc làm tại địa phương. Điều chỉnh các cơ sở giảng dạy TVET, chẳng hạn như các trường cao đẳng kỹ thuật và dạy nghề, cho phù hợp với nhu cầu của nền kinh tế xanh là trọng tâm của quá trình này, bên cạnh việc đảm bảo giảng viên TVET được đào tạo đầy đủ và được trang bị các năng lực cần thiết. Cả nước hiện đang thiếu đội ngũ giảng viên TVET có năng lực, các chương trình giảng dạy cũng như các khóa học cũng chưa phù hợp với nhu cầu của nền kinh tế xanh (Mertineit and Dang, 2016[33]).

Hiện đang có một số đối tác phát triển làm việc với chính phủ trong lĩnh vực này. Ví dụ, Cơ quan phát triển Pháp (AFD) đang tài trợ cho năm trung tâm đào tạo để cung cấp các khóa học về hàn, cắt kim loại, điện công nghiệp, cơ khí ô tô, lắp đặt thiết bị viễn thông vô tuyến và mạng cáp quang. Với sự hỗ trợ của Tổ chức Phát triển Công nghiệp Liên Hợp Quốc (UNIDO) và Ban Thư ký Nhà nước Thụy Sĩ về các vấn đề kinh tế (SECO) và thông qua hợp tác với Chương trình Môi trường Liên hợp quốc (UNEP), Trung tâm Sản xuất sạch Việt Nam (VNCPC) thuộc Trường Đại học Khoa học và Công nghệ Hà Nội đã được thành lập để hoạt động như một trung tâm tri thức nhằm xây dựng nhận thức và các kỹ năng liên quan đến các khái niệm sản xuất sạch hơn và thúc đẩy các khái niệm này trong các hoạt động của ngành. Thông qua Chương trình Quốc gia về Sử dụng Năng lượng Tiết kiệm và Hiệu quả giai đoạn II, Trường Đại học Bách khoa Hà Nội đã cung cấp các chương trình đào tạo cho những đơn vị sử dụng năng lượng lớn về các khía cạnh quản lý năng lượng và kiểm toán hiệu quả năng lượng. Bộ Hợp tác và Phát triển Kinh tế Liên bang Đức (BMZ) với tư cách là nhà tài trợ và Deutsche Gesellschaft Fuer Technische Zusammenarbeit (GIZ) với tư cách là cơ quan triển khai cũng rất tích cực trong việc hỗ trợ TVET trong khuôn khổ Chương trình hợp tác Việt-Đức "Đổi mới đào tạo nghề".

Xây dựng các kỹ năng để thúc đẩy các hoạt động trong cơ chế tài chính xanh và áp dụng các cơ cấu huy động vốn miễn truy đòi

Thông qua Bộ Tài chính và Ngân hàng Nhà nước Việt Nam (NHNN), Chính phủ Việt Nam đã nỗ lực xây dựng khung pháp lý nhằm thúc đẩy các hoạt động tài chính xanh trong lĩnh vực tài chính, đặc biệt là ngành ngân hàng (xem chương 6). Như vậy, Việt Nam là một trong số ít quốc gia tham gia vào Mạng lưới Ngân hàng Bền vững của IFC, với cơ chế tài chính bền vững được đánh giá là "đã có cơ sở vững chắc" theo khung đánh giá ngân hàng bền vững (Hình 7.5).

Hình 7.5. Trạng thái ngân hàng xanh tại một số quốc gia

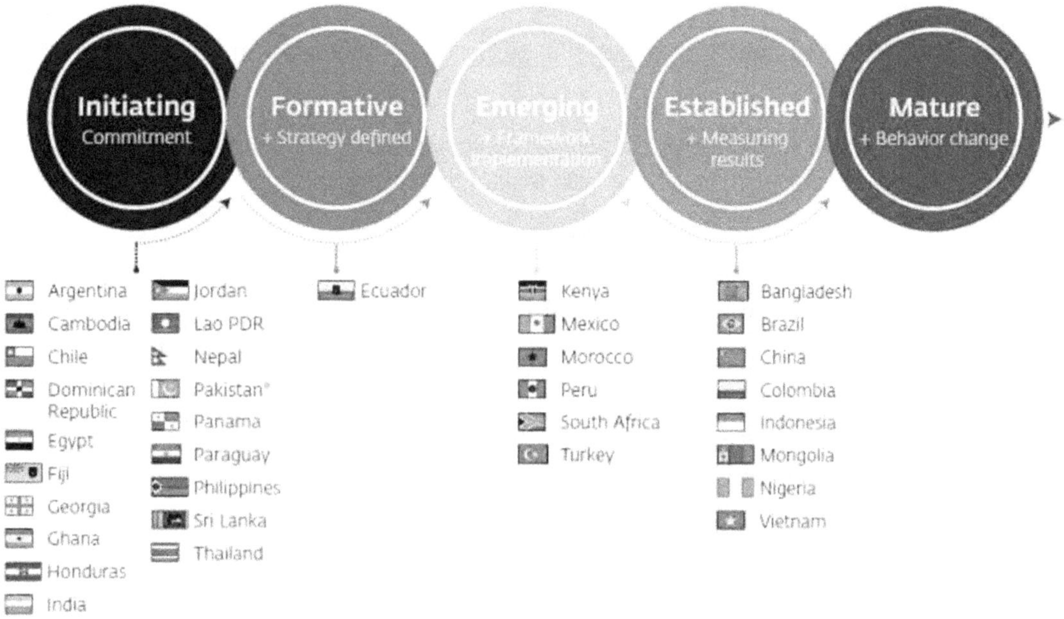

Ghi chú: Tất cả các quốc gia được trình bày đều là quốc gia thành viên trong mạng lưới Ngân hàng Bền vững của IFC
Nguồn: (Mertineit and Dang, 2016[33]).

Trọng tâm của tiến trình này là việc thông qua Chỉ thị về Thúc đẩy Tăng trưởng Tín dụng Xanh và Quản lý Rủi ro Môi trường và Xã hội (ESMS) trong Hoạt động Cấp tín dụng. Chỉ thị nhằm thúc đẩy nền kinh tế xanh và khuyến khích các tổ chức tài chính đưa các rủi ro về môi trường và xã hội (E&S) vào trong các giao dịch của mình. Chỉ thị cũng yêu cầu việc báo cáo hàng quý cho NHNN dữ liệu định lượng về hoạt động quản lý rủi ro E&S đối với các hoạt động cho vay và dòng tài chính xanh (IFC, 2018[34]). NHNN đã triển khai các hội nghị tập huấn về chủ đề này và theo kết quả một cuộc khảo sát năm 2019, 17 ngân hàng đã thiết lập hệ thống E&S để tuân thủ quy định. Mặc dù đã đạt được một số bước tiến ấn tượng, việc đào tạo và phát triển năng lực liên tục sẽ là một yêu cầu nhằm đảm bảo tích hợp toàn diện ESMS và đảm bảo các ngân hàng trang bị đủ kỹ năng cũng như các kỹ thuật định lượng để phân tích và phản ánh các yếu tố rủi ro E&S trong các giao dịch cho vay của mình.

Tài liệu tham khảo

ADB (2020), *Projects and Tenders*, https://www.adb.org/projects (accessed on 22 December 2020). [44]

AFD (2020), *Promoting renewable energy and climate investments through a green credit line to PT SMI, a key public financial institution of Indonesia*, https://www.afd.fr/en/carte-des-projets/promoting-renewable-energy-and-climate-investments-through-green-credit-line-pt-smi-key-public-financial-institution-indonesia (accessed on 22 December 2020). [45]

Arora, A. (2007), "Intellectual Property Rights and the International Transfer of Technology: Setting out an Agenda for Empirical Research in Developing Countries", WIPO, Geneva. [9]

Bloomberg (2021), *What Does $500 Billion for Clean Energy Mean for Climate Change?*, https://www.bloomberg.com/news/articles/2021-01-21/what-does-500-billion-for-clean-energy-mean-for-climate-change (accessed on 1 April 2021). [35]

Bold Magvan (2020), *Mongolia Green Finance Corporation*, https://www.slideshare.net/OECD_ENV/bold-magvan-mgfc-mongolia-green-finance-corporation (accessed on 18 December 2020). [51]

BVG Associates (2020), *Offshore wind roadmap for Vietnam: Report for Consultation*, World Bank Group. [14]

Clausen, L. and D. Rudolph (2020), *Renewable energy for sustainable rural development: Synergies and mismatches*, Elsevier Ltd. [1]

Climate Bonds Initiative (2020), *ASEAN Green Finance: State of the Market*, https://www.climatebonds.net/files/reports/cbi_asean_sotm_2019_final.pdf (accessed on 6 April 2021). [41]

Danish Energy Agency (2020), *Input to the Roadmap for Offshore Wind*. [32]

Denimal, F. (2020), *Radical Steps Needed from Vietnam Banking Sector*, https://www.regulationasia.com/radical-steps-needed-from-vietnam-banking-sector/ (accessed on 5 April 2021). [37]

DIIS (2021), *Integrating community development in public procurement of renewable energy generation: Lessons from South Africa*. [2]

Duong, V. (2020), *Patent Landscape on Green Technology in Viet Nam*, Rouse Legal Team, https://www.researchgate.net/publication/342436180_Patent_Landscape_on_Green_Technology_in_Viet_Nam (accessed on 15 June 2021). [12]

Duong, V. (2020), *Patent Landscape on Green Technology in Viet Nam.*, https://www.researchgate.net/publication/342436180_Patent_Landscape_on_Green_Technology_in_Viet_Nam/citation/download. [54]

European Commission (2015), *Facts and figures: Free Trade Agreement between EU and Vietnam*, https://ec.europa.eu/commission/presscorner/detail/en/MEMO_15_5468. [10]

EVN (2017), *Power exchange with Laos and Cambodia: the need to ensure the technical safety and harmonious trade benefits*. [3]

EVN (n.d.), *Power exchange with Laos and Cambodia: the need to ensure the technical safety and harmonious trade benefits.* [55]

Grafström, J. et al. (2020), "Government support to renewable energy R&D: drivers and strategic interactions among EU Member States", *Economics of Innovation and New Technology*, http://dx.doi.org/10.1080/10438599.2020.1857499. [57]

HSBC, C. (2020), *ASEAN Green Finance Report 2019: HSBC & Climate Bonds launch major analysis of green investment and policy directions in SE Asia | Climate Bonds Initiative*, https://www.climatebonds.net/2020/04/asean-green-finance-report-2019-hsbc-climate-bonds-launch-major-analysis-green-investment (accessed on 6 April 2021). [40]

Hub, G. (2021), *Vietnam - Global Infrastructure Outlook*, https://outlook.gihub.org/countries/Vietnam (accessed on 5 April 2021). [38]

IEA (2020), *Energy efficiency jobs and the recovery – Energy Efficiency 2020 – Analysis*, https://www.iea.org/reports/energy-efficiency-2020/energy-efficiency-jobs-and-the-recovery. [29]

IEA (2019), *Establishing Multilateral Power Trade in ASEAN.* [4]

IEA (2019), *Southeast Asia Energy Outlook 2019*, https://www.iea.org/reports/southeast-asia-energy-outlook-2019 (accessed on 12 April 2021). [53]

IFC (2018), *Sustainable Banking Network: Country Progress Report Viet Nam Addendum to Global Progress Report.* [34]

IFC (2017), *Women-owned enterprises in Vietnam: Perceptions and Potential*, International Finance Corporation World Bank Group, https://www.ifc.org/wps/wcm/connect/86bc0493-78fa-4c7d-86ec-5858aa41fa1a/Market-study-on-Women-owned-enterprises-in-Vietnam_Eng_v1.pdf?MOD=AJPERES. [26]

Institute), G. (2020), *Potential of Green Bond in Viet Nam.* [39]

International Chambers of Commerce (2019), *Promoting and Protecting Intellectual Property in Vietnam.* [11]

Investing in Women (2021), *Gender lens investing in South East Asia: A Snapshot of Progress in Indonesia, the Philippines & Vietnam*, https://v4w.org/wp-content/uploads/2021/04/Gender-Lens-Investing-in-Southeast-Asia-Brief-MARCH-28-2021-1.pdf. [25]

IRENA (2020), *Global Renewables Outlook: Energy transformation 2050*, https://www.irena.org/-/media/Files/IRENA/Agency/Publication/2020/Apr/IRENA_Global_Renewables_Outlook_2020.pdf. [28]

IRENA (2020), *Renewable Energy and Jobs Annual Review 2020*, https://www.irena.org/-/media/Files/IRENA/Agency/Publication/2020/Sep/IRENA_RE_Jobs_2020.pdf. [30]

IRENA and IEA-PVPS (2016), *End-of-Life Management: Solar Photovoltaic Panels.* [17]

JBIC (2014), *Project Financing and Political Risk Guarantee for Sarulla Geothermal Power Plant Project in Indonesia*, https://www.jbic.go.jp/en/information/press/press-2013/0331-19526.html (accessed on 22 December 2020). [47]

Keuangan, I. (ed.) (2009), *Economic and fiscal policy strategies for climate change mitigation in Indonesia : Ministry of Finance green paper*, Ministry of Finance, Republic of Indonesia : Australia Indonesia Partnership. [43]

Koffer (2019), *Economic prosperity for marginalised communities through renewable energy in South Africa Assessing the co-benefits of decarbonising the power sector Executive report COBENEFITS STUDY*, http://www.cobenefits.info. [20]

Mahmoudi, S., N. Huda and M. Behnia (2020), "Environmental impacts and economic feasibility of end of life photovoltaic panels in Australia: A comprehensive assessment", *Journal of Cleaner Production*, Vol. 260, http://dx.doi.org/10.1016/j.jclepro.2020.120996. [16]

McKinsey (2020), *A low-carbon economic stimulus after COVID-19*, https://www.mckinsey.com/business-functions/sustainability/our-insights/how-a-post-pandemic-stimulus-can-both-create-jobs-and-help-the-climate. [27]

Mertineit, K. and T. Dang (2016), *Greening TVET in Viet Nam: Sustainable Development, Green Economy and the Role of Greening TVET*, GIZ, Hanoi. [33]

Mijał, W. (2018), *Coal Mining and Coal Preparation in Vietnam*, http://doi.org/10.29227/IM-2018-01-40. [23]

Ministry of Finance, I. (2020), *Green Sukuk: Allocation and Impact Report*, https://www.djppr.kemenkeu.go.id/page/loadViewer?idViewer=9468&action=download (accessed on 8 March 2021). [42]

Morgan, P. and L. Trinh (2016), *FISCAL DECENTRALIZATION AND LOCAL BUDGET DEFICITS IN VIET NAM: AN EMPIRICAL ANALYSIS. ADBI Working Paper 613*, https://www.adb.org/publications/fiscal-decentralization-local-budget-. [18]

Muhammed Sayed (2020), *Climate Finance Facility*, Development Bank of Southern Africa, https://www.slideshare.net/OECD_ENV/muhammed-sayed-dbsa-climate-finance-facility (accessed on 18 December 2020). [49]

NL Agency (2013), *Biomass Opportunities in Vietnam*, The Embassy of the Kingdom of The Netherlands. [15]

OECD (2018), *Making Blended Finance Work for the Sustainable Development Goals*, OECD Publishing, Paris, https://dx.doi.org/10.1787/9789264288768-en. [48]

Park, W. (2008), *Technology Transfer and the Economic Implications of the Strengthening of Intellectual Property Rights in Developing Countries*, OECD, Paris. [56]

Park, W. and D. Lippoldt (2008), *Technology Transfer and the Economic Implications of the Strengthening of Intellectual Property Rights in Developing Countries*, OECD, Paris. [8]

Rillo, A. (2018), "ASEAN Financial Integration: Opportunities, Risks, and Challenges", *Public Policy Review*, Vol. 14/5. [5]

Sartor, O. (2018), *Implementing coal transitions: Insights from case studies of major coal-consuming economies.*, http://www.coaltransitions.org. [22]

Söderholm, P. et al. (2020), "Government support to renewable energy R&D: drivers and strategic interactions among EU Member States", *Economics of Innovation and New Technology*, http://dx.doi.org/10.1080/10438599.2020.1857499. [13]

Stiglitz, J. (2010), *Risk and Global Economic Architecture: Why Full Financial Integration May Be Undesirable*, Columbia University and Brooks World Poverty Institute, New York. [7]

Sylvester, B. (2020), *About the Clean Energy Finance Corporation*, Clean Energy Finance Corporation, https://www.slideshare.net/OECD_ENV/bianca-sylvester-cefc-about-the-cefc-experience-setting-up-a-green-finance-facililty-in-australia (accessed on 18 December 2020). [50]

Thanh, V. (2015), "Vietnam's Perspectives on Regional Economic Integration", *Journal of Southeast Asian Economies*, Vol. 32/1, pp. 106-124. [6]

UNDP (2020), *Empowering Women and Delivering Electricity Access to the Off-Grid Population in Viet Nam*, United Nations Development Programme, https://www.ndcs.undp.org/content/ndc-support-programme/en/home/impact-and-learning/library/empowering-women-and-delivering-electricity-access-to-the-off-gr.html. [24]

US International Development Finance Corporation (2019), *Information Summary for the Public PT Energi Bayu Jeneponto.* [46]

VietnamPlus (2021), *Vinacomin completes 26 percent of annual production plan in Q1*, Business News, https://en.vietnamplus.vn/vinacomin-completes-26-percent-of-annual-production-plan-in-q1/199601.vnp (accessed on 17 June 2021). [21]

World Bank (2020), *Vibrant Vietnam Forging the Foundation of a High-Income Economy Main Report*, https://www.mendeley.com/reference-manager/reader/6ed9f731-3ca4-3612-aa71-6e44bbfd64c8/62e8a610-2cba-9619-5bc4-e9e19d214633 (accessed on 12 April 2021). [52]

World Bank (2019), *Unlocking capital markets for Vietnam's future development FINANCE IN TRANSITION.* [36]

World Bank Group (2019), *Viet Nam Solar Competitive Bidding Strategy and Framework*, http://www.worldbank.org. [31]

WWF (2015), *A review of the local community development requirements in South Africa's renewable energy procurement programme*, https://www0.sun.ac.za/cst/wp-content/uploads/2017/04/WWF_Wlokas_Review-of-local-community-development-in-REIPPP_2015.pdf. [19]

Ghi chú

[1] BVG Associates. Lộ trình triển khai điện gió ngoài khơi cho Việt Nam. https://ocean-energyresources.com/wp-content/uploads/2020/09/BVGA-32201-Vietnam-OW-roadmap-report-EN-r1.pdf.

[2] https://www.renac.de/fileadmin/renac/media/Projects/Co-Benefits/Vietnam/COBENEFITS-Study-Vietnam-Employment.pdf.

www.ingramcontent.com/pod-product-compliance
Lightning Source LLC
LaVergne TN
LVHW080654011026
849160LV00014B/1425
9789264381193